அதீதப் பொருளாதார ஏற்றத்தாழ்வு:
சரிசெய்வதற்கான தருணம்

ஆக்ஸ்ஃபாம் அறிக்கை

மொழிபெயர்ப்பு

என். சிவராமன்

உதவி

ஆர். தீபா

க்ரியா

Cre-A: is a contributor to Bookshare, the world's largest online digital library for people with print disabilities.

atheetha porulathara eetratthazhvu: sariseyvatharkana tharunam, a Tamil translation of ***Even It Up: Time to End Extreme Inequality*** published by Oxfam.

Translated by N. Sivaraman

Even It Up: Time to End Extreme Inequality © Oxfam International Octber 2014. This Tamil Translation © Cre-A: 2016

First Edition: February 2016

Published by:

Cre-A:
New No. 2 Old No. 25
17th East Street
Kamarajar Nagar
Thiruvanmiyur
Chennai-600 041
Mobile: 72999 05950
Email: creapublishers@gmail.com
Website: www.crea.in

Printed at:

Sudarsan Graphics Pvt. Ltd.
Chennai- 600 017

ISBN: 978-93-82394-17-4

Price: Rs. 180

இந்த அறிக்கையைக் குறித்து:

கோஃபி அனான்

ஆப்பிரிக்க வளர்ச்சிக் குழுவின் தலைவர், ஐக்கிய நாடுகள் அமைப்பின் முன்னாள் பொதுச் செயலர், நோபல் பரிசு பெற்றவர்.

ஏழைகளுக்கும் பணக்காரார்களுக்கும் இடையே அதிகரிக்கும் இடைவெளி முடிவுறும் நிலையில் இருக்கிறது. இந்த இடைவெளி ஆழமாக வேர்விட்டு வறுமையைக் குறைப்பதற்கான நம் முயற்சிகளைக் கெடுக்கவோ அல்லது நாம் கொண்டுவரும் தொடர்ச்சியான மாற்றங்களால் நிலைமையைத் தலைகீழாக்கவோ செய்யலாம். ஆக்ஸ்ஃபாமின் மதிப்புமிக்க இந்த அறிக்கை, அதீத ஏற்றத்தாழ்வினால் ஏற்பட்டிருக்கும் பிரச்சினைகளையும், கொள்கைத் தேர்வுகளின் மூலம் அரசாங்கங்கள் அனைவருக்கும் சமமான வாய்ப்புகளை ஏற்படுத்தி, ஒரு நியாயமான உலகை உருவாக்க முடியும் என்பதையும் வெளிப்படுத்தியிருக்கிறது. இந்த அறிக்கை பொது நன்மைக்காகச் செயல்படுவதற்கு விடுக்கும் அழைப்பு. நாம் கண்டிப்பாக இந்த அழைப்பை ஏற்க வேண்டும்.

ஜோசஃப் ஸ்டிக்லிட்ஸ்

பேராசிரியர், கொலம்பியா பல்கலைக்கழகம், பொருளாதாரத்தில் நோபல் பரிசு பெற்றவர்.

இன்று உலகில் வருமானம், சொத்து ஆகியவற்றில் காணப்படும் ஏற்றத்தாழ்வு நம் பொருளாதாரத்தையும் சமூகத்தையும் பாதிப்பதுடன், அரசியலை வலுவற்றதாகவும் ஆக்குகிறது. நாம் எல்லோரும் இதைப் பற்றிக் கவலைப்பட்டாலும், தங்கள் வாழ்வில் மிகப் பெரிய அளவில் சமத்துவ மற்ற பலன்களையும் மட்டுமல்லாமல், சமத்துவமற்ற வாய்ப்புகளையும் அனுபவித்துக்கொண்டு அதிகம் பாதிக்கப்படுபவர்கள் நிச்சயமாகப் பரம ஏழைகள்தான். வறுமையைக் குறைக்க எடுக்கப்படும் எந்த ஒரு உண்மையான முயற்சியும் ஏற்றத்தாழ்வை உருவாக்கும், நீடிக்கச்செய்யும் அரசுக் கொள்கைத் தேர்வுகளை எதிர்கொள்ள வேண்டும் என்று ஆக்ஸ்ஃபாமுடைய இந்த அறிக்கை உரிய நேரத்தில் நினைவூட்டுகிறது.

ஆண்ட்ரூ ஹால்டேன்

தலைமைப் பொருளியலாளர், பேங்க் ஆஃப் இங்கிலாந்து.

உலகின் மிகப் பணக்காரர்களான 85 பேரின் செல்வமும் ஒட்டுமொத்த மக்கள்தொகையின் ஏழைகளான பாதிப் பேரின் செல்வமும் சமம் என்று 2014ஆம் ஆண்டு ஜனவரி மாதம் ஆக்ஸ்ஃபாம் அறிக்கை வெளியிட்டபோது, அது நம்மில் பலருக்கும் தார்மீகக் கோபத்தை ஏற்படுத்தியது. ஆக்ஸ்ஃபாமின் இந்த விரிவான அறிக்கை புள்ளிவிவரங் களைத் தாண்டி, வறுமை நீடித்திருப்பதற்கும் ஏற்றத்தாழ்வுக்கும் இடையேயான அடிப்படை உறவை ஆராய்கிறது. அதற்கான சில தீர்வுகளையும் தருகிறது. ஏற்றத்தாழ்வின் பிரச்சினைகளை மையப் படுத்தி, ஆக்ஸ்ஃபாம் ஏழைகளின் நலன்களுக்காக மட்டும் பேசாமல், நம் எல்லோரது ஒட்டு மொத்த நலன்களுக்காகவும் குரல்கொடுக் கிறது. அதீத ஏற்றத்தாழ்வு நிதி அமைப்பின் ஸ்திரத் தன்மையையும், பொருளாதார வளர்ச்சியையும் பாதிப்பது குறிப்பிடத்தகுந்த அளவி லும், நீடித்திருக்கக்கூடியதுமாக இருக்கிறது என்பதற்கு ஆதாரங்கள் பெருகிவருகின்றன. இது, வாழ்க்கைத் தரத்தை உயர்த்துவதற்கும், நல் வாழ்வை மேம்படுத்துவதற்குமான மனித, சமூக, உடல் சார்ந்த முதன்மைத் தேவைகளின் வளர்ச்சியைத் தாமதப்படுத்துகிறது. இதைக் கொள்கைகளை உருவாக்குபவர்களும் அரசியல்வாதிகளும் புரிந்து கொள்ள ஆரம்பித்திருக்கிறார்கள். பெருகி வரும் ஏற்றத்தாழ்வைச் சமாளிக்க, சமூக, பொருளாதார, அறம் சார்ந்த அரசுக் கொள்கை ரீதியான நடவடிக்கைகளை மேம்படுத்த வேண்டிய உடனடித் தேவை இருக்கிறது. இந்த இலக்கை நோக்கி எடுத்துவைக்கும் அடிதான் ஆக்ஸ்ஃபாமின் இந்த அறிக்கை.

நவால் எல் சாஹ்ஜாய்

எகிப்திய எழுத்தாளர், சமூக ஆர்வலர்.

ஆக்ஸ்ஃபாமுடைய இந்த அறிக்கை முதலாளித்துவ, ஆணாதிக்க உல குக்கும் அதன் ‘கட்டுப்பாடற்ற சந்தை’க்கும் புதிய சவால் ஒன்றை விட்டிருக்கிறது. பாலினம், வகுப்பு, மதம், இனம், தேசியம் அல்லது அடையாளம் ஆகியவற்றுக்கு அப்பால் மக்களிடையே உண்மையான சமத்துவத்தின் அடிப்படையில் ஒரு புதிய உலகைக் கட்டமைக்க உலக அளவிலும், தேசிய அளவிலும் நாம் போராட வேண்டும்.

உள்ளடக்கம்

	கலைச்சொற்கள்	6
	முகவுரை	7
	முன்னுரை	10
1	அதீதப் பொருளாதார ஏற்றத்தாழ்வு: இந்தக் கதைக்கு ஒரு புதிய முடிவு தேவைப்படுகிறது	14
	1.1 இன்றைய நிலையில் இருப்பவர்கள், இல்லாதவர்கள் ஆகியோரின் யதார்த்தம்	15
	1.2 தீவிர ஏற்றத்தாழ்வு எல்லோருக்கும் கஷ்டம்தான்	25
	1.3 திடீரென்று பெருகிய ஏற்றத்தாழ்வுக்குக் காரணம் என்ன?	50
2	அதீத ஏற்றத்தாழ்வுக்கு முடிவுகட்ட என்ன செய்யலாம்?	69
	2.1 இரண்டு எதிர்காலங்களின் கதை	71
	2.2 மேலும் சமத்துவமான உலகை நோக்கிய நம்முடைய பாதை	76
	2.3 அனைவருக்கும் சமவாய்ப்புகளை உருவாக்குவதற்கான வரிவிதிப்பும் முதலீடும்	88
	2.4 ஏற்றத்தாழ்வுக்கு எதிரான போரில் சுகாதாரமும் கல்வியுமே வலுவான ஆயுதங்கள்	100
	2.5 பயத்திலிருந்து விடுதலை	116
	2.6 பெண்களுக்கான பொருளாதாரச் சமத்துவத்தை அடைவது	120
	2.7 மக்கள் சக்தி: ஒரு சதவீதத்தை எதிர்கொள்வது	125
3	அதீத ஏற்றத்தாழ்வை முடிவுக்குக் கொண்டுவரச் செயலாற்ற வேண்டிய தருணம்	130

கலைச்சொற்கள்

Playing field	-	செயல்படும் களம்
Corporations	-	பெருவணிக நிறுவனம்
Intervention	-	இடையீடு
Cutflower	-	வெட்டுமலர்
Tax holidays	-	வரி விடுமுறை
Free trade zones	-	தடையற்ற வர்த்தகப் பகுதி
Tax Haven	-	வரிச் சொர்க்கம்
Biofuel	-	உயிரிஎரிபொருள்

முகவுரை

கடந்த சில பத்தாண்டுகளில் ஆப்பிரிக்க நாடுகளிலும் உலகத்தின் பிற பகுதிகளிலும் மக்களிடையே பிரமிக்கத்தக்க முன்னேற்றம் ஏற்பட்டிருக்கிறது. ஆனால், வேகமாக அதிகரித்துவரும் பொருளாதார ஏற்றத்தாழ்வு என்னும் கொடுமையால் இந்த முன்னேற்றம் ஆபத்துக்குள்ளாகியிருக்கிறது.

ஆப்பிரிக்காவிலும் உலகின் பெரும் பகுதியிலும் இன்று பெருகிவரும் ஏற்றத்தாழ்வைப் பற்றி ஆக்ஸ்ஃபாம் பட்டவர்த்தமான இந்த அறிக்கையை உரிய நேரத்தில் வெளியிட்டிருக்கிறது. உலகில் 10இல் 7 பேர் இன்று ஏற்றத்தாழ்வு அதிகரித்துவரும் நாடுகளில் வசிக்கிறார்கள்; சமூகத்தின் மேல்தட்டில் உள்ளவர்கள் மற்றவர்களைப் பின்தள்ளிவிடுகிறார்கள்.

மிகவும் பணக்காரர்களுக்கும் ஏழைகளுக்கும் இடையேயான இடைவெளியையும், ஆண்கள், பெண்களுக்கிடையேயும் இனங்களுக்கு இடையேயும் பரவலாக நிலவும் பிற வகை ஏற்றத்தாழ்வையும் இந்த இடைவெளி பாதித்து, அடித்தட்டில் உள்ளவர்களின் வாழ்க்கையைத் தாங்க முடியாமல் செய்துவிடுவதையும் எதிர்கொள்ள வேண்டியது நம் காலத்தின் உடனடித் தேவை. இன்று பிறக்கும் பெரும்பாலான குழந்தைகளின் எதிர்காலம் அவர்களுடைய பெற்றோரின் குறைந்த வருமானம், பால், இனம் ஆகியவற்றால் பிணையாக்கப்பட்டுவிடுகிறது.

பெருகிவரும் இந்த ஏற்றத்தாழ்வு தவிர்க்க முடியாதது அல்ல என்பது நல்ல செய்தி. இதைச் சரிசெய்ய முடியும். நமக்கு நம்பிக்கையூட்டக்கூடிய வெற்றிக்கான பல உதாரணங்கள் இந்த அறிக்கையில் இருக்கின்றன. அரசு அதிகாரிகள், வணிக, குடிமை, சமூகத் தலைவர்கள் எல்லோரும், இரு தரப்பு, பல தரப்பு நிறுவனங்கள் அனைத்தும் இந்த அறிக்கையைப் பரிசீலித்து இதன் பரிந்துரைகளைப் பற்றிச் சிந்தித்து, பெருகிவரும் ஏற்றத்தாழ்வுகளைத் தொடர்ந்த செயல்பாடுகளின் மூலம் எதிர்கொள்வார்கள் என்று நம்புகிறேன்.

க்ராசா மஷெல்
நிறுவனர், க்ராசா மஷெல் அறக்கட்டளை

என் வாழ்க்கை முழுவதும் நான் ஏற்றத்தாழ்வுக்கு எதிராகப் போராடி யிருக்கிறேன். நான் பிறந்து வளர்ந்த உகாண்டாவில் எங்களுக்கென்று அதிக மாக ஒன்றுமில்லையென்றாலும் எங்கள் கிராமத்தில் நாங்கள் ஓரளவு வசதி யானவர்களாக இருந்தோம். நானும் என்னுடைய நெருங்கிய தோழியும் தினமும் ஒன்றாகப் பள்ளிக்குச் சென்றோம். எனக்கு ஒரு ஜோடி ஷூ இருந்தது, அவள் வெறுங்காலுடன் நடந்தாள். அது ஏன் என்று அப்போது எனக்குப் புரியவில்லை, இப்போதும் புரியவில்லை. ஒவ்வொரு படியிலும் ஏற்றத் தாழ்வுகளை நாம் எதிர்த்துப் போராட வேண்டும்.

மிகவும் ஏழ்மையான பல நாடுகள் வறுமைக்கு எதிரான போராட்டத்தில் நல்ல முன்னேற்றம் கண்டிருப்பதை உலகின் மிக மோசமான பகுதிகளுக்குச் செல்லும்போது நான் நேரில் பார்த்திருக்கிறேன். ஆனால், இந்த முன்னேற்றம் வேகமாக அதிகரிக்கும் ஏற்றத்தாழ்வுகளால் ஆபத்துக்குள்ளாகியிருக்கிறது. செல்வம், அதிகாரம், வாய்ப்புகள் எல்லாம் பெரும்பான்மை மக்களின் நலனுக்கு ஊறு விளைவிக்கும் வகையில் ஒருசிலரின் கைகளிலேயே குவிந்திருக்கின்றன.

மிக ஏழ்மையான நாட்டில்கூட ஒரு பணக்காரக் குடும்பத்தில் பிறந்த குழந்தை மிகச் சிறந்த பள்ளிக்கூடத்துக்குச் செல்லும். நோயுற்றால் மிகச் சிறந்த கவனிப்பைப் பெறும். அதே சமயம், சிகிச்சைக்குப் பணம் இல்லையென்பதால், எளிதில் தடுக்கக்கூடிய நோய்களால் பாதிக்கப்பட்டு ஏழைக் குடும்பங்கள் தங்கள் குழந்தைகளை இழந்துவிடும். பெரும் பணக்காரர்கள் நீண்ட காலம் மகிழ்ச்சியாக, ஆரோக்கியமாக வாழ்கிறார்கள், தங்கள் குழந்தைகளும் அவ்வாறு இருக்கும் விதத்தில் தங்கள் செல்வத்தைப் பயன்படுத்துகிறார்கள் என்பதுதான் உலகம் முழுவதும் காணப்படும் யதார்த்தம்.

ஆண்களுக்கும் பெண்களுக்கும் இடையே தொடர்ந்து நிலவும் ஏற்றத்தாழ்வு கள் இந்த முரண்பாட்டை மேலும் தீவிரப்படுத்திவிடுகின்றன. ஆக்ஸ்ஃபாமுடன் எங்கு சென்றாலும், என் நாடான உகாண்டாவுக்குத் திரும்பினாலும் நான் இதற் கான சாட்சியங்களைக் காண்கிறேன். சஹாரா பகுதி ஆப்பிரிக்காவில் பாதிப் பெண்கள் பாதுகாப்பற்ற நிலைமைகளில் தனிமையில்தான் பிரசவிக்கிறார்கள். இவர்கள் யாரும் வசதியானவர்கள் இல்லை. சமூகத்தில் பெண்களின் நிலை தாழ்ந்திருப்பதால் வரவுசெலவு ஒதுக்கீடுகளில் மகப்பேறு நலம் புறக்கணிக்கப் பட்டு, அரசு மருத்துவமனைகள் போதுமான பணியாளர்கள் இன்றியும், வசதிக ளின்றியும் இருக்கின்றன. அதே சமயம் இதே நாடுகளில் வசதியும் அதிகாரமும்

படைத்த குடும்பங்களில் மனைவிகளும், சகோதரிகளும், மகள்களும் பயிற்சி பெற்ற மருத்துவர்கள், செவலியர்களின் கவனிப்பில் தனியார் மருத்துவமனை களில் குழந்தை பெறுகிறார்கள்.

இது இப்படியே நீடிக்கக் கூடாது. செல்வம் சிலரது கைகளில் குவிந்திருப் பது நாம் வாழும் சமூகம் எப்படிச் செயல்படுகிறது என்பதில் சாதாரண மக்கள் செல்வாக்கு செலுத்தும் வகையில் குரல் கொடுக்க முடியாமல் செய்துவிடுகிறது. பணம் படைத்தவர்கள் தங்கள் பண பலத்தையும் அதனால் வரும் செல்வாக் கையும் பயன்படுத்திச் சட்டங்களை வளைத்து, கொள்கைகள் உருவாவதைத் தங்களுக்குச் சாதகமாக மாற்றி, தங்கள் நிலையை மேலும் வலுவாக்கிக்கொள் கிறார்கள். ஏழை நாடுகளிலும் சரி, பணக்கார நாடுகளிலும் சரி, வேறுபாடின்றிப் பெரும்பான்மையினரின் உரிமைகள் பாதிக்கப்படும் வகையில், அதிகாரத்தையும் சலுகையையும் பணம் அளிக்கிறது.

நீண்ட காலமாக மக்கள் பின்தள்ளப்பட்டுள்ளனர் என்ற உண்மை உலகெங் கிலும் எதிர்ப்பையும் போராட்டங்களையும் தூண்டியிருக்கிறது. தேர்ந்தெடுக்கப் பட்ட அரசுகள் அதிகாரம் படைத்த சிலருடைய அக்கறைகளுக்காகச் செயல் படுகின்றன என்பதால் எழும் எதிர்ப்பு; எல்லோருக்கும் ஒரு நாகரிகமான எதிர்காலத்தை உறுதிசெய்யும் பொறுப்பை அரசுகள் தட்டிக்கழிக்கின்றன என்ப தால் எழும் எதிர்ப்பு; தங்கள் பொறுப்பின்மையால் நிதி நெருக்கடியை உருவாக் கிய வங்கிகளும் வங்கியாளர்களும் காப்பாற்றப்படும்போது சமூகத்தின் மிக ஏழைகள் அதற்கான விலையைக் கொடுக்க வேண்டியிருக்கிறது என்பதால் எழும் எதிர்ப்பு; பெருவணிக முதலைகள் வரிகளைக் கொடுக்காமல் ஏமாற்றி, வறுமையில் வாட் டும் ஊதியங்களைக் கொடுத்து ஏமாற்றுகிறார்கள் என்பதால் எழும் எதிர்ப்பு.

இதை மாற்ற ஏதாவது செய்ய முடியுமா என்று உங்களில் பலர் நினைக்க லாம். ‘முடியும்’ என்பதே உறுதியான பதில். ஏற்றத்தாழ்வுகள் தவிர்க்க முடியா தவை அல்ல. அவை நாம் தேர்ந்தெடுக்கும் கொள்கைகளின் விளைவுதான். கொள்கைத் தேர்வுகளை ஆய்வுசெய்து, நடவடிக்கைகள் மூலம் இதை மாற்ற முடியும் என்பதுதான் இந்த அறிக்கையின் அக்கறை. ஏழைகளை ஒதுக்கிவிடா மல் எல்லோருக்கும் உதவக்கூடிய இலவசப் பொதுச் சுகாதாரத்தையும், கல்வி யையும் உறுதிசெய்வது; வேலையின்மை, வறுமையைப் போக்கிப் போதுமான ஊதியத்தை உறுதிசெய்வது; பணக்காரர்கள் தங்கள் பங்கைச் செலுத்தும் வகை யில் வரிகளைப் படிப்படியாக அதிகரிப்பது; மக்களின் குரல் பாதுகாப்பான அவைகளில் கேட்குமாறு செய்து தாங்கள் வாழும் சமூகத்தில் பங்குபெறுமாறு செய்வது.

அதீத ஏற்றத்தாழ்வைப் போக்கி, மேலும் சமத்துவமான உலகைக் கோரும் மக்க ளுடன் எல்லா இடங்களிலும் ஆக்ஸ்ஃபாம் கைகோத்து நிற்கிறது.

வின்னீ ப்யானியிமா

முன்னுரை

நிர்வாக இயக்குநர், ஆக்ஸ்ஃபாம்

தென்னாப்பிரிக்காவின் ஒரு கிராமப்புறப் பகுதியான லிம்பொ போவில் கறுப்பர்கள் குடும்பம் ஒன்றில் பிறந்த குழந்தை எந் துபைசெங்க். அதே நாளில் அருகிலுள்ள கேப் டவுனின் வசதி யான பகுதியில் பிறந்தவன் பீட்டர். எந்துபைசெங்கின் தாய்க்குப் பள்ளிப் படிப்பில்லை, அவளுடைய அப்பாவுக்கு வேலையில்லை, அதே சமயம், பீட்டரின் பெற்றோர்கள் ஸ்டெல்லென்பாசில் பல் கலைப் படிப்பை முடித்தவர்கள்; நல்ல சம்பளத்துடன் வேலை பார்ப்பவர்கள்.

இதன் விளைவாக எந்துபைசெங்க், பீட்டர் இருவரிடையேயும் நல்ல வாழ்க்கைக்கான வாய்ப்புகள் பெரிதும் வேறுபட்டிருக் கின்றன. வாழ்க்கையின் முதல் ஆண்டிலேயே இறந்துவிடும் வாய்ப்பு எந்துபைசெங்குக்குப் பீட்டரைவிட ஒன்றரை மடங்கு அதிகமாக இருக்கிறது. எந்துபைசெங்கைவிடப் பதினைந்து வரு டங்கள் கூடுதலாக வாழும் வாய்ப்பு பீட்டருக்கு இருக்கிறது.

சராசரி 12 வருடங்கள் பள்ளிப் படிப்பை முடித்துவிட்டுப் பல் கலைக்கழகத்துக்குச் செல்லும் வாய்ப்பு பீட்டருக்கு இருக்கிறது, ஆனால் எந்துபைசெங்குக்கு ஒரு வருடப் படிப்புக் கிடைத்தால் ஆச்சரியம். சுத்தமான கழிப்பறை, சுத்தமான குடிநீர், நல்ல சுகாதார வசதி அவளுக்குக் கிடைக்காது. எந்துபைசெங்குக்குக் குழந்தைகள் இருந்தால் அவையும் ஏழைகளாக வளர்வதற்கே வாய்ப்புகள் அதிகம்.

எந்துபைசெங்குக்கும் பீட்டருக்கும் தாங்கள் எங்கே பிறக்கி றோம், தங்கள் பாலினம், தங்கள் பெற்றோர்களின் கல்வி, செல்வம் ஆகியவற்றைத் தேர்ந்தெடுக்கும் வாய்ப்பில்லை என்றா லும் மக்களின் வாழ்க்கையில் இடையிட்டு, வாய்ப்புகளைச் சமன் செய்வதை அரசுகளால் தேர்ந்தெடுக்க முடியும். தாமாக முன்வந்து அரசுகள் செயல்படாவிட்டால் இந்த அநீதி உலகம் முழுவதும் திரும்பத்திரும்ப நிகழ்ந்துகொண்டேயிருக்கும்.

இந்தச் 'சிந்தனைப் பரிசோதனை' 2006ஆம் ஆண்டு வெளியான உலக வளர்ச்சி அறிக்கையிலிருந்து எடுக்கப்பட்டது, தென்னாப்பிரிக்காவில் வாழ்க்கை வாய்ப்புகள் பற்றிய தகவல்களை ஆக்ஸ்ஃபாம் இன்றைய நில வரத்தின்படி திருத்தி வெளியிட்டிருக்கிறது.

பொருளாதார ஏற்றத்தாழ்வு*—வருமானம், செல்வம் ஆகியவற்றின் சமச்சீரற்ற பரவல்—உச்சபட்ச அளவுகளை அடைந்து, மேலும் வளர்ந்துகொண்டிருக்கிறது. பொருளாதார ஏற்றத்தாழ்வு 30 ஆண்டுகளுக்கு முன்பு இருந்ததை விட மோசமாக இருக்கும் நாடுகளில்தான் உலகில் 10இல் 7 பேர் இப்போது வசிக்கிறார்கள். உதாரணமாக, இன வேற்றுமை முடிவுக்கு வந்த இருபது ஆண்டுகளுக்கு முன்பு இருந்ததைவிட இப்போது தென்னாப்பிரிக்காவில் ஏற்றத்தாழ்வு குறிப்பிடத்தகுந்த அளவு அதிகமாக இருக்கிறது. வறுமையைக் குறைக்கும் உலகளாவிய முயற்சிகளை இந்த ஏற்றத்தாழ்வு முறியடித்து, நம்எல்லோரையும் வருத்துகிறது. ஏற்றத்தாழ்வின் கொடிய விளைவுகளையும் அதற்குச் சாத்தியமான தீர்வுகளையும் இந்த அறிக்கை கவனப்படுத்துகிறது.

> *"வருமானத்தில் தீவிரமான ஏற்றத்தாழ்வுகள் வறுமை குறையும் வேகத்தைக் குறைத்துப் பரவலான பொருளாதார வளர்ச்சியையும் தடுக்கின்றன."*
> கோஃபி அனான்

அதீதப் பொருளாதார ஏற்றத்தாழ்வு: சரிசெய்வதற்கான தருணம் என்ற இந்த அறிக்கை பெரும்பாலான நாடுகளில் ஏழைகளுக்கும் பணக்காரர்களுக்கும் இடையே ஏற்கனவே மிக அதிகமாக இருக்கும் இடைவெளி அதிகரித்துக்கொண்டேயிருக்கிறது என்பதைக் காட்டுவதிலிருந்து தொடங்குகிறது. பிறகு, ஏன் தீவிரப் பொருளாதார ஏற்றத்தாழ்வு நம் எல்லோருக்குமே நல்லதல்ல என்று எடுத்துக்காட்டுகிறது. பெரும் வேறுபாடுள்ள சமூகங்களில் ஏழைகளுக்கும் பணக்காரர்களுக்கும் வாழ்நாள் ஒரே மாதிரி குறைவாக இருக்கிறது; வன்முறை, பாதுகாப்பின்மை ஆகிய பெரும் அச்சுறுத்தல்களுடன் மக்கள் வாழ வேண்டியிருக்கிறது. ஏற்றத்தாழ்வு பொருளாதார வளர்ச்சிக்கு முட்டுக்கட்டையாகி, மக்கள் சமூகத்தில் உயர்நிலை அடைவதைத் தடுக்கிறது; குற்றமும் ஊழலும் பெருகுவதற்கான நிலைமைகளை உருவாக்கிவிடுகிறது. உலகின் பெரும்பாலான கொடுமையான முரண்பாடுகளுக்கு அடிப்படையாக இருக்கும் இது, பருவநிலை மாற்றத்துக்கு எதிரான போராட்டத்துக்கும் தடையாக இருக்கிறது.

> *"கடந்த 20 வருடங்களாக வர்க்கப் போர் நடந்துகொண்டிருக்கிறது, என்னுடைய வர்க்கம்தான் வெற்றிபெற்றிருக்கிறது."*
> வாரன் பஃபட், உலகின் நாலாவது பெரிய பணக்காரர்.

இருப்பவர்களுக்கும் இல்லாதவர்களுக்குமான இடைவெளியை நிரப்பும்வரை நம்மால் மோசமான ஏழ்மைக்கு எதிரான போராட்டத்தில் வெல்ல முடியாது என்றும், பெரும் செல்வத்துக்கு அருகிலேயே லட்சக்கணக்கான குடும்பங்கள் மோசமான ஏழ்மையில் வாழும் அநீதி தொடரும் என்றும் இந்த அறிக்கை விமர்சன ரீதியில் எடுத்துச்சொல்கிறது.

---

* ஏற்றத்தாழ்வுக்கு இனம், பாலினம், இருப்பிடம், பொருளாதாரம் ஆகியவற்றை உள்ளடக்கிய பல்வேறு பரிமாணங்கள் உண்டு. ஒருசிலரது கைகளில் குவிந்திருக்கும் செல்வ, நிதி ஆதாரங்கள் சமூக, அரசியல், பண்பாட்டுச் செயல்பாடுகளைப் பாதித்து மிகவும் வறியவர்களை ஆபத்துக்குள்ளாவதை எடுத்துரைப்பது இந்த அறிக்கையின் பிரதான நோக்கம். அதனால், இந்த அறிக்கையில் பயன்படுத்தியிருக்கும் 'ஏற்றத்தாழ்வு' என்ற சொல் அதீதப் பொருளாதார (செல்வம், வருமானம் ஆகியவற்றில்) ஏற்றத்தாழ்வைக் குறிக்கிறது.

பணக்காரர்களால் இன்று நீண்ட, பாதுகாப்பான வாழ்க்கையையும் நல்ல கல்வியையும் வாங்கவும், தங்கள் பிள்ளைகளுக்கு வேலையைப் பெறவும் முடிகிற போது பணமும் செல்வாக்கும் இல்லாதவர்களுக்கு அடிப்படை வசதிகள்கூட அநேகமாக மறுக்கப்பட்டுவிடும். பேரழிவுகள் தாக்கும்போதோ உணவுப் பொருட்களின் விலைகள் அதிகரிக்கும்போதோ பணமும் அதிகாரமும் இல்லாதவர்கள் மிகவும் கஷ்டப்படுகிறார்கள், கஷ்டத்திலிருந்து மீண்டு வருவதும் அவர்களுக்கு மிகக் கடினமாக இருக்கிறது.

எது இந்தத் தீவிரப் பொருளாதார ஏற்றத்தாழ்வை வேகமாக அதிகரிக்கிறது என்பதை இரண்டு காரணங்களின் அடிப்படையில் பார்க்கிறது இந்த அறிக்கை: ஒன்று, சந்தையின் போக்குகளே பொருளாதாரத்தின் இயக்கத்துக்கு ஏற்றவை என்னும் அடிப்படைவாதம்; மற்றொன்று, அதிகாரத்தையும் அரசியலையும் பொருளாதார ரீதியில் மேம்பட்டவர்கள் கைப்பற்றுவது. கடந்த நாற்பது ஆண்டு களில் செல்வம் ஒருசிலரிடம் மட்டுமே வேகமாகக் குவிந்திருப்பதற்குச் சந்தை அடிப்படைவாதத்தைத்தான் குறைசொல்ல வேண்டும் என்று கோடீஸ்வரர் ஜார்ஜ் சொரோஸ், நோபல் பரிசு பெற்ற ஜோசஃப் ஸ்டிக்லிட்ஸ் உள்ளிட்ட பலர் நம்புகின்றனர். அரசியலும் கொள்கைத் திட்டமிடுதலும் மேல்தட்டின ரின், பெருவணிக நிறுவனங்களின் செல்வாக்குக்கு உள்ளாகும்போது அவை சமூகத்தின் அக்கறைகளுக்குப் பதிலாக அவர்களின் நலனுக்கே உதவியாக இருக்கின்றன. இது மெக்சிகோவையும் பாகிஸ்தானையும் பொறுத்தவரை உண்மையாக இருப்பதுபோல், அமெரிக்காவைப் பொறுத்தவரையும் உண்மை யானது. பலருக்கு மாறாகச் சிலருக்கே பயனளிக்கும் விதத்தில் அரசுத் திட்டங் களும் நடவடிக்கைகளும் உருவாவதற்கு இது காரணமாகி, ஏற்றத்தாழ்வை மேலும் அதிகரித்துவிட்டிருக்கிறது.

உலகின் மிக ஏழ்மையான சமூகங்களில் பல பத்தாண்டுகளாக ஆக்ஸ் ஃபாம் பணிபுரிந்த அனுபவம், நலிவின் பொறிகளாக வறுமையும் ஏற்றத் தாழ்வும் இருப்பது தற்செயலானதல்ல என்பதைக் கற்றுத்தந்திருக்கிறது. மாறாக, இவை அரசுகளும் சர்வதேச நிறுவனங்களும் திட்டமிட்டே தேர்ந்தெடுத்த கொள்கைகளின் விளைவுகள். பெரும்பான்மையினரைப் பொருட்படுத்தும் நியாயமான பொருளாதார, அரசியல் அமைப்பை உருவாக்க உலகில் கூட்டான நடவடிக்கை தேவைப்படுகிறது. இன்று வெடித்திருக்கும் ஏற்றத்தாழ்வுக்கு இட்டுச்சென்றுவிட்ட சட்டங்களும் அமைப்புகளும் மாற வேண்டும். சிலரிட மிருந்து அனைவருக்கும் செல்வத்தையும் அதிகாரத்தையும் மாற்ற வேண்டுமா னால் செயல்படும் களத்தைச் சமமானதாக்கும் கொள்கைகளைச் செயல் படுத்த உடனடி நடவடிக்கைகள் தேவைப்படுகின்றன.

ஏற்றத்தாழ்வைக் குறைப்பதற்கு முக்கியமாக நாமாக முன்வந்து தேர்ந் தெடுக்க வேண்டிய சில கொள்கைகளை இந்த அறிக்கையின் இரண்டாவது பகுதி ஆய்வுசெய்கிறது. நாகரிகமாக வேலைசெய்வதற்கு ஏற்ற நிலைமைகளை யும், தொழிலாளர்கள் அமைப்பு ரீதியாக ஒன்றிணைவதற்கான உரிமையையும், வாழ்வதற்கு ஏற்ற ஊதியத்துக்கான உரிமைகளையும் உறுதிசெய்வதற்கும்,

தலைமை அதிகாரிகளுக்குத் தரப்படும் விண்ணைத் தொடும் ஊதியங்களைக் கட்டுப்படுத்துவதற்கும் அரசுகளும் நிறுவனங்களும் நடவடிக்கைகளை எடுக்க வேண்டும். நிறுவனங்கள் மேலும் வெளிப்படைத் தன்மை உடையனவாக ஆக வேண்டும். இந்த நிறுவனங்களும், வசதிமிக்க தனிநபர்களும் வரிகளில் தங்களுடைய நியாயமான பங்கைச் செலுத்தும் வகையில் கொள்கைகளை வகுக்க வேண்டும். சுகாதாரம், கல்வி, சமூகப் பாதுகாப்பு அனைவருக்கும் கிடைக்குமாறு பார்த்துக்கொள்வது, இன்று வருமானத்தின் தவறான பகிர்வால் ஏற்பட்டிருக்கும் அதீதத் துன்பங்களைக் குறைத்து, சமூகத்தின் மிகவும் பலவீன மான பகுதியினர் பின்தங்கிவிடாமல் இருப்பதை உறுதிசெய்யும்.

முன்னேற்றம் இருந்தாலும் அரசுகளின், நிறுவனங்களின் மீது சில தனியா ரின் அக்கறைகளுக்கு இருக்கும் இறுக்கமான பிடியை நாம் உடைத்து, மக்கள் தங்கள் அரசுகள் மறுபங்கீட்டுக்கும் நியாயத்துக்கும் உரிய கொள்கைகளைப் பின் பற்றுமாறு வலியுறுத்தினால் மட்டுமே உண்மையான மாற்றம் ஏற்படும்.

இந்த அறிக்கையின் மையமான தீவிரப் பொருளாதார ஏற்றத்தாழ்வு கடந்த முப்பது ஆண்டுகளில் திடீரென்று பெருகி, அதை நம் காலத்தின் மிகப் பெரிய பொருளாதார, சமூக, அரசியல் சவாலாக்கிவிட்டிருக்கிறது. காலங்காலமாக நிலவிவரும் பாலினம், ஜாதி, இனம், மதம் போன்றவற்றுக்கு இடையே ஏற் றத்தாழ்வுகள் இருந்தாலும், இருப்போருக்கும் இல்லாதோருக்கும் இடையிலான பெருகிவரும் இடைவெளி அவற்றை இன்னும் மோசமாக்கிவிட்டது.

'ஏற்றத்தாழ்வைச் சமன்செய்வோம்' இயக்கத்தை உலகம் முழுவதும் ஆக்ஸ் ஃபாம் தொடங்கும் வேளையில் இதற்குப் பெரும் ஆதரவு அளிக்கும் வாரன் பஃபட் போன்ற கோடீஸ்வரர்கள், போப் பிரான்ஸிஸ் போன்ற மதத் தலை வர்கள், பன்னாட்டு நிதியத்தின் கிரிஸ்டின் லக்கார்ட் போன்ற நிறுவனத் தலை வர்கள், உலக வங்கி, தொழிற்சங்கங்கள், சமூக இயக்கங்கள், பெண்களுக் கான நிறுவனங்கள், கல்வியாளர்கள், கோடிக்கணக்கான சாமானிய மக்கள் என்று அனைவருடனும் நாங்கள் எங்களை இணைத்துக்கொண்டு, தலைவர்கள் மேலும் காலம் கடத்தாமல் அதீத ஏற்றத்தாழ்வைச் சமாளிக்க வேண்டும் என்று கோருகிறோம்.

1

அதீத ஏற்றத்தாழ்வு:

இந்தக் கதைக்கு ஒரு புதிய முடிவு தேவைப்படுகிறது

1.1

இன்றைய நிலையில் இருப்பவர்கள், இல்லாதவர்கள் ஆகியோரின் யதார்த்தம்

வருமானம், செல்வம் ஆகியவற்றின் போக்குகள் ஒரு தெளிவான கதையைச் சொல்கின்றன. அதிகாரம் மேல்தட்டினரான மிகச் சிலரின் கைகளில் இருக்கும் நிலையில், பணக்காரர்களுக்கும் ஏழைகளுக்குமான இடைவெளி முன் எப்போதையும்விட இப்போது அதிகமாக இருக்கிறது; மேலும் அதிகரித்துக்கொண்டே போகிறது.

ஏற்றத்தாழ்வை அளவிடுவது: ஜினி கெழு, பால்மா விகிதம், 'உலகின் உயர் வருமானங்கள் குறித்த தகவல்தளம்'.

ஏற்றத்தாழ்வைச் சரியாகவும் அவ்வப்போதும் அளவிடுவது அரசியல் ரீதியாகக் கடினமானது, குறிப்பாக, வளரும் நாடுகளில் இது பெரும்பாலும் புறக்கணிக்கப்படுகிறது. குடும்பங்களில் நடத்தப்படும் ஆய்வுகளையும், வரி ஆவணங்களையும் நம்புவது கடினம்; சமூகத்தில் பணக்காரர்களின் வருமானத்தையும், செல்வத்தையும் இவை வேண்டுமென்றே குறைத்துக் காட்டுகின்றன. ஏனென்றால், பணக்காரர்களுக்கு வரியைத் தவிர்க்கும் வழிகள் தெரியும், அதனால் ஆய்வுகளில் வருமானங்கள் பதிவுசெய்யப் படுவதில்லை. பாலின ரீதியான ஏற்றத்தாழ்வுகள் குடும்பங்களில் செய்யப்படும் ஆய்வுகளில் சரியாக அளவிடப்படுவதில்லை.

இத்தாலியப் புள்ளியியலாளர் கொர்ராடோ ஜினியின் பெயரால் அழைக்கப்படும் ஜினி கெழு என்னும் அளவீடு, பெரும்பாலும், செல்வத்திலும், நிலம் போன்ற பிற சொத்துகளிலும் உள்ள ஏற்றத்தாழ்வுகளை வரலாற்று ரீதியாக மதிப்பிடுகிறது. ஏற்றத்தாழ்வைக் குறித்த அளவீட்டில் 0 என்பது சமத்துவத்தைக் குறிக்கும். எல்லோரும் சமமாக இருப்பதைக் குறிக்கும். ஒன்று என்பது (சில சமயங்களில் நூறு) ஒருவரிடமே எல்லாம் இருக்கிறது என்பதைக் குறிக்கும். பொருளாதார ஏற்றத்தாழ்வு பற்றிய ஆய்வுகளிலும் சான்றுகளிலும் பெரிதும் கடைப்பிடிக்கப்படும் ஜினி கெழுவையே இந்த அறிக்கையில் நாம் பெரிதும் சார்ந்திருக்கிறோம்.

எனினும், ஜினி கெழுபற்றி ஒரு விமர்சனம் உண்டு: அது மக்கள்தொகையில் நடுவில் உள்ள 50% மக்களிடையே என்ன நடக்கிறது என்பதில் அதிகக் கவனம் செலுத்துகிறது. மேல்தட்டிலுள்ள 10% மக்களின் வருமானத்துக்கும் அடித்தட்டிலுள்ள 40% மக்களின் வருமானத்துக்கும் உள்ள விகிதத்தை அளவிடுவதன் மூலம் இந்தக் குறைபாட்டைத் தாண்டி வர, சிலி நாட்டுப் பொருளாதார நிபுணரான கேபிரியல் பால்மா என்பவரின் பெயரால் குறிப்பிடப்படும் பால்மா விகிதம் முயல்கிறது. இந்த அளவீடு நடைமுறையில் அதிகமாகக் கடைப்பிடிக்கப்படுகிறது. உதாரணமாக, வருமான ஏற்றத்தாழ்வைக் குறைப்பதற்காக 2015க்குப் பின் மேற்கொள்ளப்படும் உலகளாவிய நோக்கத்தின் அடிப்படையாக ஜோசஃப் ஸ்டிக்லிட்ஸ் இதைக் குறிப்பிடுகிறார். வருமானமும் செல்வமும் மேலடுக்கில் குவிவது அதிகரிப்பதை அளவிடுவதில் எதிர்கால ஆராய்ச்சிகளில் ஒரு பயனுள்ள கருவியாக பால்மா விகிதம் முக்கியமானது.

> உயர் வருமானங்களை மேலும் துல்லியமாக அளக்க வரி ஆவணங்கள் அண்மைக் காலத்தில் வெற்றிகரமாகப் பயன்படுத்தப்பட்டிருக்கின்றன. தாமஸ் பிக்கெட்டி இணைந்து உருவாக்கியிருக்கும் 'உலகின் உயர் வருமானங்கள் குறித்த தகவல்தளம்' 26 நாடுகளைப் பற்றிய தகவல்களைத் தருகிறது. வரிக்கு முந்தைய வருமானம் 1980களிலிருந்து மிகப் பணக்காரர்களான 1 சதவீதத்தினருக்கே போகிறது என்று அது கூறுகிறது.
>
> அரசுகளும் உலக வங்கி போன்ற நிறுவனங்களும் தீவிர ஏற்றத்தாழ்வைச் சமாளிப்பதற்கு ஒரு அடிப்படையாக ஏற்றத்தாழ்வை அளவிடுவதைப் பெரும் அளவு விஸ்தரிக்கவும் மேம்படுத்தவும் வேண்டும் என்பதில் சந்தேகமில்லை.

சிலரின் கைகளில் வருமானமும் செல்வமும்

1980க்கும் 2002க்கும் இடையே உலகளாவிய ஏற்றத்தாழ்வு—நாடுகளுக்கிடையேயான ஏற்றத்தாழ்வு—வேகமாக அதிகரித்தது; ஆனால் வளரும் நாடுகளில், குறிப்பாகச் சீனாவின் வளர்ச்சி காரணமாக, மிகச் சற்றே குறைந்தது.

1990லிருந்து அடித்தட்டில் இருந்த நூறு கோடிப் பேர் உலக வருமானத்தில் தங்கள் பங்கை, 1 சதவீதத்துக்குச் சற்றுக் குறைவாக 0.2 சதவீதமே அதிகரித்தனர். இதே வேகத்தில் தங்கள் பங்கை 10 சதவீதத்துக்கு அதிகரிக்க அவர்களுக்கு எட்டு நூற்றாண்டுகளுக்கு மேலாகும். உலக வருமானம் மிக உச்சியில் எவ்வளவு குவிந்திருக்கிறது என்பதையும், அதே சமயம் பெரும் பகுதி மக்கள் ஒப்பீட்டளவில் உலக வருமானத்தில் மிகக் குறைந்த பங்கையே பெறுகிறார்கள் என்பதையும் காட்டும் யுனிசெஃப்பின் ஆய்வைப் படமாக (படம் 1) தந்திருக்கிறோம்.

ஆனால் மக்களின் வாழ்க்கையில் முக்கியமானது தங்கள் நாட்டுக்குள்ளேயே நிலவும் ஏற்றத்தாழ்வுதான். இது எல்லாப் பகுதிகளிலும் வேகமாக அதிகரித்துவருகிறது. உலகில் 10இல் 7பேர் இப்போது 30வருடங்களுக்கு முன்பு இருந்ததை விடப் பொருளாதார ஏற்றத்தாழ்வு மோசமாக இருக்கும் நாடுகளிலேயே வசிக்கிறார்கள்.

பணத்தின் அளவிலும், மற்றவர்களுடைய வருமானத்துடன் அதை ஒப்பிடும் போதும் பணக்காரர்கள் அதிகமே சம்பாதிக்கிறார்கள். 'உயர் வருமானங்கள் குறித்த தகவல்தளம்' அளவிட்ட 26 நாடுகளில் ஒன்றை (கொலம்பியா) தவிர எல்லா நாடுகளிலும் பணக்காரர்களான ஒரு சதவீதத்தினருக்குச் செல்லும் வருமானத்தின் பங்கு அதிகரித்தபோது, கொலம்பியாவில் மட்டும் பணக்காரர்களான ஒரு சதவீதத்தினருக்கு வருமானத்தில் சுமார் 20 சதவீதமே சென்றது.

படம் 1: ஜனத்தொகை சதவீதத்தின் அடிப்படையில் உலக வருமானப் பரவல்

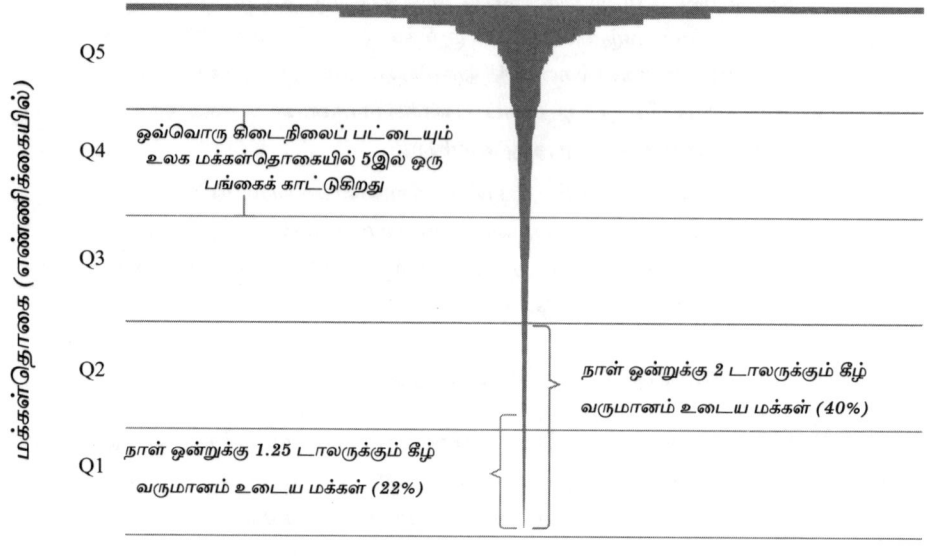

படம் 2: நடுத்தர வருமானமுள்ள மூன்று நாடுகளில் பெருகிவரும் ஏற்றத்தாழ்வு

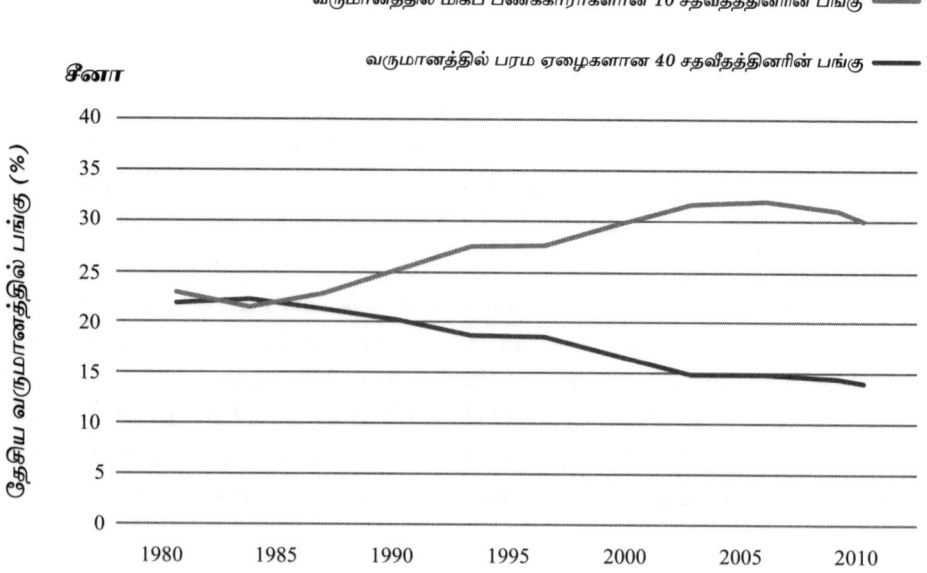

இந்தியா

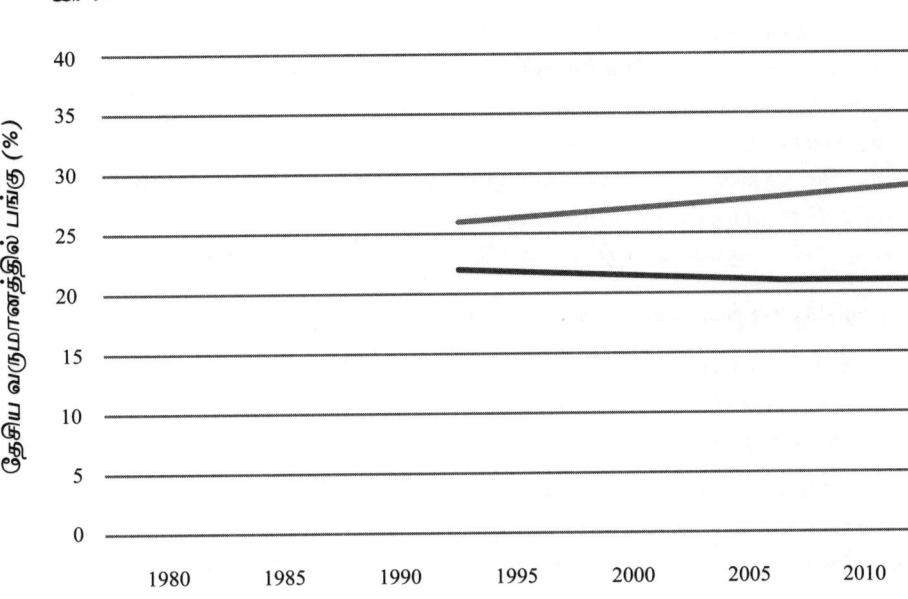

தேசிய வருமானத்தில் பங்கு (%)
40
35
30
25
20
15
10
5
0
1980
1985
1990
1995
2000
2005
2010

நைஜீரியா

தேசிய வருமானத்தில் பங்கு (%)
40
35
30
25
20
15
10
5
0
1980
1985
1990
1995
2000
2005
2010

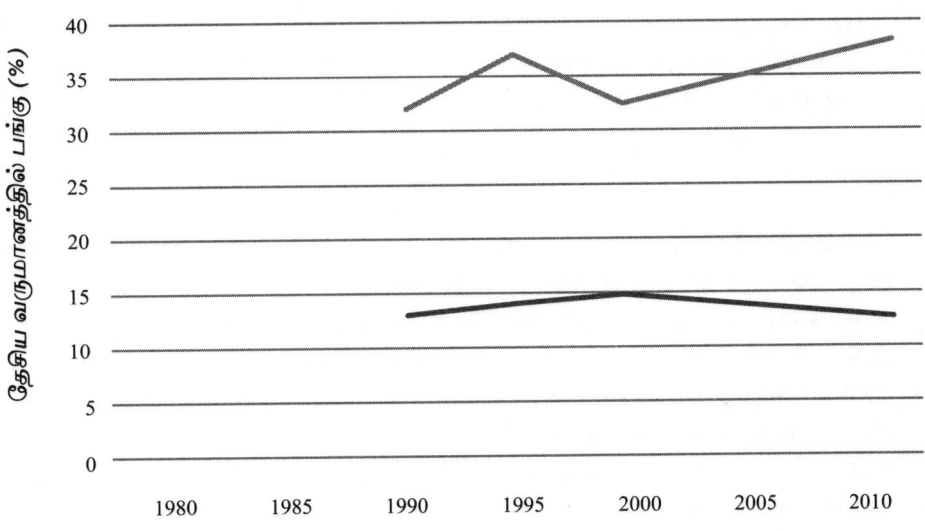

இந்தியா, சீனா, நைஜீரியா ஆகியவைதான் உலகிலேயே மிகுந்த ஜனத் தொகை கொண்ட, வேகமாக வளரும் பொருளாதார அமைப்புகள். அவற் றின் தேசிய வருமானம் மிகப் பணக்காரர்களான 10 சதவீதத்தினருக்கும் மிக ஏழையான 40 சதவீதத்தினருக்கும் இடையே எவ்வாறு பங்கிடப்படுகிறது என்பதைப் படம் 2 விளக்குகிறது. வருமான ஏற்றத்தாழ்வை மேலும் அதிகப்படுத்தி, வளர்ச்சியின் பயன்கள் அதிகமாகச் சமூகத்தின் பணக்காரர்க ளிடமே குவிகின்றன என்பதை இது காட்டுகிறது. இந்த மூன்று நாடுகளில் மட்டுமே நூற்றிப்பத்து கோடி மக்களுக்கும் அதிகமானோர்—உலகின் 16 சத வீதத்தினர்—குறைந்துவரும் பங்கையே தொடர்ந்து பெறுகின்றனர்.

நூறு-கோடிக்கு அதிபதிகளின் பெருக்கம்

வருமான ஏற்றத்தாழ்வைவிடச் செல்வத்தின் ஏற்றத்தாழ்வு இன்னும் அதிக மாக உள்ளது. டாலர் கோடீஸ்வரர்கள்—உயர் நிகர மதிப்புடைய தனிநபர்கள் என்று அழைக்கப்படுபவர்கள்—எண்ணிக்கை 2009இல் 1.00 கோடியிலிருந்து 2013இல் 1.37 கோடியாக அதிகரித் தது. பொருளாதார நெருக்கடிக்குப் பிறகு உலகில் நூறு-கோடிக்கு அதிபதி களின் எண்ணிக்கை 1645ஆக இரண்டு மடங்குக்கு மேல் பெருகியிருக்கிறது. நூறு-கோடிக்கு அதிபதிகளின் வளர்ச்சி பணக்கார நாட்டின் கதை மட்டு மல்ல; 1990களில் வெறும் இரண்டாக இருந்த நூறு-கோடிக்கு அதிபதிகளின் எண்ணிக்கை இந்தியாவில் 2014இன் ஆரம்பத்தில் 65ஆக அதிகரித்தது. ஆப் பிரிக்காவில் சஹாராப் பகுதிகளில் மிகக் கடுமையான வறுமையில் வசிக் கும் 35.8 கோடி மக்கள் மத்தியில், இன்று நூறு-கோடிக்கு அதிபதிகள் 16 பேர் இருக்கிறார்கள்.

> **''இது போன்று அதிகரிக்கும் ஏற்றத்தாழ்வை எந்த ஒரு சமூகத்தாலும் தாங்கிக்கொள்ள முடியாது. உண்மையில், மனித வரலாற்றில் இந்த அளவு செல்வம் ஓரிடத்தில் குவிந்து, உழைக்கும் வர்க்கம் புரட்சி செய்யாமல் இருந்ததாக எந்தவொரு உதாரணமும் இல்லை. மிகவும் ஏற்றத்தாழ்வுடைய சமூகம் ஒன்றை எனக்குக் காட்டுங்கள்; சர்வாதிகாரத்தையோ அல்லது புரட்சிச் சூழலையோ அங்கு நான் காட்டுகிறேன். இதற்கு, மாறான எடுத்துக்காட்டுகள் இல்லை.''**
>
> நிக் ஹேனாயுர்

உலகின் மிக ஏழ்மையான பாதிப் பேரிடம் உள்ள அதே செல்வம் உலகின் வசதி படைத்த 85 தனிநபர்களிடம் இருக்கிறது என்று 2014இன் ஆரம்பத்தில் ஆக்ஸ்ஃபாம் ஆய்வு கண்டறிந்தது. இந்த அளவீடு மார்ச் 2013இல் ஃபோர்ப்ஸ் ஆண்டறிக்கையின்படி நூறு-கோடிக்கு அதிபதிகளின் 85 பேர்களின் செல் வத்தை அடிப்படையாகக் கொண்டது. மார்ச் 2013முதல் மார்ச் 2014வரை யிலான ஒரு வருட காலத்தில் மீண்டும் அவர்களது செல்வம் 14% அல்லது 24,400 கோடி டாலராக மேலும் அதிகரித்தது. இது ஒரு நாளைக்கு 66.8 கோடி டாலர் அதிகரிப்பதற்குச் சமமாகும்.

உலகின் நூறு-கோடிக்கு அதிபதிகளின் செல்வமானது ஒரு முறை சேர்ந்தவுடன் தானாக வேகம் பெற்று, பலரைப் பொறுத்தவரை, நாட்டின் பொருளாதாரத்தைவிட மிக அதிகமாக வளர்ச்சியடைகிறது. பில் கேட்ஸ் தன்னுடைய செல்வத்தை விற்றுப் பணமாக்கி ஒரு நாளைக்குப் பத்து லட்சம் டாலர் செலவழித்தால், அவருக்கு அவருடைய பணம் முழுவதையும் செலவழிக்க 218 ஆண்டுகள் ஆகும். ஆனால், யதார்த்தத்தில் மிகச் சாதாரணமான சேமிப்புக் கணக்கில்கூட (1.9% வட்டி) அவருடைய செல்வம் அவருக்கு ஒரு நாளைக்கு 42 லட்சம் டாலர்களைச் சம்பாதித்துத் தரும். நூறு-கோடிக்கு அதிபதிகளின் செல்வம் சராசரியாக ஆண்டுக்கு 5.3% வருமானத்தை ஈட்டித் தருகிறது. மார்ச் 2013க்கும் மார்ச் 2014க்கும் இடையே பில் கேட்ஸின் செல்வம் 13%—ஆறாயிரத்து எழுநூறு கோடியிலிருந்து ஏழாயிரத்து அறுநூறு கோடியாக—அதிகரித்தது. இந்த அதிகரிப்பு ஒரு நாளைக்கு 2.4 கோடி டாலர்கள் அல்லது 1 மணிக்கு 10 லட்சம் டாலர்கள் ஆகும்.

நூறு-கோடிக்கு அதிபதிகள் 16 பேர் இருக்கும் ஆப்பிரிக்காவின் சஹாராப் பகுதிகளில் 35.80 கோடி மக்கள் அதீத வறுமையில் வாழ்கிறார்கள்.

அட்டவணை 1: உலகின் மிகப் பெரிய 10 பணக்காரார்கள் தங்கள் சொத்து, சம்பாத்தியம் போன்றவற்றில் குறைந்த சராசரி வட்டி கிடைத்தால் கூட அதைச் செலவழிப்பதற்கு அவர்களுக்கு ஆகக்கூடிய வருடங்கள் இந்த அட்டவணையில் கொடுக்கப்பட்டுள்ளன.

பெயர்	செல்வம் (நூறு கோடி டாலர்களில்)	ஒரு நாளைக்கு 10 லட்சம் டாலர்கள் என்ற விகிதத்தில் செலவிட்டால் ஆகும் வருடங்கள்	ஒரு நாள் வருமானம், 1.95% சதவீத வட்டியில் (லட்சம் டாலர்களில்)	ஒரு நாள் வருமானம் 5.3% லாபம் என்ற விகிதத்தில் (லட்சம் டாலர்களில்)
கார்லோஸ் ஸ்லிம் ஹெலுவும் குடும்பத்தினரும் (மெக்சிகோ)	80	220	43	116
பில் கேட்ஸ்	79	218	42	115
அமெசின்யோ ஆர்டிகா (ஸ்பெயின்)	63	172	33	91
வாரன் பஃபட் (அமெரிக்கா)	62	169	33	89
லாரி எல்லிசன் (அமெரிக்கா)	50	137	27	72
சார்லஸ் கோச்	41	112	22	59
டேவிட் கோச் (அமெரிக்கா)	41	112	22	59
லிலியன் பிட்டன்கோர்ட் மற்றும் குடும்பத்தினர் (பிரான்ஸ்)	37	102	20	54
கிறிஸ்டி வால்டன் மற்றும் குடும்பத்தினர் (அமெரிக்கா)	37	101	20	53
ஷெல்டன் அடெல்ஸன் (அமெரிக்கா)	36	100	19	53

தங்களுடைய செல்வத்தைக் கொடுத்துவிடுவது என்ற பில் கேட்ஸ் மற்றும் வாரன் பஃபட்டின் முடிவு உலகின் மற்ற நூறு-கோடிக்கு அதிபதிகளுக்கு ஒரு உதாரணமாக அமைந்துள்ளது. அதிகச் செல்வம் என்பது நம் எல்லோருக்கும் அச்சுறுத்தலாக இருக்கிறது என்று பல கோடீஸ்வரர்களும், லட்சாதிபதிகளும் வெளிப்படையாக ஒப்புக்கொள்கிறார்கள். அமெரிக்காவில் 'தேசியப் பற்றுள்ள கோடீஸ்வரர்கள்' என்ற குழு 'நம்முடைய நாட்டின் நிதி நலத்துக்காகவும் நம்முடைய சககுடிமக்களின் நன்மைக்காவும் 10 லட்சம் டாலர்களுக்கு மேலான வருமானத்தின் மீது வரிகளை அதிகரிக்க வேண்டும் என்று கேட்டுக்கொள்கிறோம்' என்று அமெரிக்கச் சட்டமன்றத்துக்கு எழுதியிருக்கிறது.

கடந்த நான்காண்டுகளில் நூறு-கோடிக்கு அதிபதிகளின் இன்றைய செல்வம் 124% அதிகரித்து, இன்று சுமாராக 5.4 லட்சம் கோடி டாலராக இருக்கிறது. இது 2012இல் பிரான்ஸின் மொத்த தேசிய உற்பத்தியைப் போல் இரண்டு மடங்காகும்.

உலகின் நூறு-கோடிக்கு அதிபதிகளின் செல்வத்தின் மீது 1.5% என்ற விகிதத்தில் வரி பொருளாதார நெருக்கடிக்குப் பின் உடனடியாக அமல்படுத்தப்பட்டிருந்தால், அதைக் கொண்டே உலகில் 49 ஏழை நாடுகளுக்கு, சுகாதாரத்துக்காக முதலீடு செய்யும் வகையில் நிதி உதவிசெய்து, 2.3 கோடி மக்களின் உயிர்களைக் காப்பாற்றியிருக்கலாம் என்று ஆக்ஸ்ஃபாம் கணக்கிட்டிருக்கிறது. அந்த ஏழை நாடுகளில் ஒவ்வொரு குழந்தையையும் பள்ளிக்கு அனுப்புவதற்கும், அதற்குச் சுகாதாரச் சேவை அளிப்பதற்கும் தேவையான நிதி கிடைக்காமல் ஏற்படும் பற்றாக்குறையை நிரப்ப 2014இல் 1.5% என்ற வரி விகிதம் மட்டுமே போதுமானதாக இருந்திருக்கும் என்ற அளவுக்கு வேகமாக நூறு-கோடிக்கு அதிபதிகளின் எண்ணிக்கையும் அவர்களது செல்வமும் அதிகரித்துள்ளன.

> **நிலம்: சொத்து ஏற்றத்தாழ்வின் மிகப் பழமையான வடிவம்**
>
> பணக்கார நாடுகளின் வரலாற்றில் ஆதியில் செல்வம் என்பது நிலமாகத்தான் இருந்தது. வளரும் நாடுகளில் இப்போதும் இது தான் நிலை. வளரும் நாடுகளில் ஏழை மக்கள் வாழ்வதற்கு விவசாய நிலம் மிக முக்கியமானது. ஆனால், கிராம மக்கள் தொகையில் பெரும் எண்ணிக்கையினர் சிறிய அளவு நிலத்திலிருந்து போதுமான வருமானம் பெற முடியாமல் போராடிக் கொண்டிருக்கிறார்கள். மேலும், பலருக்குப் பாதுகாப்பான குத்தகை உரிமையில்லை. குறிப்பாக, வருமானத்துக்கு வழியில்லாமல் பெண்களை அவர்களின் நிலங்களிலிருந்து விரட்டிவிட முடியும். பொருளாதாரப் பிரச்சினைகளுக்கு ஈடுகொடுக்க ஒரு சமூகம் கொண்டிருக்கும் வலிமைக்கு முக்கிய ஆபத்தாக இருப்பது பெண்களுக்கு நிலம் கிடைப்பதில்லை என்பதுதான் என்று, மூன்று

கண்டங்களில் பெண்கள் இயக்கங்களுடன் ஆக்ஸ்ஃபாம் இணைந்து நடத்திய, வெளிவரவிருக்கும் ஆய்வு கண்டறிந்துள்ளது.

லத்தீன் அமெரிக்காவின் பல நாடுகளில் நில உடைமையில் காணப் படும் ஏற்றத்தாழ்வு ஜினி அளவீட்டில் 0.8க்கு அதிகமாக இருக் கிறது. ஆசியாவில் பல நாடுகளில் இது 0.5க்கு மேல் இருக் கிறது. அங்கோலாவிலும், ஜாம்பியாவிலும் 80% பண்ணைகள் சிறிய பண்ணைகளாக இருக்கின்றன. ஆனால் அவற்றின் பங்கு விவசாய நிலத்தில் வெறும் 2% மட்டுமே. பெரிய அளவில் நிலத்தை மறுவிநியோகம் செய்வது தென்கொரியா, ஜப்பான், சீனா போன்ற கிழக்காசிய நாடுகளில் ஏற்றத்தாழ்வைக் குறைப் பதிலும், வளர்ச்சியை ஏழைகளுக்குச் சாதகமாக மாற்றுவதிலும் முக்கியப் பங்காற்றியிருக்கிறது.

ப்ரூனை, சவுதி அரேபியா, குவைத், ஸ்வாசிலேண்ட் போன்ற நாடு களில் அரசுத் தலைவர்கள்தான் மிகப் பெரிய நில உடைமையாளர் கள். ரஷ்யாவில் ப்ராடிமெக்ஸ் என்ற சர்க்கரை உற்பத்தி நிறுவனம் தனியார் நிலங்களில் 20 சதவீதத்தை உடைமையாகக் கொண் டுள்ளது.

பணக்கார நாடுகளில் மாற்று வேலை வாய்ப்புகள் இருப்பதால் நிலமில்லை என்பது பெரிய பிரச்சினையாக இல்லை என்றாலும், நில உடைமையில் ஏற்றத்தாழ்வு வளர்ந்துவரும் நாடுகளுக்கு மட்டுமேயான பிரச்சினை அல்ல. ஐரோப்பியக் கூட்டமைப்பில் சமீபத்திய ஆய்வின்படி, மொத்தப் பண்ணைகளின் எண்ணிக்கை யில் பெரிய பண்ணைகள் வெறும் 3 சதவீதம்தான்; ஆனால், பண்ணை நிலங்களில் 50 சதவீதத்தை அவை கட்டுப்படுத்துகின்றன.

1.2
தீவிர ஏற்றத்தாழ்வு எல்லோருக்கும் கஷ்டம்தான்

வறுமையை ஒழிப்பதற்கும் வளம் இருக்குமிடத்திலிருந்து பரம ஏழைகளுக்கு அந்த வளத்தைப் பங்கீடு செய்வதற்கும் பெரும் தடையாக இருப்பது வேகமாக அதிகரித்துவரும் பொருளாதார ஏற்றத்தாழ்வுதான். தீவிர ஏற்றத்தாழ்வு பொருளாதார வளர்ச்சியையும் வளர்ச்சியின் மூலம் வறுமையைக் குறைப்பதற்கான திறனையும் கெடுத்துவிடுகிறது. இந்த உலகின் வளங்களைக் கொண்டு வாழ்வதற்கும், பருவநிலை மாற்றத்துக்கு எதிராகப் போராடுவதற்கும் தேவையான நம்முடைய திறன்களை அது சிதைத்துவிடுகிறது. அது பாலினங்களுக்கிடையே சமத்துவத்துக்கான போராட்டத்தையும் மிகக் கடினமானதாக ஆக்கிவிடுகிறது.

மிகவும் ஏற்றத்தாழ்வுடைய நாட்டில் ஒரு நபர் ஏழையாகப் பிறந்தால், அவர் குழந்தைகளும் ஏழைகளாக இருப்பதற்கே வாய்ப்புகள் அதிகம். பணக்காரர்கள், ஏழைகள் இருவரையும் பாதிக்கும் குற்றம், வன்முறை உள்ளிட்ட பலவகையான சமூகத் தீமைகளால் ஏற்றதாழ்வு உள்ள சமூகங்கள் அதிகம் துன்புறுகின்றன. உண்மையில் இருப்பதைவிட, செல்வமும் வருமானமும் மேலும் சமமாக இருக்க வேண்டும் என்று மக்கள் விரும்பும்போது, அவர்கள் வலுவாகக் கொண் டிருக்கும் தார்மீக நம்பிக்கைகளுக்கும், பரவலாக ஒப்புக்கொள்ளப்பட்ட நீதி உணர்வுக்கும் கேடு விளைவிப்பதாக ஏற்றத்தாழ்வு அமைந்துவிடுகிறது.

தீவிர ஏற்றத்தாழ்வு வறுமையைக் குறைப்பதற்கு ஒரு தடை

கடந்த இருபது ஆண்டுகளில் கடுமையான வறுமைக்கு எதிரான போராட் டத்தில் உலகம் பெரும் முன்னேற்றம் கண்டுள்ளது. லட்சக்கணக்கான மக்க ளுக்கு இப்போது சுகாதாரமும், கல்வியும் கிடைக்கின்றன; பசியால் வாடும் ஆண் பெண்களின் எண்ணிக்கை சுமார் 15 கோடி குறைந்திருக்கிறது. எனினும், ஏற்றத்தாழ்வு இந்த முன்னேற்றத்தைத் தடுத்து, சிலசமயம் பின்னடைவையும் ஏற்படுத்திவிடுகிறது. சமீப காலத்தியப் பொருளாதார வளர்ச்சியின் பலன்கள் ஏழ்மை மிக்க மக்களுக்கு நன்மை அளிப்பதில் தோல்வியடைந்துள்ளன. வரு மானப் படிகளில் உச்சத்திலிருப்பவர்களே பெரும் பயனடைந்துள்ளனர்.

ஏற்றத்தாழ்வு அதே அளவு இருக்கும்போதோ அல்லது ஒரே விகிதத்தில் கூடும்போதோ அல்லது குறையும்போதோ நடுத்தர வருமானமுள்ள பல நாடு களில் அடுத்த ஐந்தாண்டுகளில் ஏழ்மையின் அளவு எப்படி இருக்கும் என்பதை ஆக்ஸ்ஃபாமின் புதிய ஆய்வு மதிப்பிட்டுள்ளது. வறுமையைக் குறைப்பதில் ஏற்றத்தாழ்வு தடையாக இருக்கிறது என்பதை வலியுறுத்தும் சான்றுகள் எல்லா நிலைமைகளிலும் இருக்கின்றன.

மூன்று உதாரணங்கள்:

- ஏற்றத்தாழ்வு இப்போது இருக்கும் நிலையில் நீடித்தால் அடுத்த ஐந்தாண்டு களில் கென்யாவில் கூடுதலாக 30 லட்சம் மக்கள் மிக அதிக வறுமைக்குத் தள்ளப்படுவார்கள்; ஜினி அளவீட்டில் 5 புள்ளிகள் மட்டுமே குறைந்தால்கூட, ஏழ்மை 12% குறையும்.
- இந்தோனேசியாவில் ஜினி அளவீட்டில் 10 புள்ளிகள், அதாவது, ஏழ்மை யில் 28% குறைத்தால் கடுமையான வறுமையில் இருக்கும் மக்களின் எண் ணிக்கையை 17 லட்சம் குறைத்துவிடலாம். ஏற்றத்தாழ்வு இப்போதைய அளவில் நீடித்தால் ஐந்து ஆண்டுகளில் 1.3 கோடி இந்தோனேசிய மக்கள் கடுமையான வறுமைக்கோட்டுக்குக் கீழே இருப்பார்கள்.
- சமீப ஆண்டுகளில் இந்தியாவில் ஏற்றத்தாழ்வு அதிகரித்துவிட்டது. இந்தி யாவில் ஏற்றத்தாழ்வு பெருகுவதை நிறுத்தி, இருக்கும் அளவிலேயே வைத் திருந்தால் 2019க்குள் கடுமையான வறுமையிலிருந்து 9 கோடி மக்களை வெளியே கொண்டுவந்துவிடலாம். ஏற்றத்தாழ்வை 10 புள்ளிகள், அதாவது, 36% குறைப் பது கூடுதலாக 8.3 கோடி மக்களை மேலே உயர்த்திக் கடுமையான வறுமையை அனேகமாக இல்லாமல் செய்துவிடும்.

படம் **3:** *2019இல் மூன்று நாடுகளில் ஏற்றத்தாழ்வின் வெவ்வேறு பின்னணியில் வறுமை பற்றிய மதிப்பீடு (வறுமையில் இருக்கும் மக்கள்தொகை; லட்சங்களில்).*

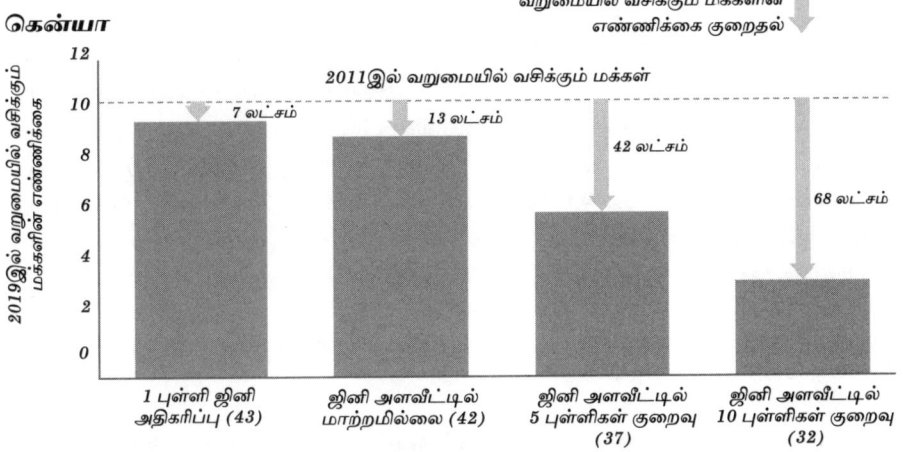

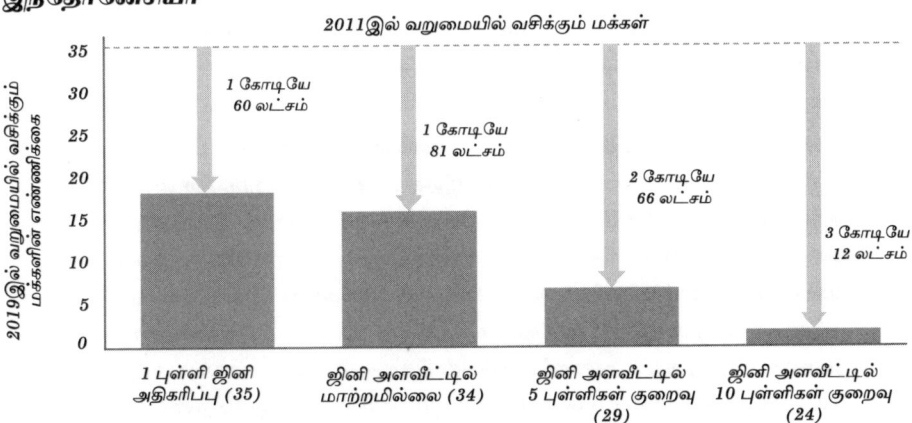

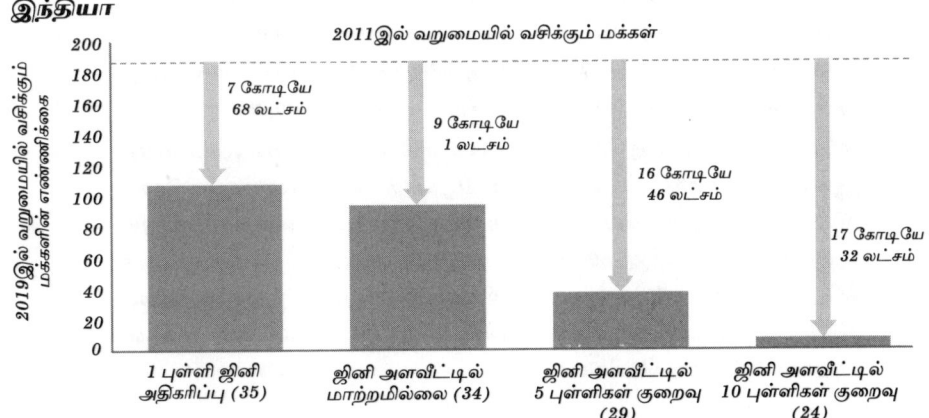

இதே பிரச்சினையை உலக அளவில் விளக்குவதற்கான சாத்தியமான காட்சிகளை புரூக்கிங்ஸ் நிறுவனம் உருவாக்கியுள்ளது. ஏற்றத்தாழ்வுதான் வறுமை ஒழிப்புக்குத் தடையாக உள்ளது. ஏற்றத்தாழ்வு குறைக்கப்பட்ட சூழ் நிலையில் உலகம் முழுவதும் கூடுதலாக 46.3 கோடி மக்கள் வறுமையிலிருந்து மீட்கப்படுவார்கள். 2030 வாக்கில் உலகில் மிக அதிக ஏழையான மக்களில் ஆப்பிரிக்காவின் பங்கு 80 சதவீதமாகவோ அதற்கு அதிகமாகவோ இருக்கும்; தீவிர வறுமையை ஒழிப்பதற்கான சவால் அங்கு மிகக் கடினமானதாக இருக்கும்; வருமான ஏற்றத்தாழ்வு அளவுகளில் எந்த மாற்றமுமின்றித் தற்போதைய விகிதத்தில் ஆப்பிரிக்க நாடுகளின் வளர்ச்சி தொடருமென்றால், 2075வரை இந்தக் கண்டத்தில் வறுமையின் விகிதம் 3 சத வீதத்துக்குக் கீழே—வறுமையை ஒழிப்பதற்கான உலக வங்கியின் அளவுகோல் இது— குறையாது.

எடுத்துக்காட்டு:

ஏற்றத்தாழ்வைக் குறைப்பது தென்னாப்பிரிக்காவின் வறுமையைச் சமாளிப்பதில் ஒரு முக்கிய அம்சம்.

2010இல் தென்னாப்பிரிக்கா 0.66 ஜினி கெழு என்ற அளவீட்டைக் கொண்டு, உலகிலேயே அதிக ஏற்றத்தாழ்வுள்ள சமூகங்களுள் ஒன்றாக இருந்தது.

தென்னாப்பிரிக்காவின் மக்கள்தொகையில் பாதிப் பேரிடம் இருந்த அதே அளவுச் செல்வத்தை இரண்டு பணக்காரர்களே வைத்திருக்கிறார்கள். இனவேற்றுமை முடிவுக்கு வந்தபோது இருந்ததை விடத் தென்னாப்பிரிக்காவில் ஏற்றத்தாழ்வு குறிப்பிடத்தகுந்த அளவு அதிகமாகியிருக்கிறது. 1995க்கும் 2006க்கும் இடையே கடுமையான வறுமையில் வசித்த மக்களின் விகிதம் 17சதவீதமாக ஓரளவு குறைந்தது. ஆனால், மக்கள்தொகை இதே காலப் பகுதியில் அதிகரித்ததால் கடுமையான வறுமையில் வசித்த தென்னாப் பிரிக்கர்களின் எண்ணிக்கை வெறும் 1,02,000 மட்டுமே குறைந்தது. மொத்த தேசிய உற்பத்தியின் உண்மையான வளர்ச்சி 2 சதவீதத் துக்குக் கீழாகி, ஏற்றத்தாழ்வு மிக அதிகமாக வளர்ந்துகொண்டிருந் ததால் வறுமையைக் குறைப்பது மேலும் கடினமாயிற்று.

ஏற்றத்தாழ்வு அப்படியே இருப்பதாக வைத்துக்கொள்ளலாம் என்ற ஆக்ஸ்ஃபாம் மதிப்பீட்டின்படி, 2019 வாக்கில் தென்னாப்பிரிக்கா வில் அதீத வறுமையில் இருக்கும் மக்களின் எண்ணிக்கை வெறும் 3 லட்சமே குறைந்து 80 லட்சம் மக்கள் வறுமைக் கோட்டுக்குக் கீழே இருப்பார்கள். மாறாக, ஜினி அளவீடு தொடர்ந்து ஒரு புள்ளி அதிகரித்தால்கூட ஐந்தாண்டுகளில் கூடுதலாக 3,00,000 மக்கள் வறுமையில் வாழ நேரிடும்.

வருமானம் தேசிய அளவில் எவ்வாறு பங்கிடப்பட்டிருக்கிறது என்பது வறுமையின் விளைவுகளில் முக்கியப் பங்காற்றுகிறது என்பதற்கு வலுவான ஆதாரங்கள் இருக்கின்றன. சராசரி வருமான அளவீட்டின்படி பங்களாதேஷும், நைஜீரியாவும் குறைந்த வருமான நாடுகள். இரண்டில், பங்களாதேஷ் மிக ஏழ் மையான நாடு, ஆனால் நைஜீரியாவைவிட இங்கு வருமானப் பங்கீடு கூடுதலான அளவில் சமமாக இருக்கிறது. இதனால் வளர்ச்சியில் உள்ள வேறுபாட்டின் விளைவுகள் வெளிப்படையாகத் தெரிகின்றன.

- குழந்தை இறப்பு விகிதம் பங்களாதேஷைவிட நைஜீரியாவில் கிட்டத் தட்ட மூன்று மடங்கு அதிகமாக இருக்கிறது.
- பங்களாதேஷில் அடிப்படைக் கல்வி அனைவருக்கும் அளிக்கப்பட்டு, ஆரம்பக் கல்விவரை பள்ளி செல்வதில் இருபாலருக்கும் இடையேயான இடைவெளி அகற்றப்பட்டுவிட்டது; நைஜீரியாவிலோ ஆரம்பப் பள்ளி செல்லும் வயதில் உள்ள குழந்தைகளில் மூன்றில் ஒரு பங்கினர் பள்ளிக்குச் செல்வதில்லை.

பல நாடுகளில் வளர்ச்சித் திட்டங்களின் பலன் சமூகத்தில் வசதி படைத் தவர்களைப் பொறுத்தவரை விரைவில் சென்றடைகிறது. இதனால் பெறப்படும் சராசரி அளவுகள் பணக்காரர்களுக்கும், ஏழைகளுக்கும் இடையே அதிகரிக்கும் இடைவெளியை வெகுவாகக் குறைத்துக் காட்டுகிறது. உதாரணமாக, உகாண் டாவில் 20 சதவீதமாக இருக்கும் மேல்தட்டினரிடையே ஐந்து வயதுக்குக் கீழ் மரணம் பாதியாகக் குறைந்துவிட்டது. ஆனால், கீழ்மட்டத்தில் இருந்த 20 சத வீத மக்களிடம் இதே காலப் பகுதியில் அது ஐந்தில் ஒன்றாக மட்டுமே குறைந் திருந்தது. நைஜர் போன்ற நாடுகளில் வளர்ச்சி மேலும் சமமாக இருந்தது. இது வளர்ச்சிக்கு வேறு பாதைகளும் சாத்தியம் என்பதைக் காட்டுகிறது.

படம் 4: 2000-2011 ஆண்டுகளில் உகாண்டாவில் ஐந்து வயதுக்குக் கீழ் இறப்பு விகிதம் (ஆயிரம் பிறப்புகளுக்கு).

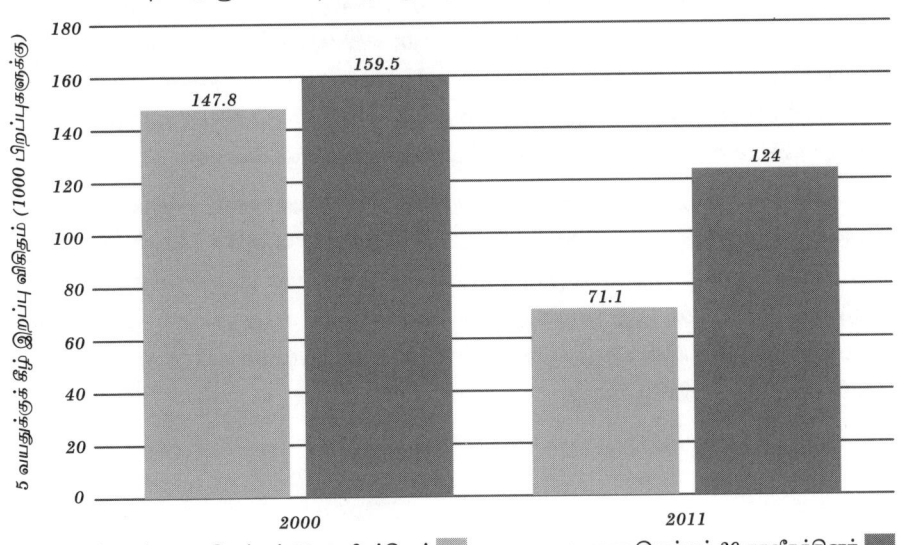

வளர்ச்சியைத் தீவிரமான ஏற்றத்தாழ்வு தடுக்கிறது

ஒரு நாட்டின் வளர்ச்சிக்கான வாய்ப்புகளில் ஏற்றத்தாழ்வுக்கு மிகக் குறைவான பங்கே இருக்கிறது அல்லது எந்தப் பங்கும் இல்லை என்று பெருவாரியான பொருளாதார வளர்ச்சி வல்லுநர்களும், கொள்கை வகுப்பவர்களும் பல காலமாகக் கூறிவந்திருக்கிறார்கள். இதன் அடிப்படை, பொருளாதார வளர்ச்சியின் ஆரம்பக் கட்டங்களில் ஏற்றத்தாழ்வு இணைந்தே வரும், ஆனால் பணக்காரர்களிடமிருந்து சமூகத்தின் பல்வேறு மட்டங்களின் ஊடாக ஏழைகளுக்கு மெதுவாக வளர்ச்சி கசிந்து வரும்போது அது மறைந்துவிடும் என்பதே. சமீபத்திய ஆதாரங்கள் இதை ஒட்டுமொத்தமாக நிராகரித்து, தீவிரமான ஏற்றத்தாழ்வு உண்மையில் வளர்ச்சிக்கு உகந்தது அல்ல என்று காட்டியிருக்கின்றன.

வறுமையைக் குறைக்கும் வளர்ச்சியின் செயல்பாட்டைத் தடுத்து, வளர்ச்சியின் வேகத்தையும் ஏற்றத்தாழ்வு குறைத்துவிடுகிறது என்று பல பத்தாண்டுகளாகப் பல நாடுகளில், பன்னாட்டு நிதியத்தின் பொருளாதார நிபுணர்கள் மேற்கொண்ட ஆய்வுகள் சுட்டிக்காட்டுகின்றன. பெரும் அளவு சமத்துவம் ஒரு நாட்டின் வளர்ச்சியை நீண்ட காலம் நீடித்திருக்கச் செய்ய முடியும் என்றும், 2008இல் ஏற்பட்ட நிதி நெருக்கடிக்கு ஏற்றத்தாழ்வு ஒரு முக்கியமான காரணம் என்றும் பன்னாட்டு நிதியம் பதிவுசெய்துள்ளது. அதிக ஏற்றத்தாழ்வுள்ள நாடுகளில் இப்போதும் வளர்ச்சி சாத்தியம்தான்; ஆனால், வளர்ச்சி உள்ள காலங்கள் ஆரோக்கியமானதாகவும், நீடித்து நிற்கும் வாய்ப்புகளைக் கொண்டதாகவும் இருப்பதை ஏற்றத்தாழ்வு குறைத்துவிடுகிறது. மேலும், 1990களின் மத்தியிலிருந்து வளர்ச்சியடைந்த, வளர்ச்சியடையும் நாடுகளில் மேற்கொள்ளப்பட்ட விரிவான ஆய்வுகள், பெரும் ஏற்றத்தாழ்வு ஆக்கபூர்வமான முதலீட்டைத் தடுக்கிறது என்பதையும், பொருளாதாரத்தில் உற்பத்தி மற்றும் நுகர்வுக்கான திறனைக் குறைக்கிறது என்பதையும், நியாயமான சமூக அமைப்புக்குத் தேவையான நிறுவனங்களைக் குலைக்கிறது என்பதையும், எதிர்காலப் பொருளாதார வளர்ச்சிக்குத் தடையாக இருக்கிறது என்பதையும் காட்டியிருக்கின்றன.

வலுவான, நீடித்த வளர்ச்சியைப் பற்றித் தேசிய அரசுகள் கவலைப்பட்டால் அவை ஏற்றத்தாழ்வைக் குறைப்பதற்கு முன்னுரிமை அளிக்க வேண்டும். பணக்கார நாடுகளைவிட ஏற்றத்தாழ்வு சராசரியாக அதிகமாக இருக்கும் வளரும் நாடுகளுக்குக் குறிப்பாக இது பொருந்தும். வளர்ச்சியும் சமத்துவமும் ஒரு ஆரோக்கியமான முழுமையின் பகுதிகளாகப் பார்க்கப்பட முடியும் என்று ஆசிய வளர்ச்சி வங்கி கருத்துக் கூறியிருக்கிறது.

வறுமையைக் குறைப்பதில் வளர்ச்சியின் பங்கை ஏற்றத்தாழ்வு தடை செய்கிறது

ஏற்றத்தாழ்வு குறைக்கப்பட்டால் வறுமை வேகமாகக் குறைகிறது, வளர்ச்சி ஆரோக்கியமாக இருக்கிறது. மாறாக, ஏற்றத்தாழ்வு மோசமானால் வறுமை குறையும் போக்கு மந்தமாகிறது. வளர்ச்சியும் மேலும் பலவீனமாகிறது.

வளர்ச்சிக்காகவே வளர்ச்சி என்பதைவிட, பொருளாதார வளர்ச்சியின் பங்கீடே வறுமையைக் குறைப்பதற்கு முக்கியமானது. உதாரணமாக, ஜாம்பியாவில் 2004முதல் 2010வரை ஆண்டுக்கு 3 சதவீதமாக இருந்த தனிநபர் தேசிய மொத்த உற்பத்தி, உலக வங்கி வகுத்திருக்கும் கீழ்-நடுத்தர வருமானப் பிரிவுக்குள் ஜாம்பியாவை உயர்த்தியது. இந்த வளர்ச்சிக்குப் பிறகும் 1.25 டாலர் என்ற வறுமைக்கோட்டுக்குக் கீழ் வசித்த மக்களின் எண்ணிக்கை 2003இல் 65 சதவீதத்திலிருந்து 2010இல் 74 சதவீதமாக அதிகரித்தது. 2003க்கும் 2009க்கும் இடையே நைஜீரியாவிற்கு இதே அனுபவம் ஏற்பட்டது. எதிர்பார்த்ததைவிட வறுமை அதிகரித்தது. பணக்காரர்களான 10 சதவீதத்தினர் தேசிய நுகர்வில் 6% அதிகரிப்பை அனுபவித்தபோது மற்ற எல்லோருடைய பங்கும் குறைந்தது.

> **“ஏற்றத்தாழ்வின் ஆரம்ப நிலை, வளர்ச்சியின்போது அதிகரிக்கும் ஏற்றத்தாழ்வு ஆகியவற்றால் வறுமையைக் குறைப்பதில் வளர்ச்சியின் சக்தி குறைகிறது.”**
>
> எஃப். ஃபெரெய்ரா, எம். ரெவால்லியன்

வளர்ச்சியின் விகிதம் நாடுகளிடையே சமமாக இருக்கும்போது வறுமை குறையும் விகிதம் வேறு வேறாக இருப்பதை விளக்கும் கண்ணிதான் ஏற்றத்தாழ்வு என்பதை ஆக்ஸ்ஃபாமின் ஆய்வுகள் காட்டுகின்றன. பல கிழக்கு ஐரோப்பிய நாடுகளைப் போல் ஏற்றத்தாழ்வு மிகக் குறைவாக இருக்கும் நாடுகளில் 1% பொருளாதார வளர்ச்சி, ஏழ்மையை 4% குறைத்திருக்கிறது என்று உலக வங்கி கண்டறிந்துள்ளது. அதிக ஏற்றத்தாழ்வுகள் உள்ள அங்கோலா, நமிபியா போன்ற நாடுகளில் வளர்ச்சி, வறுமையில் எந்த மாற்றத்தையும் ஏற்படுத்தவில்லை. நடுத்தர வருமானமுள்ள நாடுகளில்கூட வறுமையைக் குறைப்பதில் ஏற்றத்தாழ்வின் அளவு பெரும் விளைவுகளை ஏற்படுத்த முடியும். “வறுமையைக் குறைப்பதில் வளர்ச்சியின் பங்கு ஏற்றத்தாழ்வின் ஆரம்பக் கால அளவையும் அது மாறும் வேகத்தையும் சார்ந்ததுதான்” என்ற முடிவுக்கு உலக வங்கி ஆராய்ச்சியாளர்கள் வந்திருக்கிறார்கள்.

அதீதச் செல்வமும், அதீத ஏற்றத்தாழ்வும் சுற்றுச்சூழலுக்கு ஆபத்தானவை

கரிம வளங்கள், பாதுகாப்பான குடிநீர் போன்ற இயற்கை வளங்களை மனித இனம் சாத்தியமான அதிகபட்ச அளவுக்குப் பயன்படுத்துவதால் உலகம், கோளின் எல்லைகளை நெருங்கிக்கொண்டிருக்கிறது. இந்த வரம்புகளை எவ்வளவு விரைவில் நெருங்குகிறோமோ அவ்வளவு மிக முக்கியமாக இயற்கை வளங்களின் நியாயமற்ற பங்கீட்டை நாம் பொருட்படுத்தவேண்டி வந்துவிடும்.

சுற்றுச்சூழல் அழிவாலும் பருவநிலை மாற்றத்தின் விளைவுகளாலும் முதலாவதாகவும் அதிகமாகவும் பாதிப்புக்கு உள்ளாவது மிக ஏழை மக்கள்தான். ஆனால், எளிதில் சிதைந்துவிடும், வரம்புகளை உடைய பூமியின் வளங்கள்மீது அதிகமான பாதிப்பை ஏற்படுத்துவது பெரும் செல்வந்தர்கள்தாம். உலக மக்கள்தொகையில் 30 சதவீதத்துக்கும் குறைவானவர்களே சுற்றுச்சூழல் சீரழிவுக்குக் காரணமானவர்கள் என்று கூறலாம் என 'இயற்கைப் பாதுகாப்புக்கான சர்வதேச கூட்டமை'ப்பின் ஐ.நா.சபையில் நிரந்தரப் பார்வையாளரான நரேந்தர் காக்கர் கூறியிருக்கிறார். 'உலகளாவிய கரியமில வாயு வெளியேற்றத்தில் 50% பங்குக்கு உலகின் ஜனத்தொகையில் மிகவும் அதிகப் பணம் படைத்த (50 கோடிக்குச் சமமான) 7 சதவீதத்தினரே பொறுப்பாவார்கள்.' மிக ஏழையான 50 சதவீதத்தினர் வெளியேற்றும் கரியமிலக் கழிவுகள் உலகளவில் வெறும் 7% மட்டுமே.

பெரும் பணக்காரர்களின் நுகர்வுப் பழக்கவழக்கங்களே இதற்கு முக்கியக் காரணம். பெரும்பாலும் தங்கள் நாடுகளின் எல்லைகளுக்கு அப்பால் உற்பத்தி செய்யப்படும் உணவு, நுகர்வுப் பொருட்கள், சேவைகள் போன்றவற்றைப் பயன்படுத்துவதால் பணக்கார நாடுகளிலுள்ள பணம் படைத்தவர்களின் வீடுகளில் உருவாகும் கழிவுகள் மறைமுகமானவை. மனிதனால் தூண்டப்படும் பசுமைக்குடில் வாயுக் கழிவுகளில் 80 சதவீதத்துக்கு மேல் உயர் நுகர்வு அளவுகளைக் கொண்ட மக்களே பொறுப்பாவார்கள்.

கழிவுகளை வெளியேற்றுவதில் உள்ள ஏற்றத்தாழ்வுக்கு இணையாகவே உலகின் வளங்களைப் பயன்படுத்துவதில் உள்ள ஏற்றத்தாழ்வு இருக்கிறது. உலகின் மொத்தத் தண்ணீரில் 85 சதவீதத்தை வெறும் 12 சதவீத மக்களே பயன்படுத்துகிறார்கள்.

பொருளாதார ஏற்றத்தாழ்வு பாலின ஏற்றத்தாழ்வை அதிகரிக்கிறது

புதிய தொழில்நுட்பப் பூங்காவில் தகவல் தொழில்நுட்ப நிறுவனங்களுக்கான அலுவலகங்களைக் கட்டும் பணியில் ஈடுபட்டிருக்கும் பெண் தொழிலாளர்கள்.

ஆண், பெண்களுக்கு இடையேயான ஏற்றத்தாழ்வு மிகப் பழமையானது, பரவலானது. பாலினங்களிடையே இருக்கும் ஏற்றத்தாழ்வுகளுக்கும் பொருளாதார ஏற்றத்தாழ்வுகளுக்கும் நெருங்கிய தொடர்பு இருக்கிறது. வருமானம், செல்வம் ஆகியவற்றை அடைவதிலும் அவற்றைக் கட்டுப்பாட்டில் வைத்திருப்பதிலும் பாலினப் பாகுபாட்டுக்கு முக்கியப் பங்குண்டு. ஆண், பெண்களுக்கு இடையேயான ஏற்றத்தாழ்வுக்குப் பணத்தைத் தவிர வேறு காரணங்கள் இருந்தாலும், பணம், பொருளாதாரம் ஆகியவற்றின் ஏற்றத்தாழ்வுடன் அவை முக்கியமான விதத்தில் பிணைந்திருக்கின்றன.

"உலகில் மிகப் பணக்காரர்களான 30 பேரில் 3 பேர் மட்டுமே பெண்கள்."

வருவாய் ஏணியில் ஆண்கள் பெரும் அளவில் மேல்நிலையிலும், பெண்கள் பெரும் அளவில் கீழ்நிலையிலும் இருக்கிறார்கள். '2014 உலகப் பொருளாதார அவை'யில் பங்குபெற்ற 2500 பேரில் வெறும் 15% மட்டுமே பெண்கள். 'ஃபார்ச்சூன் 500' நிறுவனங்களின் தலைமைப் பொறுப்பில் 23 பேர் மட்டுமே பெண்கள். உலகில் மிகப் பணக்காரர்களான 30 பேரில் 3 பேர் மட்டுமே பெண்கள். அரசுத் தலைவர்கள், பாராளுமன்ற உறுப்பினர்கள், நீதிபதிகள், மூத்த அரசு அதிகாரிகள் என்று எல்லா அதிகாரப் பதவிகளிலும் பணக்காரர்களே அதிகம் இருக்கின்றனர். இந்த அதிகாரப் பாதைகளில் பெண்கள் பெரும்பாலும் இல்லை.

'ஃபார்ச்சூன் 500' நிறுவனங்களின் தலைமைப் பொறுப்பில் வெறும் 23 பேர் மட்டுமே பெண்கள்.

அதே சமயம், உலகம் முழுவதிலும் மிகவும் குறைந்த ஊதியம் பெறும் மிகவும் ஆபத்தான நிலையில் இருப்பவர்கள் எப்போதும் பெண்கள்தான். ஆண்களுக்கும் பெண்களுக்கும் இடையேயான ஊதிய இடைவெளி உலகளாவிய அளவில் மிக மிக அதிகமாக இருக்கிறது. எல்லாப் பகுதிகளிலும் எல்லாத் துறைகளிலும் ஒரே மாதிரியான வேலைக்கு 10% முதல் 30%வரை ஆண்களைவிடக் குறைவாகவே பெண்களுக்கு ஊதியம் வழங்கப்படுகிறது.

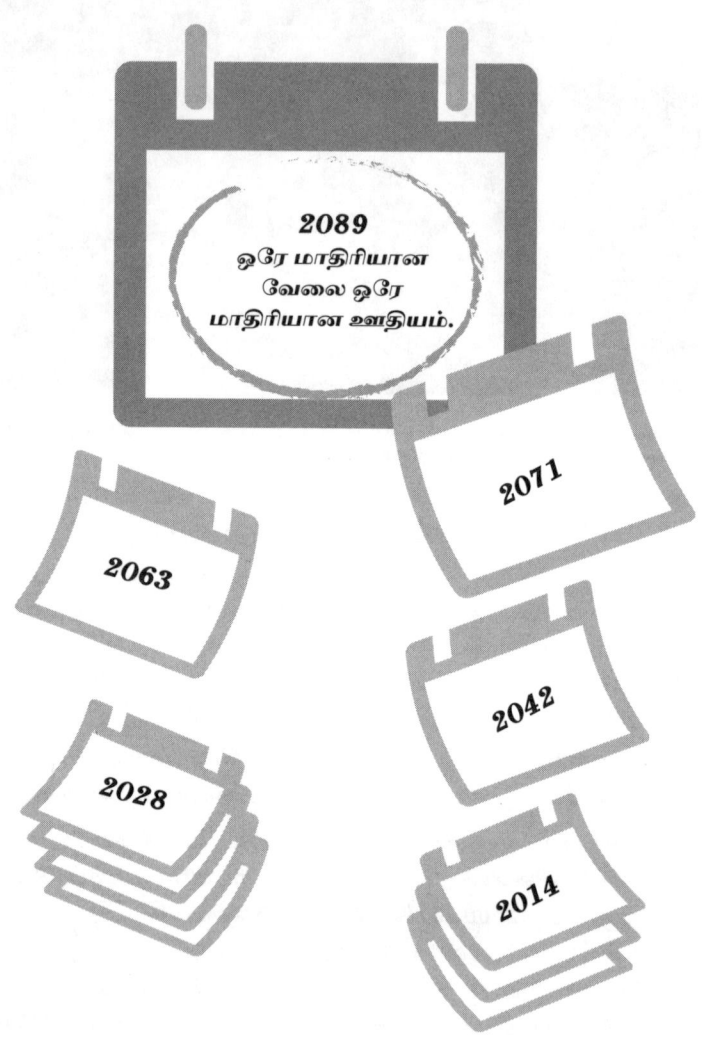

இன்றைய நிலைமையில், ஒரே வேலைக்கு ஒரே ஊதியம் என்ற கொள்கை யதார்த்தத்தில் நடைமுறையாவதற்கு 75 ஆண்டுகளாகும்.

பொருளாதார ரீதியில் அதிக ஏற்றத்தாழ்வுள்ள சமூகங்களில் ஊதிய வேறு பாடு அதிகமாக இருக்கிறது. வேலைக்கான பாதுகாப்பு மிகவும் குறைவாக உள்ள அமைப்புசாராத் துறைகளில் வேலை செய்வதற்கு ஆண்களைவிடப் பெண் களுக்கு வாய்ப்புகள் அதிகம். உலகில் வேலைக்குப் போகும் பெண்களில் 53 சதவீதத்தினர், அதாவது, சுமார் 60 கோடிப் பெண்கள், உத்தரவாதமற்ற, தொழி லாளர் சட்டங்களால் பாதுகாக்கப்படாத வேலைகளிலேயே இருக்கின்றனர்.

பங்களாதேஷில் ஆடைத் துறையில் கிட்டத்தட்ட 85 சதவீதப் பணியாளர்கள் பெண்களே. கைக்கும் வாய்க்கும் மட்டுமே போதுமான ஊதியத்தைத் தரும் விவ சாயக் கூலி வேலையைவிட இந்தத் துறையில் வேலைகள் பரவாயில்லை என் றாலும், இவற்றில் நிரந்தர வேலைக்கான உத்தரவாதமோ, உடல் ரீதியான பாது காப்போ மிகவும் குறைவுதான். ரானா பிளாசா ஆடைத் தொழிற்சாலை 2013ஆம் ஆண்டு ஏப்ரல் மாதம் இடிந்து விழுந்தபோது அந்த விபத்தில் பலியானவர்கள் பெரும்பாலும் பெண்கள்தான். பிரேசிலில் பாதுகாப்பற்ற, நிலையற்ற வேலை களில் ஈடுபட்டிருக்கும் 42 சதவீதப் பெண்களுடன் ஒப்பிட்டால் ஆண்கள் வெறும் 26 சதவீதம்தான். சொத்துரிமை, கடன்பெறும் உரிமை ஆகியவற்றில் பெண்கள் நிலைமை வருமானத்தில் காணப்படும் ஏற்றத்தாழ்வைவிட மோசமாகவே இருக் கிறது என்பதைப் பல நாடுகளில் மேற்கொள்ளப்பட்ட ஆய்வுகள் எடுத்துக் காட்டுகின்றன.

பிறரைப் பராமரிக்கும் சம்பளமற்ற வேலைகளும் பெரும்பாலும் பெண்க ளாலேயே செய்யப்படுகின்றன. குறைவான ஊதியம் கிடைக்கும், ஆபத்தான, பாதுகாப்பற்ற வேலைகளில் பெண்கள் அதிகம் இருப்பதற்கு இதுவும் ஒரு கார ணம். ஆண்களைவிட அதிகமாக ஒரு நாளைக்கு இரண்டு முதல் ஐந்து மணி நேரம் சம்பளமில்லா வேலை செய்வதன் மூலம் பல நாடுகளில் பெண்கள் பொருளாதாரத்துக்கு மானியம் தருவதுபோல் வேலை செய்கிறார்கள். பெண்கள் வெளி இடங்களில் வேலைக்குப் போனாலும் வீட்டு வேலைகளின் சுமை அவர் களுக்குக் குறைவதில்லை. 1995இல் 38 சதவீதத்திலிருந்து 2009இல் 45 சதவீதமாக வீட்டு வருமானத்தில் பெண்களின் பங்கு பிரேசிலில் உயர்ந்தபோதும், வீட்டு வேலைகளில் அவர்கள் பங்கு இந்தக் காலகட்டத்தின் இரண்டாவது பாதியில்—2003இல் 92 சதவீதத்திலிருந்து 2009இல் 90 சதவீதமாக—இரண்டு சதவீதம் மட்டுமே குறைந்துள்ளது. வேறு பல நாடுகளிலும் இதே நிலைதான்.

வருமானமும், செல்வமும் ஆண்கள் கையில் குவிந்திருப்பது அவர்களுக்குத் தேசிய அளவில் முடிவெடுக்கும் அதிகாரத்தைக் கூடுதலாக்கித் தருகிறது. இதில் பெண்களுக்குப் பெரும்பாலும் மிகக் குறைந்த பங்கே இருக்கிறது. பாலினச் சமத்துவ நோக்கில் தேசியச் சட்டங்களின் அணுகுமுறை பெரும்பாலும் திட்ட மிடப்படாததாகவும், பொருத்தமற்றதாகவும் இருக்கிறது. உதாரணமாக, பெண் களுக்கு வேலை வாய்ப்புகளை அதிகரிக்கும், ஆனால் குறைவான ஊதியத்தைத் தடுக்காத கொள்கைகளை அமல்படுத்துதல்; அல்லது வேலை செய்வதற்குச் சாதகமான அம்சங்கள் போதுமான அளவில் இல்லாதிருத்தல்; அல்லது தரமான குழந்தைப் பாரமரிப்பு வசதிகள் இல்லாதிருத்தல்.

சொத்துடைமை, வாரிசுரிமை போன்றவற்றில் காணப்படும் பாரபட்சமான சட்டங்களும், நடைமுறைகளும் பெண்கள் பொருளாதார ஏணியின் அடிமட்டத்திலிருந்து தப்பிப்பதைத் தடுக்கிறது. இது வறுமையில் வாழும் பெண்கள் தங்கள் வருமானத்தை உயர்த்திக்கொள்ளும் வகையில், சட்ட ரீதியான உரிமைகள், அரசியல் அதிகாரம் ஆகியவற்றை இழப்பது போன்று பல வகைகளில் பாதிக்கிறது. பாலினப் பாகுபாட்டை அதிகரிக்கும் சட்டங்களும் நிதி நிறுவனங்களின் நிபந்தனைகளும் பெண்கள் கடனுதவி பெறுவதற்குக் கூடுதல் தடைகளாக இருக்கின்றன.

குறைந்த பொருளாதாரச் சக்தி இருப்பதால் வேலையின்மை அல்லது அதிகரிக்கும் வறுமை போன்ற பொருளாதார ரீதியிலான அதிர்ச்சிகளுக்குப் பெண்களே அதிகம் ஆளாகிறார்கள் என்று உலக வங்கி தன்னுடைய 'உலக வளர்ச்சி அறிக்கை *2012*'இல் தெரிவித்தது. ஆண்களைவிடப் பெண்களுக்குச் சொத்துகள் குறைவாகவே இருக்கின்றன. திடீர்ப் பிரச்சினைகளைச் சமாளிப்பதற்கான வருமான சாத்தியங்களும் குறைவாகவே இருக்கின்றன. அரசு தரும் இழப்பீடுகளின் மூலம் கிடைக்கும் உதவியும் குறைவாகவே இருக்கிறது.

> **"இந்தியாவில் ஒரு ஆண் தொழிலாளியின் சராசரிக் கூலி ஒரு பெண்ணின் கூலியைவிட இரண்டரை மடங்கு அதிகம்."**

ஆண் பெண்களுக்கிடையே சமத்துவத்தை அடையும் முயற்சியில் பெரிய தடையாக இருப்பது பெரும்பாலான நாடுகளில் சமீபத்தில் வேகமாக அதிகரித்துள்ள பொருளாதார ஏற்றத்தாழ்வுதான்.

பொருளாதார ஏற்றத்தாழ்வு சுகாதாரம், கல்வி, வாழ்கைக்கான வாய்ப்புகள் ஆகியவற்றிலும் ஏற்றத்தாழ்வுக்குக் காரணமாகிறது

வாழ்க்கையில் வாய்ப்புகளைப் பொருளாதார அந்தஸ்தே நிர்ணயிக்கிறது என்பதே அப்பட்டமான உண்மையாகும். ஏழை மக்களுக்கு வாழ்நாள் குறைவாகவே இருக்கிறது. இந்தப் பிரச்சினை ஏழை நாடுகளிலும் பணக்கார நாடுகளிலும் ஒரே மாதிரி இருக்கிறது. உதாரணமாக, இங்கிலாந்தில் வசதி குறைந்த பகுதிகளில் பிறக்கும் ஆண்களைவிட, வசதி நிறைந்த பகுதிகளில் பிறக்கும் ஆண்களின் வாழ்நாள் ஒன்பது ஆண்டுகள் கூடுதலாக இருக்கும் என்று எதிர்பார்க்கலாம். பெரும்பாலான நாடுகளில் ஏழைகளுக்கும் பணக்காரர்களுக்கும் இடையே அதிகரிக்கும் இடைவெளி, தன்னளவில் கவலை தரும் விஷயம் என்றாலும், மற்ற வகை ஏற்றத்தாழ்வுகளையும், ஒதுக்கிவைத்தலையும் தீவிரமாக்கிச் சிலரை மேலும் பின்தள்ளிவிடுகிறது.

> **"தென்னாப்பிரிக்காவில் நிலைமை மோசமாக மாறிக்கொண்டிருக்கிறது. பொதுப் பள்ளிகள் தரமானதாக இல்லை. அரசாங்கத்தில் இருப்பவர்கள் மிகவும் வசதியானவர்களாகவும், எஞ்சியவர்கள் ஏழைகளாகவும் இருக்கின்றனர்."**
>
> லியோனார்ட் குஃபெகெட்டா

பாலினம், வாழும் பிரதேசம், பாரம்பரிய உரிமைகள் ஆகியவற்றின் அடிப் படையில் ஏற்கனவே நிலவிவரும் ஏற்றத்தாழ்வுக்குப் பொருளாதார ஏற்றத் தாழ்வு புதிய பரிமாணங்களைச் சேர்க்கிறது. குழந்தைகள் பிழைத்திருப்பதற் கான வாய்ப்பு, கல்வி, பாதுகாப்பான குடிநீர் ஆகியவை சராசரியாக எல்லா நாடுகளிலும் பெண்களைவிட ஆண்களுக்கு அதிகமாகக் கிடைக்கிறது. கர்ப்பமாக இருக்கும்போதும், குழந்தை பெறும்போதும் தங்களுடைய பணக் கார அண்டை வீட்டுக்காரர்களைவிட, ஏழைப் பெண்களுக்குக் குழந்தைப் பிறப்புக்கு முன்னும், பிறந்த பின்னும் பராமரிப்புக் குறைவாகக் கிடைப்பதற்கு வாய்ப்புகள் உள்ளன. அவர்களுடைய குழந்தைகள் ஊட்டச்சத்துக் குறையுடன் இருப்பதற்கு வாய்ப்புகள் அதிகம். பல குழந்தைகள் 5 ஆண்டுகளுக்கு மேல் உயிர் வாழாது. அப்படி உயிர் வாழ்ந்தால், அவர்கள் ஆரம்பக் கல்வியை முடிப்பது அரிது. பெரியவர்களான பின் அவர்களுக்கு வேலை கிடைத்தால், அதிக வருவாய்ப் பிரிவினரைவிட மிகக் குறைந்த வருமானமே அவர்களுக்குக் கிடைக்கும். வறுமையும் ஏற்றத்தாழ்வும் ஒன்றைத் தொடர்ந்து மற்றொன்றாகப் பல தலைமுறைகளுக்குப் பரவுகிறது.

சமீபத்திய மக்கள்தொகைக் கணக்கு, சுகாதாரம் குறித்த ஆய்வுகளைப் பயன் படுத்தி எத்தியோப்பியாவில் எவ்வாறு வறுமை, பொருளாதார மற்றும் பிற ஏற்றத்தாழ்வுகளுடன் இணைந்து பாதகமான பொறிகளை உருவாக்கி ஏழை களையும், மிகவும் விளிம்புநிலையில் உள்ளவர்களையும் அதலபாதாளத்துக்குத் தள்ளிவிடுகிறது என்பதை ஆக்ஸ்ஃபாம் கணக்கிட்டிருக்கிறது.

எத்தியோப்பியாவில் பள்ளிக்கு ஒருபோதும் சென்றிராத ஆண்களின் எண் ணிக்கை மூன்றில் ஒரு பங்காக இருந்தபோது பெண்களின் எண்ணிக்கை 50 சதவீதமாக இருக்கிறது. ஆனால், பாலின, பொருளாதார ஏற்றத்தாழ்வுகளைச் சேர்த்து வைத்துப் பார்க்கும்போது படம் 5 காட்டுவதுபோல் இருப்பவர்களுக் கும் இல்லாதவர்களுக்குமான பிளவு அதிகமாகிவிடுகிறது. கிட்டத்தட்ட 70% ஏழைப் பெண்கள் பள்ளிக்குச் செல்வதில்லை. ஆனால், பணக்கார ஆண்களில் வெறும் 14 சதவீதத்தினரே பள்ளிக்குச் செல்வதில்லை.

கிராமப் பகுதிகளில் வசிப்பவர்களின் நிலை எப்போதும் மோசமாகவே இருக்கிறது. படம் 6 காட்டுவதுபோல் நகர்ப்புறங்களில் வசிக்கும் பணக்காரர் களுக்கும் சரி, ஏழைகளுக்கும் சரி, பள்ளி செல்வதற்கு வாய்ப்புகள் அதிகம். அதே வருமானமுள்ள கிராமப்புறத்தில் இருப்பவர்கள் பள்ளிக்குச் செல்லும் சாத்தியக் கூறுகள் குறைவு. பாலினத்தைக் கணக்கில் கொண்டு பார்த்தால் பணக்கார நகர்ப் புறக் குடும்பங்களில் பிறக்கும் ஒரு பெண்ணுக்கு, ஒரு பையனைப்போல் பள்ளி செல்வதற்கான வாய்ப்பு பாதி அளவுதான் இருக்கிறது.

இருப்பவர்களுக்கும் இல்லாதவர்களுக்கும் இடையே இடைவெளியை ஏற் படுத்துவதில் ஜாதி, இனம், இடம், மதம், இனக்குழு போன்ற, பிறப்போடு

படம் 5: பாலின, பொருளாதார ஏற்றத்தாழ்வுகள்: பள்ளிக்குச் செல்லாத எத்தியோப்பியர்களின் சதவீதம்

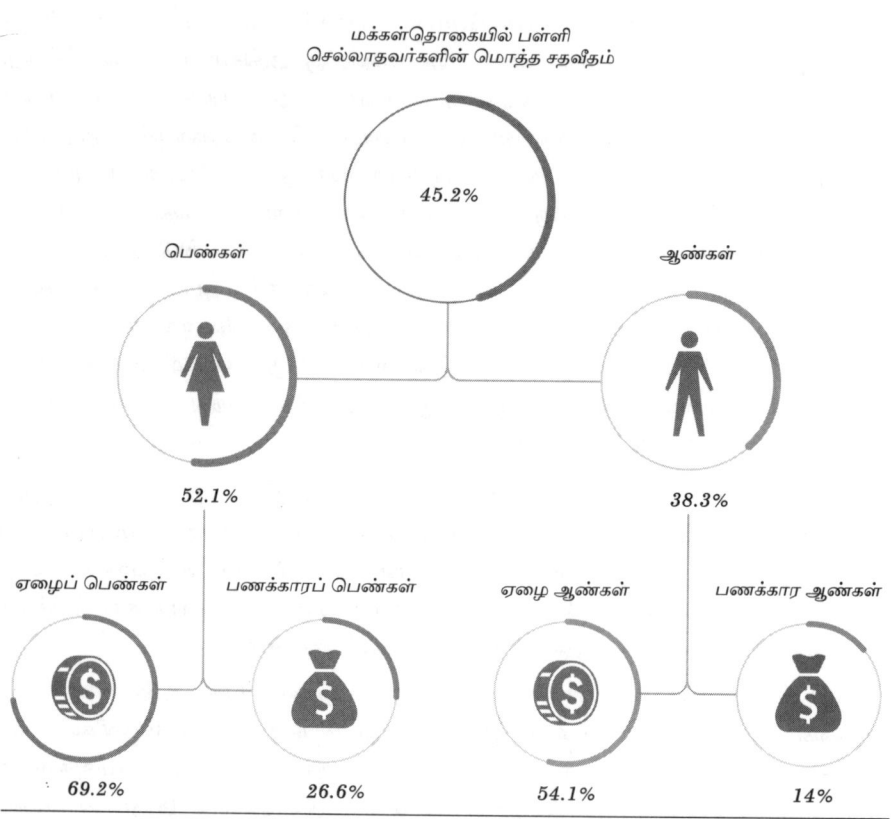

தொடர்புபடுத்தக் கூடிய பிற அடையாளங்கள் முக்கியப் பங்காற்றுகின்றன. மெக்ஸிகோவில், பேறுகாலத்தின்போது ஆதிகுடிப் பெண்களின் இறப்பு விகிதம் தேசிய சராசரியைவிட, பெரும்பாலான ஆப்பிரிக்க நாடுகளில் உள்ளதைப் போல் இருக்கிறது. ஆஸ்திரேலியாவில் வறுமை, வேலையின்மை, தொடர் உடல் நலமின்மை, குறுகிய வாழ்நாள், அதிக சிறைவாசம் போன்றவற்றால் கூடுதலாகப் பாதிக்கபட்ட வசதியற்ற பிரிவினராக டோரஸ் ஸ்ட்ரெய்ட் தீவு மக்கள் இருக்கிறார்கள்.

இத்தகைய பல்வேறு ஏற்றத்தாழ்வுகள் ஒன்றிணைந்துதான் மக்களின் வாய்ப்புகள், வருமானம், செல்வம், சொத்துரிமை ஆகியவற்றை மட்டுமின்றி, அவர்களது ஆயுள் காலத்தையே வரையறுக்கின்றன.

படம் 6: பலவிதமான ஏற்றத்தாழ்வுகள்: பள்ளிக்குச் செல்லாத எத்தியோப்பியர்களின் சதவீதம்

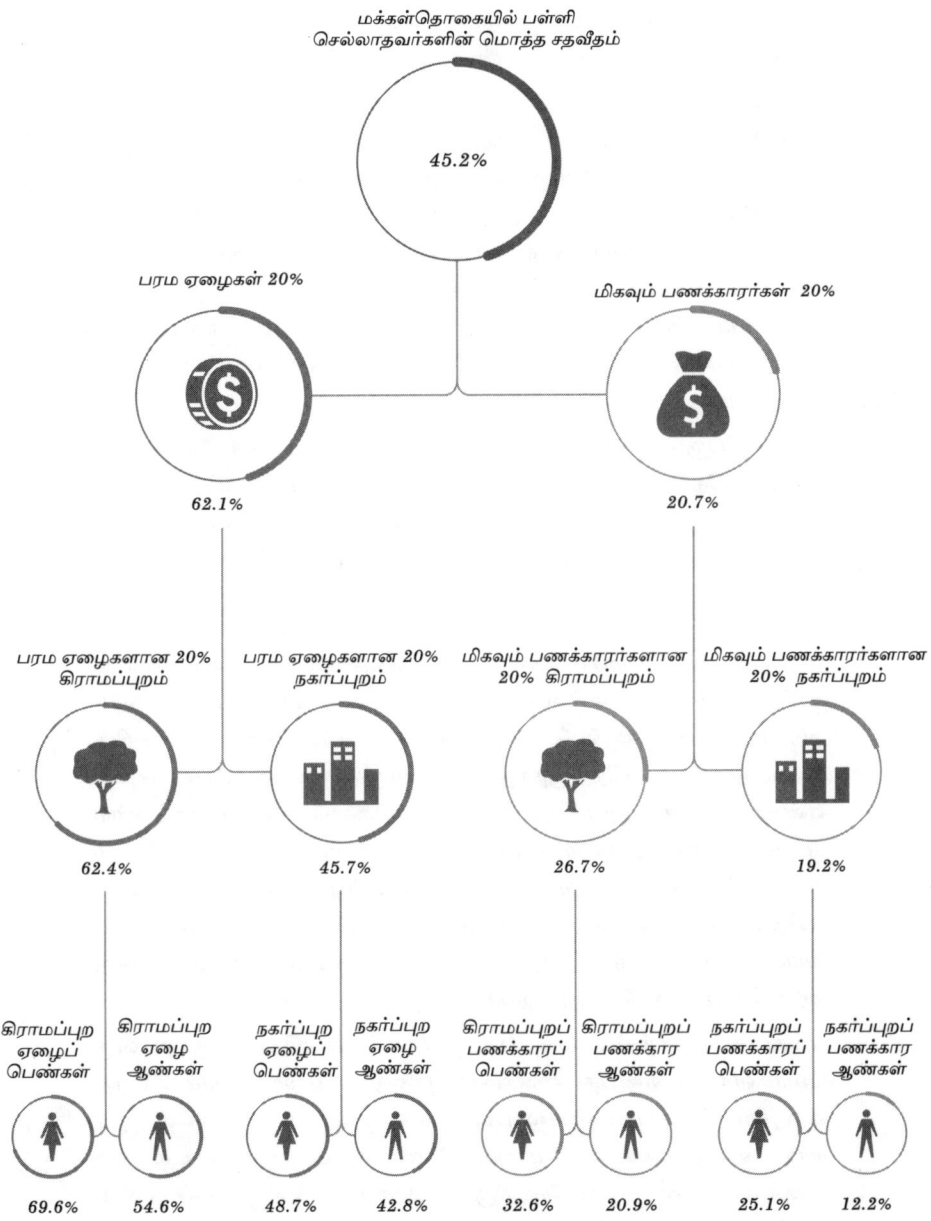

தலைமுறை தலைமுறையாகத் தொடரும் வறுமை என்னும் சாபம்

பொருளாதார ஏற்றத்தாழ்வு வறுமையைக் குறைப்பதிலும் பொருளாதார வளர்ச்சியிலும் எதிர்மறையான தாக்கத்தை ஏற்படுத்துகிறது என்பதற்கும் அப்பால், நம் எல்லோரையும் பாதிக்கக்கூடிய பல்வேறு மோசமான சமூக விளைவுகளுக்கும் காரணமாகிறது என்பது மேலும் தெளிவாகிறது.

வாழ்க்கையில் வெற்றியடைவதற்கு அனைவருக்கும் சமவாய்ப்புக் கொடுக்கப்பட வேண்டும். ஏழையாகப் பிறந்ததாலேயே ஒரு குழந்தை தன் பெற்றோர்களைப் போல மோசமான பொருளாதார நிலைமையை எதிர்கொள்ளக் கூடாது என்பதில் எவருக்கும் மாற்றுக் கருத்து இருக்க முடியாது. சமூக, பொருளாதார ஏணியில் மேலே ஏறுவதற்கான வாய்ப்புகள் சமமாக இருக்க வேண்டும். வேறு விதத்தில் கூறுவதென்றால், சமூகத்தில் உயர்நிலைகளை அடைவதற்கு வாய்ப்புகள் இருக்க வேண்டும். இதுதான் பரவலாக, அமெரிக்காவிலும் உலகம் முழுவதிலும், நிலவும் ஏழை பணக்காரனாகும் கதை; எண்ணற்ற ஹாலிவுட் படங்கள் மூலம் நிலைநிறுத்தப்பட்ட மாயை.

எனினும், பெரும் அளவிலான ஏற்றத்தாழ்வு, சமூக முன்னேற்றத்தை ஏழை நாடுகளிலும், அதேபோல் பணக்கார நாடுகளிலும், குறைத்துவிட்டது. இந்த நாடுகளில் பணக்காரர்களின் இடத்தை அவர்கள் பிள்ளைகள் பிடித்துக்கொள்கிறார்கள், ஏழைகளின் பிள்ளைகள் ஏழைகளின் இடத்தைப் பிடித்துக்கொள்வது போலவே.

என்னுடைய பெற்றோர்கள் படித்திருக்கவில்லை. என்னுடைய தாய் பள்ளிக்குச் செல்லவில்லை. ஐந்தாவது வகுப்புவரை அரசு ஆரம்பப் பள்ளிக்குச் சென்றிருந்த என் தந்தைக்குக் கல்வியின் முக்கியத்துவம் புரிந்திருந்தது. கடினமாக உழைக்கும்படி அவர் என்னை ஊக்குவித்தார். அரசாங்க உயர்நிலைப் பள்ளிவரை சென்ற முதல் நபர் என்னுடைய குடும்பத்திலும், என்னுடைய இனத்திலும் நான்தான். பின்னர் அரசு சாரா அமைப்புகளுக்கான சிறப்புப் பயிற்சி ஒன்றுக்குச் சென்று வெளிநாடுகளில் வளர்ச்சிக்கான கல்வி வாய்ப்பைப் பெறுவதற்கு முன் நான் பல்கலைக்கழகம் சென்று ஆசிரியர் பயிற்சி பெற்றிருந்தேன்.

பல்கலைக்கழகத்தில் 75% பேர் தனியார் பள்ளிகளிலிருந்து வருபவர்கள்தான் என்பது எனக்குப் புரிகிறது. மலாவியைச் சேர்ந்த ஒரு சராசரிக் குடிமகனால் பல்கலைக்கழகத்துக்குச் செல்ல முடியாது. உறுதியாகக் கூற முடியாது என்றாலும், என்னுடைய சூழ்நிலையில் நான் இன்று பிறந்திருந்தால், கிராமத்தில் ஒரு ஏழை விவசாயியாகவே இருந்திருப்பேன் என்று அஞ்சுகிறேன்.

ஜான் மகினா, மலாவியில் ஆக்ஸ்ஃபாமின் இயக்குநர்.

ஏற்றத்தாழ்வு அதிகமாக இருக்கும் நாடுகளில் தாங்கள் பெற்றிருக்கும் அனுகூலங்களை வசதி படைத்த பெற்றோர் தங்கள் குழந்தைகளுக்குக் கையளிப்பது எளிதாக இருக்கிறது. வசதி குறைந்த பெற்றோருக்கு இந்த அனுகூலம் இல்லை. கல்விக்கான செலவு இதற்கு மிகச் சிறந்த உதாரணம். உயர்தரப் பல் கலைக் கழகங்களில் படிப்பதை எளிதாக்கிப் பிறகு நல்ல சம்பளம் தரக்கூடிய வேலைகள் கிடைப்பதற்கு உதவக்கூடிய, மிகவும் செலவு பிடிக்கும் தனியார் பள்ளிகளுக்குப் பணக்காரர்களால் தங்கள் பிள்ளைகளை அனுப்ப முடியும். இந்தப் பெற்றோர்கள் கொண்டிருக்கும் பிற அனுகூலங்களும் சமூக உறவுகளும் இதை மேலும் உறுதிப் படுத்தி, தங்கள் குழந்தைகளுடன் அனுகூலங்களைப் பகிர்ந்துகொள்ள உதவுகின்றன. இவை மேலும் நல்ல வேலை, கல்வி போன்றவை கிடைக்கச் செய்கின்றன. இந்த வகையில் பெரும் பணக்காரர்கள் வாய்ப்புகளை வளைத்துப் போட்டுக்கொள்வதால் பணம் செலுத்த வாய்ப்பில்லாதவர்களுக்கு அந்த வாய்ப்புகள் மறுக்கப்பட்டுவிடுகின்றன.

> **“அமெரிக்கக் கனவுகளை வாழ வேண்டுமென்றால் அமெரிக்கர்கள் டென்மார்க் செல்ல வேண்டும்.”**
> ரிச்சர்டு வில்கின்ஸன்,
> இணை ஆசிரியர், தி ஸ்பிரிட் லெவல்.

பெருகும் ஏற்றத்தாழ்வுக்கும் குறைந்துவரும் சமூக முன்னேற்றத்துக்கும் 21 நாடுகளில் உள்ள எதிர்மறை உறவை படம் 7 விளக்கிக் காட்டுகிறது. குறைவான ஜினி அளவீட்டை உடைய டென்மார்க்கில் வெறும் 15% இளைஞர்களின் வருமானம் அவர்களது பெற்றோர்களின் வருமானத்தால் தீர்மானிக்கப்படுகிறது. மிக அதிக அளவு ஜினி அளவீட்டைக் கொண்ட பெருவில் இது மூன்றில் இரண்டு மடங்காக உயர்ந்திருக்கிறது. அமெரிக்காவில் வருமானம் குறைந்த பெற்றோருக்குப் பிறந்த குழந்தைகளில் பாதிப் பேர் இளைஞர்களாக வளரும்போது குறைந்த வருமானம் உடையவர்களாக இருப்பார்கள்.

பாகிஸ்தானில் சமூக முன்னேற்றம் ஒரு தொலைதூரக் கனவு. மக்கள்தொகையில் மிகவும் ஏழைகளாக இருக்கும் 20 சதவீதத்தில் பிறந்த பையனுக்குப் பெரும் பணக்காரர்களாக இருக்கும் 20 சதவீதத்தை எட்டுவதற்கு 6.5% வாய்ப்பே உள்ளது. இந்தியாவைப் போன்ற நாட்டில் ஜாதி அமைப்பு, அதை மேலும் கடினமாக்குகிறது. காலம்காலமாக ஆழப் பதிந்து மக்களை வேறுபடுத்தும் நடைமுறைகளால் பெண்களுக்கும், விளிம்பு நிலையிலுள்ள இனத்தினருக்கும் சமூக முன்னேற்றம் என்பது பல நாடுகளில் சாத்தியமில்லாமல் ஆகிவிட்டது.

ஏற்றத்தாழ்வைக் குறைக்கும் வகையில் உருவாக்கப்பட்ட கொள்கைகளால் பெற்றோருக்கு மறுக்கப்பட்ட வாய்ப்புகளை அவர்களின் குழந்தைகளுக்குத் தர முடியும். உதாரணமாக, சமூக முன்னேற்றத்துக்கான முக்கியக் கருவியாகக் கல்வி பரவலாகக் கருதப்படுகிறது. அதிகக் கல்வி உடையவர்களுக்கு, பொதுவாக, அதிகச் சம்பளம் தரும் வேலைகள் கிடைக்கின்றன.

நல்ல, தரமான, அரசு வழங்கும் கல்விக்கு அதிகம் செலவிடும் நாடுகள் வேலைக்கான சந்தையில் நியாயமாகப் போட்டியிடும் வாய்ப்பை ஏழை மாணவருக்குத்

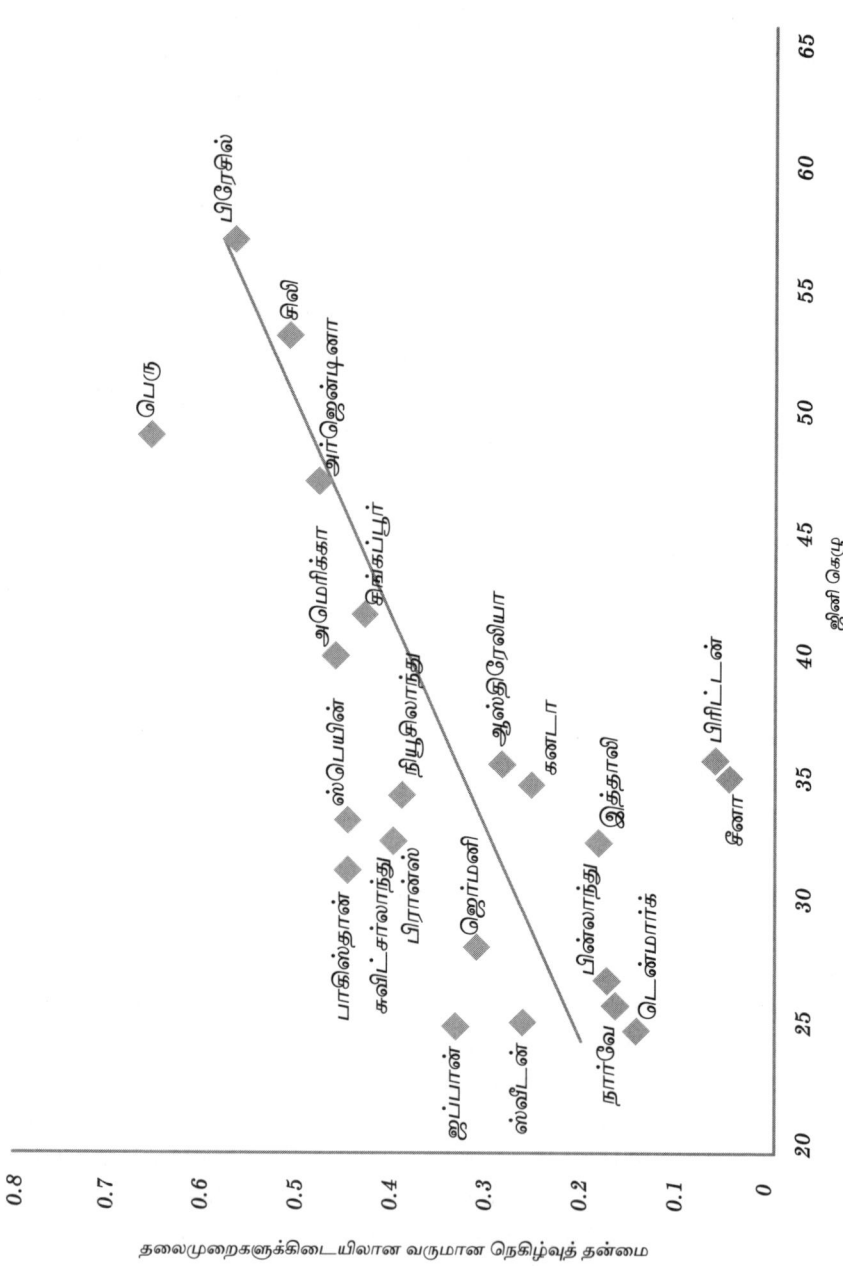

படம் 7: தி கிரேட் கேட்ஸ்பி கோடு: பெற்றோர்களின் வருமானம் பிள்ளைகளின் வருமானத்தைத் தீர்மானிக்கும் அளவு

தரும். அதே வேளையில், பணக்காரப் பெற்றோர்கள் தங்களுடைய குழந்தைகளைத் தனிப்பட்ட முறையில் கல்வி கற்கச் செய்வதற்கான ஊக்கத்தைத் தரமான அரசுக் கல்வி குறைக்கும்.

பெரும் ஏற்றத்தாழ்வு எவருக்கும் நல்லதல்ல; சமூகத்தை அது அச்சுறுத்துகிறது

ஏற்றத்தாழ்வு சமூக நலத்தையும் சமூக ஒற்றுமையையும் மோசமாகப் பாதிக்கிறது என்பதைக் காட்டும் சான்றுகள் பெருகிவருகின்றன. 'ஸ்பிரிட் லெவல்: அதிகச் சமத்துவம் உள்ள சமூகங்கள் ஏன் எப்போதும் நன்றாகச் செயல்படுகின்றன' என்ற தங்களின் புத்தகத்தில் கேட் பிக்கெட்டும் ரிச்சர்டு வில்கின்ஸனும், கூடுதல் சமத்துவமுள்ள நாடுகளோடு ஒப்பிடும்போது வருமான ஏற்றத்தாழ்வு அதிகம் உள்ள நாடுகள் உயர் விகிதத்தில் பல சுகாதார, சமூகப் பிரச்சினைகளை எதிர்கொள்கின்றன என்பதை விளக்குகிறார்கள். குறுகிய ஆயுள், ஆரோக்கியமற்ற, சிரமமான வாழ்க்கை, அதிக அளவு உடல்பருமன், பதின்பருவக் கர்ப்பம், குற்றம் (குறிப்பாக வன்முறை சார்ந்தது), மனநோய், சிறைவாசம், போதைப் பழக்கம் ஆகியவற்றோடு தொடர்புடையது ஏற்றத்தாழ்வு.

> **"ஏற்றத்தாழ்வுதான் எல்லா சமூகத் தீமைகளுக்குமான வேர்."**
>
> போப் பிரான்ஸில்

சமூக அந்தஸ்தில் வேறுபாட்டை ஏற்படுத்துவதால் ஏற்றத்தாழ்வு என்பது மிகவும் நச்சுத்தன்மை கொண்டதாக இருக்கிறது என்று வில்கின்ஸனும் பிக்கெட்டும் விளக்குகிறார்கள். ஏற்றத்தாழ்வு அதிகமானால் சமூகத்தின் படிநிலைகளும், அந்தஸ்தால் கிடைக்கும் அதிகாரமும் அதிக முக்கியத்துவம் பெற்றுவிடுகின்றன; சமூகத்தில் மற்றவர்களோடு தங்களை ஒப்பிட்டுப் பார்த்துக்கொள்ளுமாறு மக்கள் தூண்டப்படுகிறார்கள். தங்களுக்கும் மற்றவர்களுக்குமிடையே பெரிய இடைவெளியைப் பார்க்கும் மக்கள் தாழ்வு மனப்பான்மையையும் அடிமை உணர்வையும் அனுபவிக்கிறார்கள். இத்தகைய உணர்வுகள் பதட்டத்தையும் அவநம்பிக்கையையும், ஒதுக்கப்படும் உணர்வையும் தூண்டி, பல சமூகத் தீமைகளுக்கு இட்டுச்செல்கின்றன. இந்தப் பாதிப்பைச் சமூக ஏணியில் கீழே உள்ளவர்கள் மிகக் கடுமையாக உணர்ந்தாலும் வசதி படைத்தவர்களும் கஷ்டப்பட வேண்டியிருக்கிறது.

ஒரு நாட்டில் பாதிப்பை ஏற்படுத்தும் மிக முக்கியக் காரணி செல்வம் அல்ல, ஏற்றத்தாழ்வுதான் என்று தோன்றுகிறது. மிகுந்த ஏற்றத்தாழ்வுள்ள பணக்கார நாடுகளும் மிகுந்த ஏற்றத்தாழ்வுள்ள ஏழை நாடுகளைப் போன்றே இத்தீமைகளுக்கு ஆளாகின்றன. அதிகச் சமத்துவமுள்ள நாடுகளைவிட ஏற்றத்தாழ்வுள்ள நாடுகளில் இத்தீமைகள் இரண்டு முதல் பத்து மடங்கு பரவலாகக் காணப்படுகின்றன. இத்தகைய அதிக வருமான ஏற்றத்தாழ்வு உள்ளதால் அமெரிக்கா கடுமையாகப் பாதிக்கப்படுகிறது என்பதைப் படம் 8 விளக்குகிறது.

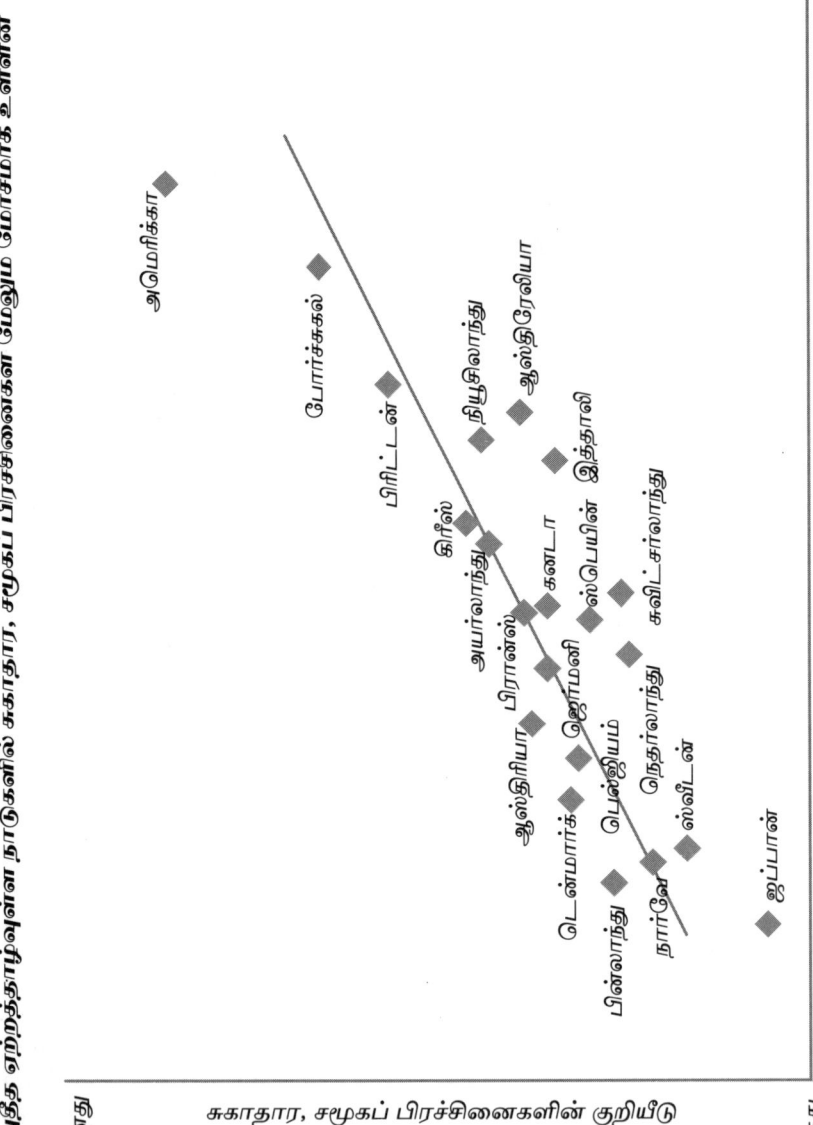

படம் 8: அதீத ஏற்றத்தாழ்வுள்ள நாடுகளில் சுகாதார, சமூகப் பிரச்சினைகள் மேலும் மோசமாக உள்ளன

பணக்காரர்கள் வசதி குறைவானவர்களோடு பகிர்ந்துகொள்ளும் நலன்கள் குறைந்தே காணப்படுவதால், தீவிரப் பொருளாதார ஏற்றத்தாழ்வு வலுவூட்டுகிற சமூகப் பிரச்சினைகள் தாமாகவே நிரந்தரமாகிவிடுகின்றன. தனிப்பட்ட முறையில் தங்களது கல்வியையும் சுகாதாரச் சேவைகளையும் மேல்மட்டத்தினர் விலைகொடுத்து வாங்கும்போது பொது மக்களுக்கு இந்தச் சேவைகள் கிடைக்க வேண்டுமென்பதில் அவர்கள் அக்கறை குறைவாகவே இருக்கிறது. அரசுச் சேவைகளைப் பயன்படுத்துவதில்லை என்பதால் வரி செலுத்துவதில் ஊக்கம் குறைகிறது. ஆகவே, இந்தச் சேவைகளைத் தொடர்ந்து அளிப்பது பாதிப்புக்குள்ளாகிறது. இது சமூக இணக்கத்தை மேலும் சிதைத்துவிடுகிறது.

பணக்காரர்கள் வசதி குறைந்தவர்களிடமிருந்து தங்களைப் பிரித்துக்கொள்ளும் போது பயமும் நம்பிக்கையின்மையும் அதிகமாவதற்குச் சாத்தியமுள்ளது என்பதை உலக அளவிலான ஆய்வுகள் தொடர்ந்து நிரூபித்துவந்துள்ளன. 'மக்களில் பெரும்பாலானோர் நம்பிக்கைக்குரியவர்கள்' என்ற கூற்றோடு உடன்படுகிறீர்களா? என்று பல நாட்டு மக்களிடம் 'உலக மதிப்பீடுகள் ஆய்வு' அவ்வப்போது கேட்கிறது. கிடைத்த பதில்களில் நாடுகளுக்கிடையே பெருத்த வேறுபாடு இருக்கிறது. உயர் அளவுப் பொருளாதார ஏற்றத்தாழ்வுக்கும் நம்பிக்கையின்மைக்கும் நெருங்கிய தொடர்பு காணப்படுகிறது.

ஏற்றத்தாழ்வு வன்முறையைத் தூண்டுகிறது

எடுத்துக்காட்டு:

ஹோண்டுராஸ்: ஏற்றத்தாழ்வும் ஆபத்துகளும்.

ஒரு லட்சத்துக்கு 79 என்ற விகிதத்திலான கொலைகளால் (ஒரு லட்சத்துக்கு ஒன்றுக்கும் குறைவு என்ற ஸ்பெயின் விகிதத்தோடு ஒப்பிடுகிறபோது) ஹோண்டுராஸ் உலகிலேயே மிக ஆபத்தான நாடு என்று பரவலாகக் கருதப்படுகிறது. இங்கு 2009இல் திடீர்ப் புரட்சி நடந்ததிலிருந்து பாதுகாப்பின்மையும் ஏற்றத்தாழ்வும் அதிகரித்துள்ளன. கொலைகள் உட்பட, பெண்களுக்கு எதிராக மிக அதிக அளவு வன்முறைகள் பதிவாகியிருக்கின்றன.

ஹோண்டுராஸின் தலைநகரமான டெகூசிகால்பாவில் 150 பேர் குடியிருக்கிற உயர் அடுக்குப் பாதுகாப்பு வசதியைக்கொண்டிருக்கும் குடியிருப்புப் பகுதியில் 26 வயதான ரெஜினா வசிக்கிறாள்.

'என்னுடைய பெற்றோர்கள் என்னுடைய பாதுகாப்புப் பற்றியும் என்னுடைய சகோதரியின் பாதுகாப்புப் பற்றியும் எப்போதும் கவலைப்படுகிறார்கள். காரில் என்றால் இரவில் வெளியே செல்லலாம். ஆனால் பொதுப் போக்குவரத்து என்றால் பிரச்சினைதான். நான் இரவில் நடந்து போக மாட்டேன். எப்போதும் ஜாக்கிரதையாக இருக்க வேண்டும். உங்களைப் பாதுகாத்துக்கொள்ள வேண்டுமென்

றால் காவலர்களும், பூட்டப்பட்ட நுழைவாயிலும் கொண்ட வளாகத்தில் வீடுகளுக்குள் இருக்க வேண்டும். அதற்கு வசதியில்லை என்றால் நீங்கள் எச்சரிக்கையுடன்தான் இருந்தாக வேண்டும்.'

கார்களை ஓட்டுவதற்குத் தார்ச் சாலைகள் இல்லாத, குழாய்த் தண்ணீர் இல்லாத, தெருவிளக்குகள் இல்லாத டெகூசிகால்பாவின் இன்னொரு பகுதியில் கார்மென் (34) வசிக்கிறார். அவருடைய குடும்பத்தினர் பலரும், நண்பர்கள் பலரும் கொல்லப்பட்டிருக்கின்றனர்; இரண்டு பேர் அவரது வீட்டுக்குள்ளேயே கொல்லப்பட்டிருக்கின்றனர்.

'எங்களைப் பற்றி (அவருடைய பகுதியில் வசிப்பவர்கள்பற்றி) அரசுக்கு எந்த அக்கறையும் இல்லை என்பதால் அரசிடமிருந்து எனக்கும் பாதுகாப்பில்லை என்று உணர்கிறேன். மாறாக, எங்கள் பகுதியை ''கொதிக்கும் பேட்டை'' என்று முத்திரையிட்டு, நாங்கள் வசிக்கும் மோசமான நிலைமைபற்றி அவர்களுக்குத் தெரிந்தாலும் அது பற்றி ஒன்றும் செய்யாமல் எங்களைக் குற்றம்சாட்டுகிறார்கள். என்னுடைய சமூகத்தில் நிகழும் பெண்களுக்கு எதிரான வன்முறையைக் கண்டிக்க முயன்றிருக்கிறேன். ஆனால் ஒவ்வொரு முறையும் தவறான செயல்கள் குறித்து நான் புகார் அளிப்பதற்கு முன் தங்கள் அனுமதியைப் பெற வேண்டும் என்று ரவுடிக் கும்பல்களால் நான் தடுக்கப்படுகிறேன்.'

மேற்கோள்கள் ஆக்ஸ்ஃபாமின் நேர்காணலிலிருந்து (2014) எடுக்கப்பட்டவை.

அதிக அளவிலான வன்முறையை—குடும்பத்துக்குள் நிகழும் வன்முறை உட்பட—குற்றங்கள், குறிப்பாகக் கொலைகள், தாக்குதல்கள் ஆகியவற்றுக்கும் அதிக ஏற்றத்தாழ்வுக்கும் தொடர்பு இருக்கிறது என்று ஆதாரங்கள் காட்டுகின்றன. அதிகச் சமத்துவமுள்ள நாடுகளோடு ஒப்பிடும்போது அதீதப் பொருளாதார ஏற்றத்தாழ்வுள்ள நாடுகளில் கொலைகள் நான்கு மடங்கு அதிகம் நடைபெறுகின்றன. வன்முறையாலும் குற்றங்களாலும் சமூகத்தில் எல்லோரும் பாதிக்கப்பட்டாலும் காவல்துறை, சட்ட அமைப்புகளின் பாதுகாப்பு இன்றி பாதுகாப்பற்ற வீடுகளில் வசிக்கும், தனிப்பட்ட பாதுகாப்புக்கு ஏற்பாடு செய்ய முடியாத ஏழை மக்களே அளவுக்கு மீறி பாதிக்கப்படுகிறார்கள்.

''தொடர்ந்து நிலவும் ஏற்றத்தாழ்வு சமூக, அரசியல் பதற்றத்தை ஏற்படுத்தி, ஆசியப் பகுதிகளில் தற்போது நடப்பதைப் போல குழப்பங்கள் உண்டாக வழிவகுக்கும்.''

ஆசிய வளர்ச்சி வங்கி

லத்தீன் அமெரிக்க நாடுகள் இந்தப் போக்கை அப்பட்டமாக விளக்குகின்றன. கடந்த இருபது ஆண்டுகளாக சமூகம், பொருளாதாரம் போன்றவற்றில் வளர்ச்சி அடைந்திருந்தும், உலகிலேயே மிகவும் ஆபத்தான 50 நகரங்களில் லத்தீன் அமெரிக்கா 41 நகரங்களைப் பெற்றிருக்கிறது; ஒவ்வொரு 18 மணி நேரத்துக்கும் ஒரு பெண் கொலை செய்யப்படும் இடமாக, மிகவும் சமத்துவமற்ற, மிகவும் பாதுகாப்பற்ற பிரதேசமாக இருக்கிறது. அதிர்ச்சியூட்டும் வகையில், 2000இலிருந்து 2010வரை லத்தீன் அமெரிக்காவில் பத்து லட்சம் மக்கள் கொலை செய்யப்பட்டுள்ளனர்.

தாக்குதலுக்கும், வன்முறையுடன் கூடிய சண்டைகள் நிகழும் ஆபத்துகளுக்கும் அதீத ஏற்றத்தாழ்வுடன் நெருங்கிய தொடர்பு ஏற்படுகிறது. உலகில் ஏற்றத்தாழ்வுள்ள பெரும்பாலான நாடுகள் வன்முறைக்கும் பல வீனத்துக்கும் ஆளாகியுள்ளன குறைந்துவந்த அரசு மானியங்களாலும் பொதுத்துறை வேலை வாய்ப்புகளாலும் சில பிரிவினரைவிட மற்ற பிரிவினர் அதிகமாகப் பாதிக்கப்பட்டதால் பெருகிய ஏற்றத்தாழ்வுதான், வேறு பல அரசியல் காரணங்களோடு இணைந்து சிரியாவின் வெளியில் தெரியாத பலவீனத்தை 2011க்கு முன் முடுக்கிவிட்டது. வேறு எந்த ஒரு அம்சத்தையும்விட ஏற்றத்தாழ்வு மட்டுமே முரண்பாட்டுக்குக் காரணமாக இருப்பதில்லை. ஆனால், போராட்டத்தையும் பெரும் வன்முறையையும் உருவாக்கக்கூடிய பல காரணங்களுடன் சேர்ந்து வெடிக்கக்கூடிய கலவையின் ஒரு கூறாக ஏற்றத்தாழ்வு இருக்கிறது என்பது மேலும் தெளிவாகிறது.

> **''ஒரு சமூகத்தின் பெரும் பகுதியினர் ஏழைகளாகவும் கஷ்டத்திலும் இருக்கும்போது அந்தச் சமூகம் நிச்சயமாகச் செழிப்பாகவும் மகிழ்ச்சியாகவும் இருக்க முடியாது. மொத்தச் சமூகத்துக்கும் உணவு, உடை, இருப்பிடத்தை அளிப்பவர்களுக்கு அவர்களே ஓரளவு நன்றாக உண்டு, உடுத்து, வசிக்கக்கூடிய அளவு தங்கள் உழைப்பிலிருந்து தங்களுக்கான பங்கைப் பெறுவதுதான் நியாயமானது.''**
>
> ஆடம் ஸ்மித்

பயத்துடன் வாழ்வது

உலகெங்கிலும் நகரங்களில் மக்கள் தனியே நடந்து போகப் பயப்படுகிறார்கள். போக்குவரத்து சிக்னல்களில் கார்களை நிறுத்துவதற்குப் பயப்படுகிறார்கள். பூங்காக்களுக்கோ, கடற்கரைக்கோ குடும்பத்துடன் செல்லும் சந்தோஷம் அவர்களுக்கு இல்லை. தாங்கள் தாக்கப்படலாம் என்ற பயம்தான் இதற்கெல்லாம் காரணம். இவை முக்கியமான மனித உரிமை மீறல்கள். தனிநபர்கள், சமூகங்களின் அன்றாட வாழ்க்கை நிலைமையை, குறிப்பாகப் பெண்கள், விளிம்புநிலையில் இருக்கும் குழுக்கள் ஆகியோரின் நிலைமையை இவை வெகுவாகப் பாதிக்கின்றன.

வன்முறையாலும் அதே அளவு வன்முறை பற்றிய பயத்தாலும் மக்கள் தங்களைச் சமூகத்தின் மற்ற பகுதிகளிலிருந்து துண்டித்துக்கொள்கிறார்கள் என்

பது பாதுக்காக்கப்பட்ட குடியிருப்புகளில் வசிக்கும் மக்களால் நிரூபணமாகி யிருக்கிறது. ஐக்கிய நாடுகள் வாழ்விடத்தின் இயக்குநர் ஜோன் க்லோஸ் கூறுகிறார்: 'மக்கள் பிரிந்து வாழ்கிறார்கள் என்பதைப் பாதுகாக்கப்பட்ட குடியிருப்புகள் காட்டுகின்றன. பாதுகாக்கப்பட வேண்டும் என்று விரும்புகிறவர்கள் தங்களை நகரத்தின் மற்ற பகுதிகளிலிருந்து வேறுபடுத்திக் காட்டிக்கொள்ளவும், பாதுகாத் துக்கொள்ளவும் விரும்புகிறார்கள்.'

நெருக்கடிகளின்போதும் பேரிடர்களின்போதும் ஏற்றத் தாழ்வு ஏழைகளின் வாழ்க்கையை ஆபத்துக்குள்ளாக்குகிறது

சமூகம் முழுவதும் ஆபத்துகளைச் சமமாகப் பகிர்ந்துகொள்வ தில்லை. மிகவும் ஏழைகளும் விளிம்பு நிலையில் உள்ளவர் களும் நெருக்கடிகளின்போது கூடுதலாகப் பாதிக்கப்பட்டு, மேலும் வறுமைக்குள் தள்ளப்படுகிறார்கள். நெருக்கடி நேரங் களில் எப்போதும் கடுமையாகப் பாதிக்கப்படுபவர்கள் மிகவும் ஏழைகள்தான். ஏனெனில், இவர்கள் தங்கள் வருமானத்தின் கணிசமான பகுதியை அன்றாட உணவுக்குச் செலவிடுவதால் சமூக நலம், பாதுகாப்புத் திட்டங்கள், காப்பீடு, சேமிப்பு போன்ற, அவசரநிலையை எதிர்கொள்ள உதவும் வசதிகளைப் பெற முடிவதில்லை.

தீவிர ஏற்றத்தாழ்வும் அதிகாரமும் தேசிய, சர்வதேசக் கொள்கை கள் பணக்காரர்களுக்குச் சாதகமாக உருவாக உதவி, அவர்களை ஆபத்திலிருந்து காத்து, அந்த ஆபத்தில் ஏழைகளையும் அதிகார மற்றவர்ளையும் தள்ளிவிடுகின்றன. அதிக அளவு பொருளாதார ஏற்றத்தாழ்வுள்ள நாடுகளில் எளிதில் பாதிக்கப்படக்கூடிய மக்கள் அதிக எண்ணிக்கையில் இருக்கிறார்கள்.

உலகில் நிகழும் பேரழிவுகளில் 33% குறைந்த வருமானம் உள்ள நாடுகளிலும் கீழ்-நடுத்தர வருமானம் உள்ள நாடுகளிலும்தான் நிகழ்கின்றன. ஆனால் பேரழிவுச் சாவுகளில் 81% இந்த நாடு களிலேயே நிகழ்வதற்கு நாடுகளுக்கிடையே நிலவும் ஏற்றத் தாழ்வுதான் காரணம்.

சமத்துவத்துக்கான உள்ளுணர்வுகள்

பணக்காரர்களுக்கும் ஏழைகளுக்குமான இடைவெளி அடிப்படையில் அநீதியானது, தார்மீக ரீதியில் தவறானது என்ற கருத்தில் மதம், இலக்கியம், நாட் டாரியல், தத்துவம் ஆகிய அனைத்தும் உலகம் முழுவதும் குறிப்பிடத்தகுந்த அளவில் ஒத்துப்போகின்றன. பல்வேறு பண்பாடுகளிலும் சமூகங்களிலும் நிலவும் இந்தப் பங்கீடு பற்றிய அக்கறை, அடிப்படையிலேயே சமூகங்கள் நியாயத்தையும் சமத்துவத்தையுமே விழைகின்றன என்பதைச் சுட்டிக்காட்டுகிறது.

மிகச் செல்வாக்குள்ள நவீன அரசியல் தத்துவவாதிகளில் ஒருவரான ஜான் ராவ்ஸ் ஒரு சிந்தனைப் பரிசோதனையைப் பரிந்துரைக்கிறார்: ''நாம் ஒரு அறியாமைத் திரைக்குள் இருக்கிறோம் என்றும், பிறப்பிலேயே நமக்குக் கிடைக்கும் பல சமூக ரீதியான, இயற்கையான நல் வாய்ப்புகள்பற்றி நமக்கு எதுவும் தெரியாது என்றும் கற்பனை செய்துகொள்வோம். அப்போது நல்ல சமூகத்துக்கான கோட்பாடுகள் என்று எவற்றை ஒப்புக் கொள்வோம்?'' இந்தப் பரிசோதனையிலிருந்து உருவாகும், மிகவும் ஏற்றுக் கொள்ளக்கூடிய கோட்பாடுகளில் முதலாவது, ''மிகவும் பின்தங்கியவர்களுக்கு அதிகபட்ச நன்மை கிடைக்க வகைசெய்வது.'' இரண்டாவது, ''சமமான, நியாயமான வாய்ப்புகளுடன், எவருக்கும் கிடைக்கும் வகையில் சமூக, பொருளாதார அந்தஸ்தும், பதவிகளும் கிடைக்க ஏதுவாக ஒரு சமூகம் ஏற்றத் தாழ்வுகளைச் சீரமைத்துக்கொள்வது.''

> **''பேரிடர்களுக்கும் ஆபத்துக்கும் ஆளாகும் அபாயத்தை ஏற்றத்தாழ்வு அதிகரிக்கிறது என்பதால் பேரழிவுகளின் அபாயத்தைக் குறைக்கும் நம் திட்டங்களில் ஏற்றத்தாழ்வைக் குறைப்பதற்கான முயற்சிதான் மையமாக இருக்கிறது.''**
>
> மரியா செசிலியா ரோட்ரிகெஸ்,
> பாதுகாப்பு அமைச்சர், அர்ஜென்டினா

கூடுதல் சமத்துவமுள்ள சமூகங்கள் வேண்டும் என்ற அவாவை உலகம் முழுவதும் நடந்த ஆராய்ச்சிகள் உறுதிப்படுத்துகின்றன. சமூகத்தில் பெரும் பணக்காரர்களுக்கும் மற்றவர்களுக்குமான இடைவெளி மிகமிக அதிகமாக இருக்கிறது என்று 6 நாடுகளில் (ஸ்பெயின், பிரேசில், இந்தியா, தென்னாப்பிரிக்கா, இங்கிலாந்து, அமெரிக்கா) ஆக்ஸ்ஃபாம் நடத்திய ஆய்வு கண்டறிந்தது. பிரேசிலில் 80 சதவீதத்தினர் இந்தக் கூற்றை ஒப்புக்கொண்டனர்.

அதேபோல் ''ஏற்றத்தாழ்வைக் குறைப்பது வலுவான சமூகத்துக்கும் பொருளாதாரத்துக்கும் இட்டுச்செல்லும்'' என்ற கூற்றைப் பெருவாரியான மக்கள் ஒப்புக் கொள்கின்றனர்.

ஒரு முன்மாதிரி சொத்துப் பங்கீடு எப்படி இருக்க வேண்டும் என்பது குறித்த பொதுமக்களின் கருத்துகளை ஒப்பிட்டுப்பார்த்த ஆய்வுகளில் மிகப் பெரும்பான்மையான மக்கள் சமத்துவம் நிறைந்த சமூகத்தையே விரும்பினார்கள். இரண்டு பங்கீட்டு விதங்களில் ஒன்றைத் தேர்ந்தெடுக்குமாறு அமெரிக்காவில் கேட்டபோது பதில் கூறியவர்களில் மிகப் பெரும்பான்மையினர் அமெரிக்காவில் இருப்பதைவிட (8%) ஸ்வீடனின் (92%) பங்கீட்டு முறையையே தேர்ந்தெடுத்தனர்.

> **''ஒரு நியாயமற்ற சமூகத்தில் வசதியாக இருப்பதும், கௌரவிக்கப்படுவதும் அவமானம்.''**
>
> கன்ஃபூசியஸ்

வருமானம், செல்வம் ஆகியவற்றில் இன்று காணப்படும் முரண்பாடுகள் சரியான, நியாயமான சமூகம் குறித்த மக்களின் ஆசைகளுக்கும் கற்பனைகளுக்கும் எதிரானது.

1.3 திடீரென்று பெருகிய ஏற்றத்தாழ்வுக்குக் காரணம் என்ன?

பொருளாதார ஏற்றத்தாழ்வு தீவிரமாகவும் அதிகரிப்பதாகவும் இருப்பதுடன் வாழ்க்கையின் பல அம்சங்களைப் பாதிக்கக்கூடியது என்பதும் தெளிவாகிறது. ஆனால் இன்று இந்த அளவு ஏற்றத்தாழ்வுக்குக் காரணம் என்ன?

உலகமயமாதல், தொழில்நுட்பம் ஆகியவை பெருகியதன் துரதிர்ஷ்டவசமான, ஆனால் அவசியமான, ஒரு பக்கவிளைவுதான் ஏற்றத்தாழ்வு என்று பலர் நம்புகிறார்கள். ஆனால், தனிப்பட்ட நாடுகள் எடுக்கும் வெவ்வேறு பாதைகள் இந்தக் கருத்துடன் முரண்படுகின்றன. உலகமயமாகும் உலகின் ஒரு பகுதியாக இருக்கும் போதே பிரேசில் ஏற்றத்தாழ்வைக் குறைத்திருக்கும் வேளையில், இந்தியாவில் அது அதிவேகமாக வளர்ந்திருக்கிறது. பெருகும் பொருளாதார ஏற்றத்தாழ்வு அடிப்படைப் பொருளாதாரச் சக்திகளின் தவிர்க்க முடியாத விளைவு அல்ல—அது தெரிந்தே உருவாக்கப்படும் பொருளாதார, அரசியல் கொள்கைளின் விளைவு.

> **“எந்தப் புரட்சியும் தன் குழந்தைகளை விழுங்கிவிடுவதைப் போல முதலாளித்துவத்தின் நீண்ட கால வளர்ச்சிக்கு அத்தியாவசியமான சமூக மூலதனத்தைக் கட்டுப்பாடற்ற சந்தை அடிப்படைவாதம் விழுங்கிவிடும். எல்லாச் சித்தாந்தங்களும் அதீத எல்லைகளுக்குப் போகக் கூடியவைதான். சந்தையின் சக்தி, அடிப்படை நம்பிக்கையாக ஆகிவிடும்போது, முதலாளித்துவம்தான் மிதமாகச் செயல்பட வேண்டும் என்ற உணர்வை இழந்துவிடுகிறது. மிகச் சிறிய கட்டுப்பாடுகள், அவ்வப்போது திடீரென்று தோன்றி மறையும் போக்குகளை அடையாளம் காண முடியாது என்ற எண்ணம், சந்தைகள் தாமாகவே சரியாகிவிடும் என்ற நம்பிக்கை; இவ்வாறான சந்தை அடிப்படைவாதமே பொருளாதார நெருக்கடிக்கும், அதனுடன் தொடர்புடைய சமூக மூலதனம் அரிக்கப்படுவதற்கும் நேரடியான காரணங்களாக இருந்தன.’’**
>
> மார்க் கார்னி, ஆளுநர்,
> பேங்க் ஆஃப் இங்கிலாந்து

இந்த அத்தியாயம் இன்று நாம் காணும் தீவிர அரசியல், பொருளாதார ஏற்றத்தாழ்வின் இரு நீண்ட காலக் காரணிகளை விளக்குகிறது. முதலாவது ‘சந்தை அடிப்படைவாதம்’ என்று அறியப்பட்ட, அதிகரிக்கும் முதலாளித்துவத்தின் இன்னொரு வடிவம். இரண்டாவது, பொருளாதாரத்தில் மேல்தட்டில் இருப்பவர்கள் அரசின் கொள்கைகள், பொது விவாதங்கள் போன்றவற்றைத் தங்களுக்குச் சாதகமாகப் பயன்படுத்தும் வகையில் அதிகாரம், செல்வாக்கு போன்றவற்றைக் கைப்பற்றுவது. இது பெரும்பான்மையினர் பயனடைவதற்குப் பதிலாக, ஒருசிலரே அவற்றின் பலனை அனுபவித்து, ஏற்றத்தாழ்வு மேலும் அதிகரிக்க வழிவகுக்கிறது. இந்த இரண்டு காரணிகளும் ஒன்று சேர்ந்து ஒரு ஆபத்தான கலவையாக உருவாகிப் பொருளாதார ஏற்றத்தாழ்வை மிகவும் அதிகரிக்கச் செய்கின்றன.

சந்தை அடிப்படைவாதம்: இன்றைய ஏற்றத்தாழ்வுக்கான ஒரு வாய்பாடு

சரியான கட்டுப்பாடுகளுடன் சமத்துவத்தையும், செழிப்பையும் உருவாக்கக் கூடிய சக்தியாக முதலாளித்துவம் இருக்க முடியும். முதலில் ஐரோப்பாவிலும்,

வடஅமெரிக்காவிலும் பிறகு ஜப்பான், தென்கொரியா மற்றும் பிற கிழக்காசிய நாடுகளிலும் கடந்த 300 ஆண்டுகளாக அவற்றின் அரசுகள் பல கோடிக்கணக் கான மக்களுக்கு ஒரு கௌரவமான வாழ்கையைத் ஏற்படுத்தித் தர சந்தைப் பொருளாதாரத்தைப் பயன்படுத்தியிருக்கின்றன.

எனினும், தன் போக்கில் விடப்பட்ட முதலாளித்துவம் அதீதப் பொருளாதார ஏற்றத்தாழ்வுக்குக் காரணமாகிவிடும். ஏற்றத்தாழ்வைப் பெருக்கிச் செல்வத்தை மிகச் சிலரின் கைகளில் குவியச்செய்யும் தன்மை சந்தைப் பொருளாதாரத்தில் இருக்கிறது என்று '21ஆம் நூற்றாண்டில் முதலாளித்துவம்' என்ற தன்னுடைய முக்கியமான புத்தகத்தில் அண் மையில் தாமஸ் பிக்கெட்டி விளக்கியிருக்கிறார். சந்தைமீது கட்டுப்பாடுகளை விதிப்பதன் மூல மும், வரிவிதிப்பின் மூலமும் இந்தக் குறையை நீக்க அரசுகள் நடவடிக்கை எடுக்க முடியும்.

> **"சந்தை அடிப்படைவாதத்தின் குறைகளில் ஒன்று, அது வருமானப் பகிர்விலோ அல்லது ஒரு நல்ல, நியாயமான சமூகம் என்ற கருத்திலோ கவனம் செலுத்துவதில்லை என்பதுதான்."**
>
> ஜோசஃப் ஸ்டிக்லிட்ஸ்

இருபதாம் நூற்றாண்டின் பெரும் பகுதி யில் பணக்காரச் சமூகங்களில் உழைக்கும் மக்களின் வலுவான அமைப்புகள், வரிவிதிப்பு, கட்டுப்பாடுகள், சமூகநலனுக்காக அரசு செலவிடுதல் போன்றவற் றின் மூலம் ஏற்றத்தாழ்வை ஏற்கத்தக்க அளவில் வைத்திருக்க இயலும் என்ற கருத்தை மேல்தட்டினர் ஏற்றுக்கொள்ளக் காரணமாக இருந்தன.

ஆனால் சமீபத்திய பத்தாண்டுகளில் 'சந்தை அடிப்படைவாதம்' என்று ஜார்ஜ் சாரோஸ் பெயரிட்ட அணுகுமுறை ஆதிக்கம் செலுத்தும் பொருளாதாரச் சிந்தனை இதற்கு எதிரான போக்கை வலியுறுத்துகிறது: அதாவது, சந்தைகளை அவற்றின் போக்கில் விட்டுவிட்டால் நீடித்த பொருளாதார வளர்ச்சி ஏற்படும். இந்த அணுகுமுறை மீதான நம்பிக்கைதான் 1980இலிருந்து வருமானம், செல்வம் ஆகியவற்றில் பெரும் ஏற்றத்தாழ்வுகள் ஏற்படக் காரணமாக இருந்திருக்கிறது.

ஆரோக்கியமான சந்தைகள் மோசமடையும்போது: தாராளமயமாதலும் கட்டுப்பாடுகளைத் தளர்த்துவதும்

சந்தை அடிப்படைவாதம் ஏற்றத்தாழ்வை இரண்டு விதங்களில் அதிகரிக் கிறது: தற்போதைய சந்தைகளை மேலும் கட்டுப்பாடற்றவையாக்கிச் செல்வம் குவிவதற்குக் காரணமாகிறது. வாழ்க்கையின் பல அம்சங்களிலும் செல்வ ஏற்றத் தாழ்வு வெளித்தெரியும் வகையில், மனிதச் செயல்பாடுகள் பலவற்றிலும் சந்தை இயக்கத்தை விரிவாக்குகிறது.

உலகம் முழுவதற்குமான ஒரே பொருளாதார மருந்து

1980களிலும் 1990களிலும் உலக நாடுகளில், அரசுகளின் கடன் அதிகரித்த தால், கடன் கொடுத்தவர்கள் (முக்கியமாக பன்னாட்டு நிதியமும் உலக வங்கி யும்) கட்டுப்பாடுகளை நீக்குதல், தனியார்மயமாக்குதல், நிதி, வர்த்தகக் கட்டுப்

பாடுகளைத் தளர்த்தல் ஆகியவற்றை விதித்ததோடு, அரசுச் செலவினங்களை வேகமாகக் குறைத்தல், விலைவாசிகளைக் கட்டுப்படுத்துவதை நிறுத்துதல், கிராமப்புற மக்களுக்கு ஆதரவாக இருப்பதை நிறுத்துதல் முதலிய நடவடிக்கை களை மேற்கொள்ள அரசுகளை நிர்ப்பந்தித்தன. பெரிய நிறுவனங்களுக்கும் பணக்காரர்களுக்கும் வரிகள் தாராளமாகக் குறைக்கப்பட்டன. தொழிலாளர் உரிமைகள் பலவீனப்படுத்தப்பட்டன; அதே வேளையில் பேறுகால விடுப்பு, சங் கம் அமைப்பதற்கான உரிமை போன்ற தொழிலாளர்களைப் பாதுகாக்கும் விதி கள் ஒழிக்கப்பட்டன. அதேபோல் ஏகபோகத் தனியுரிமைகளைத் தடுத்து நுகர் வோரைப் பாதுகாப்பதற்காக இருந்த நிதிச் சட்டங்களும் நீக்கப்பட்டன.

கிழக்காசியாவில் 1990களில் தொடங்கிய தாராளமயமாக்கலும், அதைத் தொடர்ந்து 1997இல் ஏற்பட்ட நிதி நெருக்கடியும்தான் பன்னாட்டு நிதியத் தால் திணிக்கப்பட்ட பொதுத்துறைச் சீரமைப்புகளுக்கு வழிவகுத்தன. அவை ‘அமைப்பு ரீதியாகச் சரிசெய்யும் திட்டங்கள்’ என்று அழைக்கப்பட்டன. தாய் லாந்து, தென்கொரியா மற்றும் இந்தோனேசியா போன்ற பல நாடுகளில் இத் திட்டம் அமல்படுத்தப்பட்டு, பொருளாதார ஏற்றத்தாழ்வு அதிகரித்தது. இந் தோனேசியாவில் ஒரு நாளைக்கு இரண்டு டாலர்களுக்குக் குறைவான வருமா னத்தில் வாழ்ந்தவர்களின் எண்ணிக்கை 1996இல் 10 கோடியிலிருந்து 1999இல் 13.50 கோடியாக அதிகரித்தது. 1999இலிருந்து ஏற்றத்தாழ்வு கிட்டத்தட்ட நான் கில் ஒரு பங்கு அதிகரித்திருக்கிறது.

கட்டமைப்பில் சிறுசிறு மாற்றங்கள் செய்யும் திட்டங்களின் மூலம் வேகமாகத் தாராளமயமாக்கப்பட்ட சந்தை, ஆப்பிரிக்கா முழுவதும் பல நாடுகளில் வறுமை, பசி, ஏற்றத்தாழ்வு போன்றவற்றை அதிகரித்தது. 1996க்கும் 2001க்கும் இடையே வறுமைக்கோட்டுக்குக் கீழே வசித்த ஜாம்பியா நாட்டவரின் எண்ணிக்கை 69 சதவீதத்திலிருந்து 86 சதவீதமாக உயர்ந்தது. இதே காலப் பகுதியில் மலாவியில் இந்த எண்ணிக்கை 60 சதவீதத்திலிருந்து 65 சதவீதமாக உயர்ந்தது. டான்சானி யாவில் ஏற்றத்தாழ்வு 28% அதிகரித்தது. 1990-92களோடு ஒப்பிடும்போது 2013 வாக்கில் இந்தக் கண்டம் முழுவதிலும் கூடுதலாக 50% மக்கள் குறைவான ஊட்டம் பெற்றிருந்தார்கள்.

முன்னாள் கிழக்கு ஐரோப்பிய கம்யூனிச நாடுகளில் 1989-91இல் ஏற்பட்ட கம்யூனிசத்தின் வீழ்ச்சி தாராளமயமாக்கலுக்கும் கட்டுப்பாடுகளை அகற்றுவதை மையப்படுத்திய பொருளாதாரச் சீரமைப்புகளுக்கும் இட்டுச்சென்றது. இதன் விளைவாக வறுமையும் ஏற்றத்தாழ்வும் குறிப்பிடத்தக்க அளவு அதிகரித்தன. 1991இலிருந்து 20 வருடங்களில் ரஷ்யாவில் ஜினி கெழு கிட்டத்தட்ட இரண்டு மடங்கு அதிகரித்துவிட்டது. மக்கள்தொகையில் மிகப் பணக்காரர்களான 10 சதவீதத்தினரின் வருமானம் மிக ஏழைகளான 10 சதவீதத்தினரின் வருமானத்தை விட 17 மடங்கு அதிகமாக இருக்கிறது. இது 1980களில் இருந்ததைப் போல் நான்கு மடங்கு அதிகமாகும். பெரும் பணக்காரர்களான 1 சதவீதத்தினர் ரஷ் யாவின் தேசியச் செல்வத்தில் 71 சதவீதத்தை இப்போது வைத்திருக்கிறார்கள்—

1990களின் வெளிப்படையற்ற தனியார்மயமாக்கும் நடவடிக்கைகளால் பெரும் பயனடைந்தவர்கள் இவர்கள்தான்.

ஹங்கேரி, செக் குடியரசு போன்ற மத்தியக் கிழக்கு ஐரோப்பிய நாடுகளில் சந்தையைக் கட்டுப்படுத்தி, அதிகரித்த வறுமைக்கு எதிராகச் செயல்படுவதில் அதன் அரசுகள் முக்கியப் பங்கு வகித்ததால் அங்கு வறுமையும் ஏற்றத்தாழ்வும் அதிகரிப்பது குறைவாகவே இருந்தது.

> **ஒரு எடுத்துக்காட்டு:**
>
> **ரஷ்யாவில் ஏற்றத்தாழ்வு**
>
> வாஸிலியும் அவர் மனைவியும் ரஷ்ய நகரமான விஷ்னிவொலொ செக்கில் இருந்த விஷ்னெவோலோட்ஸ்கி ஐவுளி ஆலையில் முன்பு வேலைபார்த்தனர். ஆனால் 2002இல் அது மூடப்பட்டு இப்போது அந்தக் கட்டடம் பாழடைந்து கிடக்கிறது. வாஸ்லியின் குடும்பம் அந்த ஆலைக்குக் கண்ணுக்கெட்டும் தூரத்தில்தான் வசிக்கிறது. தனியார்மயத்தை மீறிச் செயல்பட முடியாமல் போகும்வரை, அந்த ஆலை சுற்றுப்பகுதிகளிலிருந்த ஆயிரக்கணக்கான தொழிலாளர்களுக்கு வேலையளித்துவந்தது.
>
> 'சுமார் 3000 பேர் வேலையிழந்தனர். அங்கு மூன்றாவது தளத்தில் என்னுடைய மனைவி பணிபுரிந்துவந்தாள். அது ஒரு துயரமான காலம். இங்குள்ள அனைவரும் வேலை இழந்தனர். நாங்கள் இந்த மாற்றங்களுக்குப் பலியானவர்கள். எங்கள் நிலைமைபற்றி யாராவது கவலைப்படுவார்கள் என்று எண்ணினோம். யாரும் எங்களுக்காகக் கவலைப்படவில்லை, யாரும் எங்களுக்கு உதவிசெய்யவில்லை. மாஸ்கோவில் அவர்கள் பணக்காரர்களாகிக்கொண்டிருந்தார்கள், ஆனால், இங்கு என்ன நடந்துகொண்டிருக்கிறது என்பதுபற்றி அரசாங்கம் கண்டுகொள்ளவில்லை. எல்லோரும் சொந்த வியாபாரம் தொடங்க முயன்றுகொண்டிருந்தார்கள். எந்த வேலையும் கிடைக்கவில்லை.
>
> 'தொழிற்சாலை மூடப்பட்டபோது அடுக்குமாடிக் குடியிருப்புக் காகக் காத்திருந்தவர்கள் பட்டியலில் என்னுடைய மனைவி எட்டாவதாக இருந்தாள். அவள் பல ஆண்டுகளாகக் காத்திருந்தாள். எல்லாம் அடித்துச்செல்லப்பட்டுவிட்டன. சம்பளம்கூட இல்லை. உண்மையில் அவர்கள் ஒவ்வொருவருக்கும் 100 ரூபிள்கள்தான் தரப்பட்டது. வெட்கக்கேடு!'

1980களில் வரலாற்று ரீதியாக அதிக வறுமையும் அதிகச் செல்வமும் அருகருகே இருந்த லத்தீன் அமெரிக்காவில் கட்டமைப்புச் சீரமைப்புத் திட்டங்கள் கடன் நிவாரணத்துக்காக நிபந்தனையாக்கப்பட்ட காலத்தில், ஏற்றத்தாழ்வு குறிப்பிடத்

தக்க அளவு மோசமானது. அரசின் பொதுச் செலவினங்களை உலகிலேயே மிகக் குறைந்த அளவில், மொத்த தேசிய உற்பத்தியில் வெறும் 20 சதவீதமாகக் குறைத்து, தொழிலாளர் உரிமைகள், தகுந்த ஊதியங்கள், பொதுத்துறைச் சேவைகள் ஆகியவற்றை ஒன்றுமில்லாமல் ஆக்கிவிட்டன.

2000 வாக்கில் லத்தீன் அமெரிக்காவில் பல நாடுகளில் முந்தைய 20 ஆண்டுகளைவிட வருமான ஏற்றத்தாழ்வு அதிகரித்து, எப்போதுமில்லாத அளவை எட்டியது: இந்தப் பகுதியில் உருகுவே தவிர மற்ற எல்லா நாடுகளிலும் மிக ஏழையான 40 சதவீதத்தினரின் வருமானம் தேங்கி நின்றபோது அல்லது குறைந்தபோது மிகப் பணக்காரர்களான 10 சதவீதத்தினரின் வருமானம் அதிகரித்தது. இது வாழ்க்கைத் தரத்தைப் பெரிதும் பாதித்து, வறுமையில் வாடும் ஆண், பெண்களின் எண்ணிக்கை குறிப்பிடத்தக்க அளவு அதிகரிக்கக் காரணமாக இருந்தது. இந்தக் காலப் பகுதியில் பணக்காரர்களுக்குச் சாதகமாக மறுவிநியோகம் இருந்ததுதான் வறுமை அதிகரித்தற்குக் காரணம் என்று மதிப்பிடப்பட்டுள்ளது.

உலகிலேயே மிக அதிக ஏற்றத்தாழ்வுள்ள பகுதியாக லத்தீன் அமெரிக்கா இருந்தாலும், பல நாடுகளில் கடந்த 10 ஆண்டுகளில் ஏற்றத்தாழ்வு குறையத் தொடங்கியிருக்கிறது. இதற்குக் காரணம், அமைப்பு ரீதியான மாற்றங்களைக் கொண்ட பொருளாதார மாதிரிக்கு ஆதரவான கொள்கைகளிலிருந்து விலகி அரசுகள் தொடர்ந்து செயல்பட்டதுதான். ('ஏற்றத்தாழ்வைப் பற்றிய கட்டுக்கதைகளை உடைப்பது' என்ற பகுதியில் இது விவாதிக்கப்படுகிறது.)

சந்தை அடிப்படைவாதத்தால் பெண்கள் கடுமையாக பாதிக்கப்படுகிறார்கள்

பொருளாதாரத்தின் சில துறைகளில் பெண்கள் அதிகமிருப்பதாலும், ஒரு துறையிலிருந்தோ, பணிகளிலிருந்தோ மாறுவதற்கான வாய்ப்புகள் அவர்களுக்குக் குறைவாக இருப்பதாலும், பொருளாதாரத்தில் ஊதியமில்லாமல் பிறரைக் கவனித்துக்கொள்ளும் பொறுப்புகளில் அவர்களுடைய பங்கு அதிகம் இருப்பதாலும் வேலைச் சந்தையில் பெண்களின் நிலை மோசமடைவது சந்தைத் தொடர்புடைய செயல்பாடுகளுடனும், கட்டமைப்புச் சீரமைப்பு நடவடிக்கைகளுடனும் தொடர்புடையதாக இருக்கிறது. பாலினப் பாகுபாடும், சந்தை அடிப்படைவாதம் கோரும் குறைந்த கட்டுப்பாடுகளும் சேர்ந்து வளர்ச்சி, செழிப்பு ஆகியவற்றின் பலன்களைப் பொருளாதார ரீதியில் பெறுவதற்கான வாய்ப்புகளைப் பெண்களுக்கு—குறிப்பாக ஏழைப் பெண்களுக்கு—வெகுவாகக் குறைத்துவிட்டன. பெண்கள் நிச்சயமில்லாத வேலைகளில் இருக்கிறார்கள். ஆண்களைவிடக் குறைவாகச் சம்பாதிக்கிறார்கள். பிறரைக் கவனித்துக்கொள்ளும், சம்பளமில்லாத வேலைகளில் பெரும் பகுதியை அவர்களே ஏற்றுக்கொண்டிருக்கிறார்கள்.

விவசாயத் துறையில் கடன் வசதி, உரத்துக்கான மானியம் போன்றவற்றை அகற்றும் தாராளமய நடவடிக்கைகள் எல்லா ஏழை விவசாயிகளையும் பாதிக்

கின்றன. ஆனால், பல ஏழை நாடுகளில் விவசாயம் செய்வது பெரும்பாலும் பெண்கள்தான். பெண்களுக்கு மிகவும் பயனுள்ளதாக இருந்த சம்பளத்துடனான பிரசவ விடுப்பு, விடுமுறை போன்ற பல தொழிலாளர் நலச் சட்டங்கள் சந்தை அடிப்படைவாதத்தால் குறைக்கப்பட்டது அல்லது அகற்றப்பட்டது பெண்களை மிகக் கடுமையாகப் பாதிக்கிறது.

சுகாதாரம், கல்வி போன்ற அரசுச் சேவைகளால் குழந்தைகளுடன் பெண்களும் மிக அதிகமாகப் பயனடைகிறார்கள். கல்வியைப் பொறுத்தவரை, கட்டணங்கள் விதிக்கப்படும்போது, பள்ளியிலிருந்து முதலில் நிறுத்தப்படுவது பெண்கள்தான். சுகாதாரச் சேவைகள் குறைக்கப்படும்போது, பொது மருத்துவமனைகளிலும் சுகாதார நிலையங்களிலும் முன்னர் தங்கள் குடும்பத்தினருக்கு அளிக்கப்பட்ட சுகாதாரச் சேவையை அவர்களுக்கு அளிப்பதும் பெண்கள்தான். அதேபோல் பெரும்பாலும் பெண்கள்தான் பெரும் எண்ணிக்கையில் ஆசிரியர்களாக, செவிலியர்களாக, பிற அரசுச் சேவைப் பணியாளர்களாக இருக்கின்றனர். இந்த வேலைகளுக்கான அரசு உதவி குறைக்கப்படும்போது ஆண்களை விடப் பெண்களே அதிகமும் வேலை இழக்கிறார்கள்.

ஒரு பிடிவாதமான உலகப் பார்வை

சந்தை அடிப்படைவாதம் உண்மையில் முதலாளித்துவத்தின் ஒரு தீவிரமான வடிவம் என்றாலும், அது இன்று உலகின் சமூக, அரசியல், பொருளாதார நிறுவனங்களுக்குள் ஊடுருவியிருக்கிறது. மிகையான சந்தை அடிப்படைவாதத்தின் தோல்வியை உலகளாவிய பொருளாதார நெருக்கடியும் அதைத் தொடர்ந்த பொருளாதாரப் பின்னடைவும் சுட்டிக்காட்டின. எனினும், பல இடங்களில் தாராளமயமாதலும் கட்டுப்பாடுகளைத் தளர்த்துவதும், சந்தைச் சக்திகளை அதிகம் ஈடுபடுத்துவதும் வலுப்பட்டிருக்கின்றன. வேறு எங்கேயும் காணப்படுவதை விட ஐரோப்பாவில் இது நிதர்சனமாகத் தெரிகிறது. தவித்துக்கொண்டிருக்கும் அரசுகளின் பொருளாதாரத்தை மீட்பதற்குச் சந்தை அடிப்படைவாதம் கூறும் முழு மூச்சிலான சீரமைப்புகளை மூவர் குழு—ஐரோப்பிய கமிஷன், ஐரோப்பிய மத்திய வங்கி, பன்னாட்டு நிதியம்—முன்நிபந்தனையாக வைத்தது. உதாரணமாக, கிரீஸில் தொழிலாளர்கள் வாரத்துக்கு ஆறு நாட்கள் வேலைசெய்ய வேண்டும் என்ற கட்டாய நிபந்தனையும் இதில் அடங்கும்.

ஏற்றத்தாழ்வோடு தொடர்புபடுத்தக்கூடிய இரண்டு விஷயங்களோடுதான் பிடிவாதமான இந்த உலகப் பார்வையைத் தொடர்புபடுத்த முடியும்: அவை, ஆதிக்கம் செலுத்தும் கோட்பாடுகளும் மேல்தட்டினரின் சுயநல அக்கறைகளும்.

சாமான்ய மக்களைவிட ஆதிக்கம் செலுத்தும் மேல்தட்டினரே எல்லா அம்சங்களிலும் கொள்கை ரீதியாகச் சந்தை அடிப்படைவாதத்தை ஆதரிப்பவர்கள். குறிப்பாக, பொருளியலாளர்களிடம் இந்தப் பார்வை வலுவாக இருக்கிறது; கடந்த முப்பது ஆண்டுகளில் இந்த வகையான பொருளாதாரம்தான் பொதுச் சிந்தனையில் ஆதிக்கம் செலுத்திவருகிறது. மேல்தட்டினரிடம் செல்வம் குவிவதற்

குக் காரணமாக இருப்பதால் சந்தை அடிப்படைவாதம் அவர்களது சொந்த அக்கறை சார்ந்தது. எனவே, அடுத்த பகுதி காட்டுவதுபோல் தங்களுடைய சந்தை அடிப்படைவாத அணுகுமுறையைத் தொடர்ந்து மேலெடுத்துச் செல்வதற்காக, மேல்தட்டினர் பொதுவிவாதத்தையும் அரசியலையும் கைப்பற்றத் தங்கள் அதிகாரத்தையும் செல்வாக்கையும் நன்றாகப் பயன்படுத்திக்கொள்கின்றனர்.

மேல்தட்டினர் அதிகாரத்தையும் அரசியலையும் கைப்பற்றுவது ஏற்றத் தாழ்வை அதிகரித்திருக்கிறது

மொத்தச் சமூகத்தின் நலனைவிடத் தங்கள் குறுகிய நலன்களைப் பிரதிபலிக்கும் விளைவுகளை உறுதியாகப் பெறுவதற்கு, அரசியல், கொள்கைகளை வகுத்தல், பொது நிறுவனங்கள், பொது விவாதங்கள் ஆகியவற்றின் மீது மேல்தட்டினர் அதிகமாக ஆதிக்கம் செலுத்துவது வேகமாகப் பெருகும் பொருளாதார ஏற்றத்தாழ்வுக்கு இரண்டாவது காரணமாகும். இதனால் அரசுகள் தங்களது குடிமக்களை ஏமாற்றிவிடும் நிலை ஏற்பட்டுவிடுகிறது—அமெரிக்காவில் பொருளாதாரக் கட்டுப்பாடுகளை விதிப்பதிலோ அல்லது பாகிஸ்தானில் வரிவிதிப்பதிலோ காணப்படுவது போல்.

செல்வம், அரசியல் செல்வாக்கு, பாலினம், இனக்குழு, சாதி, வாழும் பிரதேசம், வர்க்கம், பிற சமூக அடையாளங்கள் ஆகியவற்றின் அடிப்படையில் சமூக, பொருளாதார, அரசியல் அடுக்குகளில் உயர்ந்த இடங்களில் இருப்பவர்கள் மேல்தட்டினர்தான். சமூகத்தில் அவர்கள் மிகவும் வசதியானவர்களாக இருக்கலாம்; பெருவணிகம், அரசியல் போன்றவற்றில் செல்வாக்கு நிறைந்தவர்களாக, அவர்கள் தனிநபர்களாகவோ அல்லது குழுக்களாகவோ இருக்கலாம்.

பொருளாதாரத்தில் மேல்தட்டில் இருப்பவர்கள் தங்கள் செல்வம் மேலும் அதிகமாகக் குவியும் வகையில் அரசின் கொள்கைகள், அரசின் முடிவுகள், பொது விவாதங்கள் ஆகியவற்றில் செல்வாக்கு செலுத்துவதற்காகத் தங்கள் பணத்தையும் அதிகாரத்தையும் பயன்படுத்துகின்றனர். மிகவும் வசதியானவர்களும் அதிகாரமிக்கவர்களும் தங்கள் செல்வாக்கையும் உயர்நிலையையும் மேலும் வலுப்படுத்திக்கொள்ள, பணத்தால் அரசியல் அதிகாரத்தை விலைக்கு வாங்குகின்றனர்.

அரசியல்வாதிகள் அல்லது மூத்த அரசு அலுவலர்கள் போன்ற பொருளாதார ரீதியில் அல்லாத பிற மேல்தட்டினர் தங்களை வளப்படுத்திக்கொள்ளவும் தங்கள் நலன்களைப் பாதுகாத்துக்கொள்ளவும் அதிகாரத்தையும் செல்வாக்குடனான தங்கள் தொடர்பையும் பயன்படுத்துகின்றனர். மிகுந்த செல்வத்தைச் சேர்த்தபின் அரசியல்வாதிகள் அரசாங்கத்தை விட்டுப் போய்விடுவது பல நாடுகளில் சாதாரணமாகக் காணப்படுகிறது. தொடர்ந்து ஆட்சியில் இருப்பதற்கும் ஆட்சி செய்யும்போது பெரும்செல்வம் சேர்ப்பதற்கும் அரசியல் மேல்தட்டினர் சில நேரம் அரசைப் பயன்படுத்திக்கொள்கின்றனர். தனிப்பட்ட முறையில் லாபமடைவதற்காக நாட்டின் வரவுசெலவுத் திட்டத்தை அவர்கள்

தங்களுடையதுபோல் பயன்படுத்திக்கொள்கின்றனர். பொருளாதாரம் சாராத மேல்தட்டினர் பிற மேல்தட்டினரோடு இருவரது நலன்களுக்காகவும் கூட்டு சேர்ந்துகொள்கிறார்கள்.

உதாரணமாக, உலகின் பல நாடுகளில் இன்று காணப்படும் பாரபட்சமான வரிக் கொள்கைகள், தளர்வான கட்டுப்பாடுகள், முறையான பிரதிநிதித்துவம் இல்லாத நிறுவனங்கள் ஆகியவை இவ்வாறு மேல்தட்டினர் அரசியலைக் கைப் பற்றிக்கொண்டதன் விளைவுதான். ஏழை மற்றும் பணக்கார நாடுகளில் உள்ள மேல்தட்டினர் ஒன்றுபோலத் தங்களுடைய கூடுதல் அரசியல் செல்வாக்கைப் பயன்படுத்தி வரிவிலக்குகள், சலுகை ஒப்பந்தங்கள், சலுகை விலையில் நிலங் கள், மானியங்கள் உள்ளிட்ட அரசுத் திட்டங்களின் பலன்கள் ஆகியவற்றைப் பெற்றுக்கொள்ளும் அதே நேரத்தில், தொழிலாளர்கள் அல்லது உணவு உற்பத்தி செய்யும் சிறு உடைமையாளர்களின் கைகளைப் பலப்படுத்தும் கொள்கை களை அல்லது அவர்கள் முன்னேற்றத்தை அதிகரிப்பதற்கான கூடுதல் வரி களைத் தடுக்குமாறு நிர்வாகங்களை நிர்ப்பந்திக்கின்றனர். பல நாடுகளில் மிகச் சிறந்த வழக்கறிஞர்களை அமர்த்துவதற்கும் நீதிமன்றச் செலவுகளை ஏற்றுக்கொள்வதற்கும் வசதி படைத்த சிலராலேயே முடியும் என்பதால் சட்டப்படியோ சட்டத்துக்குப் புறம்பாகவோ நீதிக்கான வழியும் அடைக்கப் பட்டுவிடுகிறது.

பாகிஸ்தானில் ஒரு நாடாளுமன்ற உறுப்பினரின் சராசரி நிகர மதிப்பு 9,00,000 டாலர்கள்; எனினும், அவர்களில் மிகச் சிலரே வரி செலுத்துகிறார்கள். மாறாக, பாரளுமன்றத்தில் இருக்கும் மேல்தட்டினர் தங்கள் பதவியைப் பயன் படுத்தி வரி ஓட்டைகளைப் பெரிதாக்கிக்கொள்கின்றனர்.

வரி வருமானம் குறைவாக இருப்பது, ஏற்றத்தாழ்வுகளைக் குறைக்கக் கூடிய கல்வி, சுகாதாரம் போன்ற துறைகளில் அரசு முதலீடு செய்யவிடாமல் கட்டுப்படுத்தி, நாடு சர்வதேச உதவியைச் சார்ந்திருக்குமாறு செய்கிறது. இது ஒரு பன்முக, வலுவான பொருளாதார வளர்ச்சியைத் தடுத்து, அரசியல், பொரு ளாதார ஏற்றத்தாழ்வுகளை நீடித்திருக்கச் செய்கிறது.

சந்தை அடிப்படைவாதத்துடன் சேர்ந்து வந்த தனியார்மயமாதலாலும் பிரத்தியேக அரசாங்க உதவியாலும்தான் இன்றையப் பணக்காரர்களில் பலர் செல்வம் குவித்திருக்கிறார்கள். ரஷ்யாவிலும், உக்ரைனிலும், கம்யூனிச வீழ்ச்சிக் குப் பிறகு தனியார்மயமாதல் ஒரே இரவுக்குள் அரசியல் மேல்தட்டினரைக் கோடீஸ்வரர்களாக ஆக்கிவிட்டது. மெக்ஸிகோவின் கார்லோஸ் ஸ்லிம்—உலகி லேயே மிகக் பெரும் பணக்காரராக பில் கேட்ஸுடன் போட்டியிடுபவர்—1990களில் நாட்டின் தொலைத்தொடர்புத் துறை தனியார்மயமாக்கப்பட்ட போது பிரத்தியேக உரிமைகளைப் பெற்றதன் மூலம் பலநூறு கோடி சம்பாதித்தார்.

அவருடைய ஏகபோகம் பெரிய அளவிலான போட்டியைத் தடுத்துவிடுவ தால் 'பொருளாதார ஒத்துழைப்பு மற்றும் முன்னேற்றத்துக்கான அமைப்பு'

(OECD*) நாடுகளிலேயே மிக அதிகமான தொலைத்தொடர்புக் கட்டணங்களை கார்லோஸ் ஸ்லிம்மால் சக மெக்ஸிகோ நாட்டவரிடம் வசூலிக்க முடிகிறது. பின்னர், தன்னுடைய ஏகபோகத்துக்கு எதிரான பல சட்ட ரீதியான சவால்களைச் சமாளிக்க அவர் தன் செல்வத்தைப் பயன்படுத்தியிருக்கிறார்.

1990களின் மத்தியில் நூறு-கோடிக்கு அதிபதிகள் 2 என்று இருந்த எண்ணிக்கை, வறுமையால் பாதிக்கப்பட்ட நாடாக இருந்தபோதிலும், இந்தியாவில் இன்று 60ஆக உயர்ந்திருக்கிறது. குறிப்பிடத்தகுந்த எண்ணிக்கையில் இந்தியாவில் நூறு-கோடிக்கு அதிபதிகள் தங்களது பெரும் செல்வத்தை, அரசாங்க ஒப்பந்தங்களையும், அனுமதிகளையுமே சார்ந்திருக்கும் நிலச்சொத்து, கட்டுமானம், சுரங்கம், தொலைத்தொடர்பு, ஊடகங்கள் போன்ற துறைகளிலேயே ஈட்டியுள்ளனர். இந்தியாவில் நூறு-கோடிக்கு அதிபதிகளில் குறைந்தது பாதிப் பேரின் செல்வம் பொருளாதாரத்தில் இது போன்ற 'அதிக வருவாயை ஈட்டித்தரும்' துறைகளிலிருந்து வந்ததாக 2012இல் நடந்த ஆய்வு ஒன்று மதிப்பிட்டுள்ளது. இந்தியாவில் நூறு-கோடிக்கு அதிபதிகளின் நிகர மதிப்பு நாட்டின் மொத்த வறுமையை இரு மடங்கு ஒழிக்கப் போதுமானதாக இருக்கிறது. எனினும், அரசாங்கம் மிகவும் பலவீனமான பிரிவினருக்கான திட்டங்களுக்குத் தொடர்ந்து குறைவாகவே நிதி அளிக்கிறது. உதாரணமாக, OECD நாடுகளின் தனிநபர் சராசரியில் வெறும் 4 சதவீதத்தையே ஒரு நபருக்கு 2011இல் இந்தியா செலவிட்டது. விளைவாக, இந்தியாவில் ஏற்றத்தாழ்வு மோசமடைந்திருக்கிறது.

பெருவணிக நிறுவனங்கள் தங்களுக்குச் சாதகமாகக் கொள்கைகளைத் திட்டமிடும் நடவடிக்கைகளைக் கைப்பற்றிக்கொண்டன. அமெரிக்காவில் 20 ஆண்டுகளில் நடந்த சுமார் 2000 முக்கியமான கொள்கை விவாதங்களில் பெருவணிக நிறுவனங்களின் செல்வாக்குப் பற்றிய சமீபத்திய ஆய்வு 'பரவலான நலன்களை எடுத்துரைக்கும் குழுக்களுக்கும், பொதுமக்களின் நலனில் அக்கறையுள்ள குழுக்களுக்கும் எந்தவிதத் தனிப்பட்ட செல்வாக்கும் இல்லாத அதே வேளையில், பொருளாதார மேல்தட்டினருக்கும் வணிக நலன்களைப் பிரதிநிதித்துவப்படுத்தும் அமைப்பு ரீதியான குழுக்களுக்கும் தனிப்பட்ட முறையில் நல்ல செல்வாக்கு இருக்கிறது' என்று கூறுகிறது. ஐரோப்பிய யூனியன்மீது செல்வாக்கு செலுத்துவதற்கென்று ஆண்டுக்கு 12 கோடி யூரோவை நிதி நிறுவனங்கள் செலவழிக்கின்றன.

எடுத்துக்காட்டு:

பராகுவேயில் நில ஒதுக்கீட்டு அரசியல்:

பராகுவேயில் ஏற்றத்தாழ்வின் நீண்ட வரலாறு, அதிகாரமிக்கவர்கள் தங்களுக்கு வேண்டியவர்களுக்கு நியாயமற்ற முறையில் தரும் அனுகூலங்களாலும் ஊழலாலும் நீடிக்கிறது. விவசாய நிலத்தில் 80 சதவீதம் பெரும் நில உடைமையாளர்களின் கட்டுப்பாட்டுக்குள் இருக்கிறது. ஒவ்வொரு ஆண்டும், சோயா உற்பத்

---

* Organization for Economic Cooperation and Development.

தியை விஸ்தரிப்பதற்காகத் தங்களுடைய நிலங்களிலிருந்து 9000 கிராமப்புறக் குடும்பங்கள் வலுக்கட்டாயமாக வெளியேற்றப்படு கின்றன; வாழ்வதற்கான ஆதாரத்தை இழந்தபின் நகர்ப்புறச் சேரிகளுக்குப் போக வேண்டிய கட்டாயத்துக்குப் பலர் ஆளாகி றார்கள்.

பல ஆண்டுகள் நீடித்த அரசியல் ஸ்திரமற்ற நிலைமைக்குப் பிறகு, 2008இல், நியாயமான நிலப் பங்கீட்டுக்கு உறுதியளித்த, ஏழை களின் பாதுகாவலனாக அறியப்பட்ட பெர்னாண்டோ லூகோ ஜனாதிபதியாகத் தேர்ந்தெடுக்கப்பட்டார். ஆனால், ஜூன் 2012 இல், ஒரு சக்தி வாய்ந்த நில உடைமையாளர் (லூகோவின் போட்டியாளர்) தனியாருக்கு உரியது என்று கோரிய பொது நிலத் திலிருந்து ஆக்கிரமிப்பாளர்களை வெளியேற்ற எடுக்கப்பட்ட நடவடிக்கையின்போது 11 விவசாயத் தொழிலாளர்களும் 6 காவல் துறை அதிகாரிகளும் கொல்லப்பட்டனர். அப்போது ஏற்பட்ட ஒரு திடீர்ப் புரட்சியால் லூகோ பதவி நீக்கப்பட்டு அவருக்குப் பதில் நாட்டிலேயே பெரும் பணக்காரரும், புகையிலைத் தொழில் மன்னருமான ஹொரேசியோ கார்டேஸ் ஆட்சிக்கு வந்தார்.

இன்று, நம்ப முடியாத அளவு பொருளாதார ஏற்றத்தாழ்வை ஏற் படுத்தும் தாறுமாறான பொருளாதார வளர்ச்சிக்கும், மேல்தட்டி னர் அரசியலைக் கைப்பற்றுவதற்கும் பராகுவே மிகச் சரியான உதாரணமாக இருக்கிறது. பணக்கார நாடுகளில் கால்நடைத் தீவனத்துக்காகவும் உயிரிஎரிபொருளுக்காகவும் உலகளவில் சோயாவின் தேவை பெருமளவு அதிகரித்ததால் 2010இல் உலகி லேயே மிக வேகமாக வளர்ந்த பொருளாதாரங்களில் ஒன்றாக பராகுவே இருந்தது; ஆனால் மூன்றில் ஒருவர் இன்னும் வறு மைக்கோட்டுக்குக் கீழே வசிக்கிறார்; ஏற்றத்தாழ்வு இன்னும் பெருகிவருகிறது.

மத்தியப் பராகுவேயில் கேக்குவாஸூ மாவட்டத்தில் வசிக்கும் செஃபரினா, 63 வயதான மூதாட்டி. அவருக்கு இருந்த 5 ஹெக் டேர் நிலத்தை ஒரு பெரிய சோயா நிறுவனத்துக்கு விற்க அவர் மறுத்துக்கொண்டிருந்தார்.

‘ஒவ்வொரு நாளும் வாழ்க்கை கடினமாகிக்கொண்டேவந்தாலும் இங்கேயே இருப்பதைத் தவிர வேறு வழியில்லை. இந்தப் பகுதியில் சோயாபீன்ஸ் பயிரைத் தவிர வேறு ஒன்றும் இல்லாத நகரங்கள்தான் இருக்கின்றன. எல்லோரும் போய்விட்டார்கள்; இப்போது அவை பேய் நகரங்கள். பெரிய பண்ணைகள் வேலை வாய்ப்புகளை உருவாக்குகின்றன என்பது பொய். அவர்கள் எல்லா

வேலைகளையும் செய்யும் நவீன எந்திரங்களை வாங்குவதால் 100 ஹெக்டேரில் விவசாயம் செய்ய ஒரு டிராக்டரை ஓட்டுவதற்கு அவர்களுக்குத் தேவை ஒரு நபர்தான். அவர்கள் யாருக்கு வேலை யளிக்கிறார்கள்? நிறைய பேர் நகர்ப்புறங்களுக்குச் சென்றுவிட் டார்கள்; அவர்கள் தெருக்களில் கஷ்டத்தில் வசிக்கிறார்கள். நக ரத்தில் நல்ல வாழ்க்கை கிடைக்கும் என்று நம்பி தங்கள் நிலத்தை விற்றுவிட்டுப் போய்விட்ட இவர்களும் எங்களைப் போல் விவ சாயிகள்தான். நமது நிலத்தை விற்பது தீர்வு அல்ல. நமக்கு நிலம் வேண்டும், நியாயமான விலைகள் வேண்டும், நமக்கு இன்னும் கூடுதலாக இன்னும் நல்ல வளங்கள் வேண்டும்.'

மேல்தட்டினர் கைப்பற்றுவது என்பது ஆண்கள் கைப்பற்றுவதுதான்

அரசியல் நடைமுறைகளை மேல்தட்டினர் கைப்பற்றும் இத்தகைய நடை முறைகளை ஆண்கள் கைப்பற்றுவதாகவும் பார்க்க முடியும். இது பெண்களுக்குத் தீங்கு விளைவிக்கும் கொள்கைகளும் நடைமுறைகளும் உருவாகக் காரணமாகி விடுகிறது. ஆண்களுக்கும் பெண்களுக்கும் இடையேயான இடைவெளியைக் குறைத்து, சமப்படுத்த முடியாமலாகிவிடுகிறது. விளைவாக, பொருளாதாரக் கொள்கைகளை உருவாக்குவதிலிருந்து பெண்களைப் பெருமளவு விலக்கிவைத்து விடுகிறது.

2000க்குப் பின் குறிப்பிடத்தக்க முன்னேற்றம் இருந்தபோதிலும், 2014 ஜன வரி நிலவரப்படி, நாட்டின் தலைமைப் பொறுப்பில் 9 பெண்கள் மட்டுமே இருந்தனர். அரசாங்கத்தின் தலைமைப் பொறுப்பில் 15 பெண்கள் மட்டுமே இருந்தனர்; உலகம் முழுவதும் இருந்த அரசாங்கங்களில் வெறும் 17% அமைச்சர் கள் மட்டுமே பெண்கள்; அவர்களிலும் பெரும்பாலானோர் கல்வி, குடும்ப நலம் (நிதி, பொருளாதாரத் துறைகளைவிட) போன்ற சமூக நலத் துறைகளில் பொறுப்பு வகித்தார்கள். உலகம் முழுவதிலும் நாடாளுமன்ற உறுப்பினர்களில் வெறும் 22 சதவீதத்தினர்தான் பெண்களாக இருந்தார்கள்.

பாலியல் சமத்துவத்தை மேம்படுத்தும் வகையில் பொருளாதார, சமூகக் கொள்கைகளை உருவாக்குவதற்குப் பெண்களின் தலைமை மிகவும் முக்கிய மானது. செல்வமும் வருமானமும் வசதிபடைத்த மேல்தட்டினரிடம், அதிலும் பெரும்பாலும் ஆண்களிடம் குவிந்திருப்பது தேசிய அளவில் திட்டமிடும் அதி காரத்தைக் கூடுதலாக ஆண்களுக்கு அளிப்பதால் தேசியச் சட்டங்கள் பெண்க ளுக்கு சமமான இடம் தராமல் தோல்வியடைகின்றன. உலகம் முழுவதிலும் பாலினப் பாகுபாட்டை உக்கிரமாக்கும் பாரபட்சமான சட்டங்களுக்கு ஒரு பாரம்பரியம் இருக்கிறது; உதாரணமாக, பெண்களுக்கு வாரிசு உரிமை, கடன் வசதிகள், சொத்துடமை போன்றவற்றில்.

ஊழல் ஏழைகளையே மிகக் கடுமையாகப் பாதிக்கிறது

மேல்தட்டினர் அரசின் வளங்களைக் கைப்பற்றும்போது மிகவும் ஏழைகளுக்குப் பாதகமான விதத்தில்தான் தங்களை வளப்படுத்திக்கொள்கிறார்கள். பெரிய அளவிலான ஊழல், அரசுக்குக் கோடிக் கணக்கில் வருவாய் வராமல் செய்கிறது; 'வேண்டியவர்களுக்கு ஒப்பந்தங்கள்' என்ற சீர்கேட்டின் மூலமும் பல நூறு கோடிக்கணக்கில் அரசாங்கங்களை ஏமாற்றிவிடுகிறது.

அதே சமயம், இலவசமாகக் கிடைக்க வேண்டிய அரசுச் சேவைகள் நடைமுறையில் தனியார்மயமாகிவிடுவதால் சிறிய ஊழலால் பெரிதும் பாதிக்கப்படுவது ஏழை மக்களே. பாகிஸ்தானில் கிராமப்புறங்களில் ஏழைகள் அல்லாதோர் 4.3 சதவீத சந்தர்ப்பங்களில் அதிகாரிகளுக்கு லஞ்சம் கொடுக்க வேண்டியிருந்த போது, மிக ஏழைகளைப் பொறுத்தவரை இது 20 சதவீதமாக இருந்தது என்று ஒரு ஆய்வு கூறுகிறது.

மேல்தட்டினரே பொது விவாதத்தையும், ஆதிக்கம் செலுத்தும் கருத்துகளையும் வடிவமைக்கிறார்கள்

உலகம் முழுவதிலும் நீண்ட காலமாக மேல்தட்டினரே சமூகத்தில் ஆதிக்கம் செலுத்தும் நம்பிக்கைகளையும் பார்வைகளையும் தங்கள் பணம், அதிகாரம், செல்வாக்கு ஆகியவற்றைப் பயன்படுத்தி வடிவமைத்து, ஏற்றத்தாழ்வைக் குறைக்கும் நடவடிக்கைகளுக்கு எதிராகத் தங்கள் அதிகாரத்தைப் பயன்படுத்தியிருக்கிறார்கள்.

'பெரும்பாலான பணக்காரர்கள் கடும் உழைப்பின் மூலமே தங்கள் செல்வத்தை ஈட்டியிருக்கிறார்கள்' அல்லது 'வலுவான தொழிலாளர் சட்டங்கள், வங்கித் தலைவர்களின் போனஸ்மீது வரிவிதிப்பு போன்றவை பொருளாதாரத்தை மீள முடியாதபடி சேதப்படுத்திவிடும்' போன்ற கருத்துகளைப் பரப்புவதன் மூலம் வசதி படைத்தவர்களுக்குச் சாதகமான, பொருளாதார, அரசியல் நலன்களுக்கு ஆதரவான கருத்துகளையும் அளவுகோல்களையும் மேம்படுத்துவதற்கே மேல்தட்டினர் தங்கள் செல்வாக்கைப் பயன்படுத்துகின்றனர். 'வாரிசு வரி' என்பதற்கு 'இறப்பு வரி' என்று மறுபெயர் சூட்டியும், 'பணக்காரர்களை' 'செல்வம் உருவாக்குபவர்கள்' என்று அழைத்தும் ஆர்வெல் சொன்னதுபோல், மொழியைத் தந்திரமாகக் கையாளுகிறார்கள். இதன் விளைவாக, உலகம் முழுவதும் ஏற்றத்தாழ்வின் அளவு குறித்தும், அதற்கான காரணங்கள் குறித்தும் கணிசமான அளவு தவறான பார்வைகள் நிலவுகின்றன. பெரும்பாலான நாடுகளில், ஊடகங்களும்கூட மிகச் சிறிய எண்ணிக்கையில் இருக்கும், பொருளாதாரத்தின் மேல் தட்டில் இருக்கும் ஆண்களால்தான் கட்டுப்படுத்தப்படுகின்றன.

அமெரிக்காவில் கல்வித் துறைப் பொருளியலாளர்கள் மேற்கொண்ட ஆய்வு ஒன்று, அத்துறையைச் சேர்ந்த பலருக்கும் நிதித் துறையில் இருப்பவர்களுடன் மறைமுகத் தொடர்பு இருப்பதையும், இந்தத் தொடர்புகளுக்கும், 'பொருளாதார நெருக்கடியில் நிதித் துறைக்குப் பொறுப்பு இல்லை' என்று திட்டவட்டமாக

மறுக்கிற அறிவுசார் பதவிகளில் இருப்பவர்களுக்கும் இடையே மிக நெருக்கமான உறவு இருப்பதையும் கண்டறிந்திருக்கிறது. இந்தப் பொருளியலாளர்கள் பிரதான ஊடகங்களில் 'எந்தச் சார்புமற்ற நிபுணர்களாக' பெரும்பாலும் தோன்றியிருக்கிறார்கள். அதே சமயம், உலகில் 14% மக்களே பத்திரிகைகள் சுதந்திரமாகச் செயல்படும் நாடுகளில் வசிக்கிறார்கள். 7இல் ஒரு நபர் மட்டுமே ஊடகங்களில் அரசின் தலையீடு குறைவாக உள்ள, அரசியல் செய்திகள் ஆரோக்கியமாக வழங்கப்படும் நாடுகளில் வசிக்கிறார்.

தங்கள் நலன்களுக்கு எதிரான கருத்துகள் பரவுவதை உடனே தடுப்பதற்குத் தங்களிடம் உள்ள அதிக அதிகாரத்தை மேல்தட்டினர் பயன்படுத்துகின்றனர். மேல்தட்டினரால் கட்டுப்படுத்தப்படும் அரசுகள் சமூக ஊடகங்களைப் பயன்படுத்துவதைத் தடுப்பது உள்ளிட்ட சமீபத்திய உதாரணங்கள் இதில் அடங்கும். பரவலான எதிர்ப்புகளைத் தொடர்ந்து, துருக்கி அரசாங்கம் டுவிட்டரைப் பயன்படுத்துவதைத் தடைசெய்ய முயன்றது. ரஷ்ய அரசு, பரவலாக அறியப்பட்ட வலைப்பூக்களை மற்ற ஊடகங்களுக்கு இணையாகக் கருதும் சட்டத்தை அமல்படுத்தி, ஊடகச் சட்டங்களுக்கு அவை உட்பட வேண்டும் என்று கூறியது மூலம் வலைப்பூக்கள் என்ன சொல்கின்றன என்பதைக் கட்டுப்படுத்தியது.

மக்கள் பின்தள்ளப்படுகிறார்கள்

மேல்தட்டினர் அரசியலைக் கைப்பற்றுவதன் மூலம் தங்கள் குழுக்களைச் சேராத மற்றவர்களுக்குச் சமமான வாய்ப்புகளை மறுத்து, ஜனநாயகத்தைப் பாதிக்கிறார்கள். இது பெரும்பான்மையினர் தங்கள் உரிமைகளைச் செயல்படுத்துவதைத் தடுக்கிறது; வறுமையிலிருந்தும் பாதிக்கப்படுவதிலிருந்தும் ஏழைகள், விளிம்புநிலையிலுள்ள குழுக்கள் மீள்வதைத் தடுத்துவிடுகிறது. பொருளாதார ஏற்றத்தாழ்வு அரசியல் ஏற்றத்தாழ்வைப் பெரிதுபடுத்தி, மக்கள் பின்தள்ளப்படுகிறார்கள்.

2011இலிருந்து மேல்தட்டினருக்கும் மற்றவர்களுக்குமான இடைவெளி உலகெங்கிலும் பெரும் எதிர்ப்புகளைத் தூண்டியிருக்கிறது—அமெரிக்காவிலிருந்து மத்தியக் கிழக்கு நாடுகள்வரை, வளரும் பொருளாதாரங்களிலிருந்து (ரஷ்யா, பிரேசில், துருக்கி, தாய்லாந்து உட்பட) ஐரோப்பா (சுவீடனில்கூட) வரை, தங்கள் கோரிக்கைகளுக்குத் தங்கள் அரசாங்கம் செவிசாய்க்கவில்லை, தங்கள் நலனுக்காக அவை செயல்படவில்லை என்பதற்காகத் தெருவுக்கு வந்த லட்சக் கணக்கானவர்களில் பெரும்பாலானோர் நடுத்தர வர்க்க மக்கள்தான்.

துரதிர்ஷ்டவசமாகப் பல இடங்களில், சிலர் மட்டும் பெற்றிருக்கும் செல்வாக்கைக் கட்டுக்குள் வைத்து, திட்டங்களின் மையமாக மக்களின் உரிமையை வைப்பதற்குப் பதிலாக, பல அரசாங்கங்கள், அரசுகளையும் நிறுவனங்களையும் கேள்வி கேட்பதற்கான குடிமக்களின் உரிமையைச் சட்ட ரீதியாகவும் சட்டத்துக்குப் புறம்பாகவும் கட்டுப்பாடுகளை விதிப்பது மூலம் எதிர்கொண்டன. அரசியல், பொருளாதார அதிகாரத்தை ஒருசிலர் கைப்பற்றிக்கொள்வதை எதிர்த்துத்

தங்கள் கோபத்தை வெளிப்படுத்தும் குடிமக்களை அடக்கும் முயற்சியில், குடிமைச் சமூக அமைப்புகளுக்கு எதிராக, திட்டமிட்ட வகையில் அடக்குமுறை நடவடிக்கைகளை ரஷ்யா, நிகரகுவா, ஈரான், ஜிம்பாப்வே போன்ற நாடுகளின் அரசுகள் தொடங்கியிருக்கின்றன.

ஏற்றத்தாழ்வு பற்றிய கட்டுக்கதைகளை உடைப்பது

அதீத ஏற்றத்தாழ்வு ஒரு பிரச்சினை இல்லை, அல்லது, அது இயல்பாகவே அமைப்புகளில் இருக்கிறது என்று கூறுவோர் பல கட்டுக்கதைகளின் அடிப்படையிலேயே தங்களது வாதங்களை வைக்கிறார்கள்.

கட்டுக்கதை - 1

அதீத ஏற்றத்தாழ்வு என்பது மனித இனத்தைப் போல பழமையானது, அது எப்போதும் நம்முடன் இருந்திருக்கிறது, எப்போதும் நம்முடன் இருக்கும்.

வெவ்வேறு காலங்களிலும் பல்வேறு நாடுகளுக்கிடையிலும் ஏற்றத்தாழ்வின் அளவில் வேறுபாடுகள் இருப்பது, அரசுகளின் திட்டங்கள் போன்ற வெளிக் காரணங்களைச் சார்ந்துதான் இருக்கிறதே தவிர, ஏற்றத்தாழ்வு இயற்கையாகவே இருக்கும் ஒன்று இல்லை என்பதை நிரூபிக்கிறது.

ஏற்றத்தாழ்வை எவ்வாறு கணிசமாகக் குறைக்க முடியும் என்பதற்கும் ஒரு தலைமுறையிலேயே அது எவ்வாறு கடுமையாக அதிகரிக்கும் என்பதற்கும் 20ஆம் நூற்றாண்டில் பல உதாரணங்கள் இருக்கின்றன. 1925இல் ஸ்வீடனில் வருமான ஏற்றத்தாழ்வு அப்போதைய துருக்கியோடு ஒப்பிடக் கூடியதாக இருந்தது. ஆனால், அனைவருக்கும் கிடைக்கும் பொதுச் சுகாதார வசதி, ஓய்வூதியம் உள்ளிட்ட திட்டங்களோடு ஸ்வீடிஷ் மக்கள் நல அரசு உருவாக்கப்பட்டதன் விளைவாக, ஏற்றத்தாழ்வு ஸ்வீடனில் 1958க்குள் பாதியாகக் குறைந்ததோடு அடுத்த 20 ஆண்டுகள் தொடர்ந்து குறைந்துகொண்டேவந்தது. ரஷ்யாவின் அனுபவமும் ஸ்வீடன் அனுபவத்தைப் பிரதிபலித்தது. 1980களின் இறுதியில் ரஷ்யாவில் ஏற்றத்தாழ்வின் அளவு ஸ்காண்டிநேவிய நாடுகளோடு ஒப்பிடக்கூடியதாக இருந்தது. எனினும், 1991இல் சந்தைப் பொருளாதாரத்தைக் கைக்கொண்டதிலிருந்து ரஷ்யாவில் ஏற்றத்தாழ்வு இரு மடங்காகியது.

சமீபத்திய வருடங்களில் லத்தீன் அமெரிக்க நாடுகள் ஏற்றத்தாழ்வைக் கணிசமாகக் குறைத்துள்ளன. 2002க்கும் 2011க்கும் இடையே ஒப்பிடக் கூடிய தகவல்கள் இருந்த 17 நாடுகளிடையே 14 நாடுகளில் வருமான ஏற்றத்தாழ்வு குறைந்தது. இந்தக் காலக்கட்டத்தில் கிட்டதட்ட 5 கோடி மக்கள், பெருகிக்கொண்டிருந்த நடுத்தர வர்க்கத்தினர் ஆயினர். அதாவது, முதன்முறையாக வறுமையில் வசித்த மக்களைவிட அதிகமான மக்கள், இந்த நாடுகளில் நடுத்தரவர்க்க மக்களாக இருந்தனர். இது வளர்ச்சிக்

கான சமூக, பொருளாதாரத் திட்டங்களை வருடக்கணக்காக வலியுறுத்திய மக்கள் இயக்கங்களின் விளைவாகும். பொதுச் சுகாதாரச் சேவைகள், கல்வி ஆகியவற்றில் கூடுதலான செலவு, ஓய்வூதிய உரிமைகளை விரிவுபடுத்துவது, சமூகப் பாதுகாப்பு, படிப்படியாக உயரும் வரிகள், அதிகரித்த வேலை வாய்ப்புகள், குறைந்தபட்ச ஊதியத்தை அதிகரிப்பது உள்ளிட்ட, வளர்ச்சிக்கான கொள்கைகளை மக்கள் தேர்ந்தெடுத்த அரசுகள் மேற்கொண்டன. வருமான ஏற்றத்தாழ்வில் குறிப்பிடத்தக்க விளைவைக் கொள்கை இடையீடுகள் ஏற்படுத்தும் என்பதை லத்தீன் அமெரிக்க அனுபவம் காட்டுகிறது.

கடந்த 30 ஆண்டுகளில் உலகின் பிற எல்லாப் பகுதிகளிலும் அதீத ஏற்றத்தாழ்வு பெருகிவருகிறது என்பதற்கான வலுவான ஆதாரங்களும் உள்ளன. இதனால்தான் முன் எப்போதையும்விட இப்போது ஏற்றத்தாழ்வுகளின் எதிர்விளைவுகளைத் தீவிரமாகக் கவனிக்க வேண்டும்.

கட்டுக்கதை - 2

மற்றவர்களைவிடக் கடினமாக உழைப்பதால் பணக்காரர்கள் பணக்காரர்களாக இருப்பதற்குத் தகுதியுடையவர்களாக இருக்கிறார்கள்.

எல்லோருக்கும் வாய்ப்புகள் சமமாக இருக்கின்றன, கடினமாக உழைத்தால் யார் வேண்டுமானாலும் பணக்காரர் ஆகிவிடலாம் என்று இந்தக் கட்டுக்கதை கற்பனை செய்கிறது. பல நாடுகளில் யதார்த்தம் என்னவென்றால், ஒருவருடைய வருங்காலச் செல்வமும், வருமானமும் பெரும்பாலும் அவர்களது பெற்றோர்களின் வருமானத்தால் தீர்மானிக்கப்படுகின்றன என்பதுதான். உலகில் மிகப் பெரும் பணக்காரர்களில் மூன்றில் ஒரு பங்கினர் தங்கள் செல்வத்தைக் கடின உழைப்பின் மூலமல்ல, வாரிசுரிமையின் மூலமே பெற்றிருக்கிறார்கள். மிகக் கடினமாக உழைப்பதன் மூலம் மிக அதிகமான வருமானம் கிடைக்கிறது என்ற கற்பனையும் இந்த கட்டுக்கதையில் தவறானது. மிகக் குறைவாக ஊதியம் தரும் சில வேலைகளுக்கு மக்கள் மிகக் கடினமாக உழைக்க வேண்டியிருக்கிறது. அதே வேளையில், மிக அதிகமாக ஊதியம் கிடைக்கும் வேலைகளுக்கு மக்கள் குறைவாக வேலை செய்தால் போதுமானது. பணக்காரர்களில் பலர் பங்குகள், நிலச்சொத்து, பிற வகைச் சொத்துகளிலிருந்து பெரும் லாபம் பெறுகிறார்கள். இதைக் கணக்கில் கொள்ளும்போது ஊதிய ஏணியின் உயரத்தில் இருப்பவர்களைப் போலவே குறைவாக ஊதியம் பெறுபவர்களும் கடினமாக அல்லது மிகக் கடினமாக உழைக்க வேண்டும் என்பது தெரிகிறது. தங்களைவிட அதிக ஊதியம் பெறுபவர்களைக் காட்டிலும் பெண்கள் ஊதியமில்லாத வீட்டுவேலை, பராமரிப்பு வேலைகளுக்காக அதிக நேரம் செலவழிக்கிறார்கள். ஒரே நேரத்தில் பல வேலைகளைப் பார்க்க வேண்டிய கட்டாயமும் ஆண்களைவிடப் பெண்களுக்கு இருக்கிறது.

கட்டுக்கதை - 3

சாமர்த்தியசாலிகளை ஊக்குவிக்க ஏற்றத்தாழ்வு அவசியம். கண்டு பிடிப்புகளுக்கும், புது முயற்சிகளுக்கும் அதிகப் பணத்தைத் தரு வதன் மூலம் ஊக்கம் அளிப்பது ஓரளவு ஏற்றத்தாழ்வை ஏற்படுத்தும்.

இது நல்லதுதான். எனினும், இந்த ஊக்கத்தை அளிப்பதற்கு மிக அதிக ஊதியமும் அதீத ஏற்றத்தாழ்வும் அவசியமல்ல. ஒரு நிறுவனத்தில் சரா சரி வேலையாளைவிட 200 மடங்கு அதிக ஊதியம் பெறும் நிறுவனத் தின் தலைமை நிர்வாகி அதிக உற்பத்தித்திறன் உள்ளவர் அல்லது, சமூ கத்துக்கு 200 மடங்கு அதிக மதிப்பீட்டை உருவாக்குகிறார் என்று நம்பு வது முட்டாள்தனமானது. வருமானத்தில் கூடுதல் சமத்துவத்தை மைய மாகக் கொண்ட கூட்டுறவு போன்ற மற்ற பொருளாதார அமைப்பு கள் இக்கட்டுக்கதை பொய்யானது என்று நிரூபிக்கின்றன.

கட்டுக்கதை - 4

ஏற்றத்தாழ்வின் அரசியல் என்பதே பொறாமையின் அரசியல்தான்.

அதிக அளவு ஏற்றத்தாழ்வு சமூகத்தில் இருப்பவர்கள், இல்லாதவர்கள் என அதிக அளவு எதிர்மறை விளைவுகளை ஏற்படுத்துகிறது. இந்த ஆய் வறிக்கையில் விளக்கிக் கூறப்பட்டிருப்பதுபோல், அதிக அளவு பொரு ளாதார ஏற்றத்தாழ்வு உள்ள சமூகங்களில் குற்றங்கள் அதிகமாகவும், ஆயுள் குறைவாகவும், குழந்தை இறப்பு விகிதம் அதிகமாகவும், சுகா தாரம், பரஸ்பர நம்பிக்கையின் அளவு குறைவாகவும் இருக்கின்றன. தீவிர ஏற்றத்தாழ்வு ஒரு சிலர் கைகளில் அதிகாரம் குவிவதற்குக் காரண மாகி, பொருளாதார வளர்ச்சியையும், வறுமை குறைவதையும் தடுத்து ஜனநாயகத்துக்கு ஆபத்தாகிவிடுகிறது. பொறாமையல்ல, மொத்தச் சமூகமும் நலமாக இருக்க வேண்டுமென்ற அக்கறையே ஏற்றத்தாழ்வுக்கு எதிராகப் போராடுபவர்களைத் தூண்டுகிறது.

கட்டுக்கதை - 5

வளர்ச்சிக்கும் மறுபங்கீடு மூலமாக ஏற்றத்தாழ்வைக் குறைப்பதற் கும் இடையே ஒரு எதிர்மறை தொடர்பு இருக்கிறது.

வரிவிதிப்பு, பணக்காரர்களிடமிருந்து ஏழைகளுக்கு மறுபங்கீடு செய்வது ஆகியவற்றின் மூலம் ஏற்றத்தாழ்வைக் குறைக்கிற நடவடிக்கைகளுக்கும்,

வலுவான வளர்ச்சிக்கும் இடையே ஒரு எதிர்மறையான தொடர்பு இருக்கிறது என்பது பொருளாதாரத்தில் நிலவும் ஒரு மையக் கருத்து. எனினும், இது உண்மையல்ல என்பதைப் பெருகிவரும் பல ஆய்வுகள் சமீபத்தில் காட்டியிருக்கின்றன.

உண்மையில், அதிக அளவில் பெருகும் ஏற்றத்தாழ்வு வளர்ச்சிக்கு உகந்ததல்ல. அதாவது, குறைவான, நீடித்திருக்காத வளர்ச்சிக்குப் பெருகும் ஏற்றத்தாழ்வுடன் தொடர்பு இருக்கிறது. குறைவான ஏற்றத் தாழ்வு வேகமான, நீடித்திருக்கக்கூடிய வளர்ச்சியுடன் தொடர்புடையது என்றும், ஒரு சில உதாரணங்களைத் தவிர, மறுபங்கீடு வளர்ச்சியின் மீது எவ்வித எதிர்மறை விளைவுகளையும் ஏற்படுத்துவதில்லை என்றும் ஒரு சமீபத்திய ஆய்வு காட்டுகிறது. இந்த ஆய்வு பல்வேறு நாடுகளில் பல ஆண்டுகளாகப் பன்னாட்டு நிதியத்தின் உயர்மட்ட வல்லுநர்களால் நடத்தப்பட்டது. உண்மையில் மறுபங்கீடு ஏற்றத்தாழ்வைக் குறைப்பதால் அது, வளர்ச்சிக்கு நல்லது.

கட்டுக்கதை - 6

தொழில்நுட்ப முன்னேற்றம், உலகமயமாதல் ஆகியவற்றின் தவிர்க்க முடியாத, துரதிர்ஷ்டவசமான விளைவுதான் வளரும் ஏற்றத் தாழ்வு; எனவே அதுபற்றி ஒன்றும் செய்ய முடியாது.

உலகமயமாதலும் தொழில்நுட்ப வளர்ச்சியும் இணையும்போது ஏற்றத் தாழ்வு அதிகரிப்பது தவிர்க்க முடியாமல் போகிறது என்பதுதான் இந்தக் கட்டுக்கதையின் அடிப்படை. ஆனால், முழு உண்மையையும் கூறாத சில கற்பனைகளை அடிப்படையாகக் கொண்டது இது. உலகமயமாதலும் புதிய தொழில்நுட்பங்களும் அதிகம் படித்தவர்களுக்குக் கூடுதல் ஊதியம் தந்து, உலகச் சந்தையில் தேவை அதிகமாக உள்ள, அதிகத் திறனுள்ளவர்களின் ஊதியங்களை மேலும் அதிகமாக்குகிறது. அதே தொழில்நுட்ப முன்னேற்றத்தின் காரணமாக குறைந்த திறன் தேவைப்படும் வேலைகளை இப்போது இயந்திரங்கள் செய்கின்றன.

தொழில்நுட்பமும், வளர்ந்துவரும் உலகச் சந்தையும் குறைந்த திறனுடைய வேலைகளை வளர்ந்துவரும் நாடுகளுக்கு மாற்றிவிட நிறுவனங்களுக்கு உதவுவதன் மூலம் வளர்ச்சியடைந்த நாடுகளில் குறைந்த திறனுடைய ஊழியர்களின் ஊதியத்தை மேலும் குறைத்துவிடுகின்றன. இது போன்ற காரணங்களால் இந்தக் கட்டுக்கதையில் குறிப்பிட்ட வாறு தொடர்ந்து அதிகரிக்கும் ஏற்றத்தாழ்வைத் தவிர்க்க முடியாமல் போகிறது.

எனினும், இந்தக் கட்டுக்கதை உண்மையாக இருந்தால் நாடுகளுக் கிடையே வேலை வாய்ப்பு வளர்ச்சியில் எந்த வேறுபாடும் இருக் காது. வேலை ஏற்றுமதியையும், அபரிமிதமான செல்வ வளர்ச்சியையும்,

அதிக ஊதியங்களையும் ஜெர்மனி பெருமளவு கட்டுப்படுத்தியிருக்கும் அதே வேளையில், அமெரிக்கா, இங்கிலாந்து போன்ற நாடுகளில் நடுத்தர வேலைகள் குறைந்துள்ளதையும், பெரும் அளவில் செல்வம் ஒருசிலரிடமே குவிந்துள்ளதையும் காண முடிகிறது. அது போலவே, உலகமயமாதலால் பயனடைந்து பிரேசிலில் பொருளாதார ஏற்றத் தாழ்வு குறைந்துள்ளபோது, இந்தியா போன்ற நாடுகளில் ஏற்றத்தாழ்வு பெரும் அளவு அதிகரித்திருக்கிறது. எனவே, ஏற்றத்தாழ்வு விஷயத்தில் தொழில்நுட்ப மாற்றம், கல்வி, உலகமயமாதல் ஆகியவை முக்கிய மான காரணிகளாக இருந்தாலும், திட்டமிட்டே மேற்கொள்ளப்படும் கொள்கைகளான குறைந்தபட்ச ஊதியத்தைக் குறைப்பது, பணக்காரர் களுக்கான வரிவிதிப்பைக் குறைப்பது, தொழிற்சங்கங்களை ஒடுக்கு வது போன்றவற்றில்தான் முக்கியமான விளக்கம் அமைந்துள்ளது. இவை பொருளாதாரக் கொள்கைகளையும், அரசாங்கச் சித்தாந்தங்களையும் சார்ந்தவை. அடிப்படையான, தவிர்க்க முடியாத பொருளாதாரச் சக்தி யைச் சார்ந்தவை அல்ல.

கட்டுக்கதை - 7

பிரச்சினை, அதிகமான பொருளாதார ஏற்றத்தாழ்வு அல்ல; அதிக மான வறுமைதான். கீழ்மட்டத்தில் உள்ளவர்களின் வறுமை குறையும்போது ஏற்றத்தாழ்வைப் பற்றியோ, சிலரிடம் செல்வம் சேர்வது பற்றியோ கவனிக்கத் தேவையில்லை.

வளர்ச்சியின் மீது செலுத்தும் கவனம் கீழ்மட்டத்தில் உள்ளவர்களைத் தூக்கிவிடுவதில்தான் இருக்க வேண்டும். மாறாக, மேல்தட்டில் உள்ள வரின் வளரும் செல்வத்தின் மீது கவனம் செலுத்தினால் அது திசை திருப்புவது என்பது பரவலாகக் காணப்படும் ஒரு கருத்து.

அதீதப் பொருளாதார ஏற்றத்தாழ்வு வறுமை குறையும் வேகத்தைக் குறைப்பது மட்டுமல்லாமல், வறுமையை அதிகரிக்கவும் முடியும். முத லில் அதீதப் பொருளாதார ஏற்றத்தாழ்வின் மீது கவனம் செலுத்தி, மேல்தட்டில் உள்ளவர்களிடமிருந்து கீழ்தட்டிலுள்ளவர்களுக்கு மறு பங்கீடு செய்யாமல் வறுமையை ஒழிக்க முடியாது. வேகமாக வளம் குறைந்துவரும் பூமியில் மிகச் சிலரது கைகளில் மிக அதிகமான செல்வம் இருப்பது வளர்ச்சிக்கு உகந்ததல்ல. மொத்த உலகின் நன்மைக் காக நம்முடைய முயற்சிகளை அதீதப் பொருளாதார ஏற்றத்தாழ்வு என்ற தீமையின் பக்கம் திருப்ப வேண்டும்.

★ ★ ★ ★ ★

2
அதீத ஏற்றாத்தாழ்வுக்கு முடிவுகட்ட என்ன செய்யலாம்?

எந்தப் பாதையைத் தேர்ந்தெடுப்பது?

எம்மாதிரியான கொள்கைகள் தேர்ந்தெடுக்கப்படுகின்றன என்பதன் விளைவே ஏற்றத்தாழ்வுகள். இவை தவிர்க்க முடியாதவை அல்ல, ஏற்றத்தாழ் வைப் பாதிக்கும் விதத்தில் அரசாங்கங்கள் தற்போது தாமாக முன்வந்து மேற் கொள்ளும் சில கொள்கைத் தேர்வுகளை இந்தப் பகுதி ஆய்வுசெய்கிறது.

இந்தப் பகுதி, முதலில் அரசாங்கங்கள் எதிர்கொள்ளும் ஏற்றத்தாழ்வை நோக் கிய அல்லது அதற்கு எதிரான தேர்வை 'எகானமிஸ்ட்' பத்திரிகையில் வெளி யான, 2040இல் கானாவின் எதிர் காலம் எப்படியிருக்கும் என்பதைக் கற்பனையாக விவரிக்கும் இரண்டு கட்டுரைகள் மூலம் விளக்குகிறது.

> **"திட்டமிடப்பட்டே மேற்கொள்ளப்படும் கொள்கை இடையீடுகள் இல்லாவிட்டால், அதீத ஏற்றத்தாழ்வு அளவுகள் தாமாகவே நீடித்திருக்கும் இயல்புடையவை. அவை அரசியல், பொருளாதார, சமூக சலுகைகளைச் சமூகத்தின் மேல்தட்டில் இருப்பவர்களுக்குத் தொடர்ந்து கிடைக்கச் செய்யும் அரசியல், பொருளாதார நிறுவனங்களின் வளர்ச்சிக்கு இட்டுச்செல்லும்."**
>
> UNRISD*

உறுதியான கொள்கை நடவடிக் கைகள் மூலம் ஏற்றத்தாழ்வைச் சமா ளிக்கவல்ல நான்கு முக்கியத் துறை கள்மீது இந்த அறிக்கை கவனம் செலுத்துகிறது: வேலையும் ஊதியங் களும்; வரி விதிப்பு; அரசுச் சேவை; குறிப்பாக, பாலின ஏற்றத்தாழ்வை எதிர்கொள்ளும் பொருளாதாரக் கொள்கைகள்.

தனிப்பட்ட நலன்களின் கிடுக்குப்பிடியை அரசாங்கங்கள் உடைத்துப் பெரும் பாலான மக்களின், மொத்த சமூகத்தின் நலனை உறுதிசெய்வதற்கு அத்தியா வசியமான முற்போக்கு அரசியல் மாற்றங்கள் பற்றிய பார்வையுடன் இப்பகுதி முடிகிறது.

பணக்காரர்களுக்கும் ஏழைகளுக்கும் இடையேயான, அதிகாரமுள்ளவர்களுக் கும் அதிகாரமற்றவர்களுக்கும் இடையேயான அதிகரித்துவரும் இடைவெளி யைத் தூண்டும் போக்குகளை மாற்றுத் திசையில் செலுத்தும் நடவடிக்கை களை எடுக்க முடியும். ஒருசிலருக்குப் பதிலாகப் பலரைக் கணக்கில் எடுத்துக் கொள்ளும் நியாயமான பொருளாதார, அரசியல் அமைப்பைக் கட்டி எழுப்பு வதற்கு உலகில் ஒருங்கிணைந்த செயல்பாடு தேவைப்படுகிறது. செல்வத் தையும் அதிகாரத்தையும் மறுபங்கீடு செய்யும் கொள்கைகளை அமல்படுத்தி, சமமான வாய்ப்புகளை உருவாக்கும் நடவடிக்கைகளை எடுப்பதன் மூலம் இன்றைய அதீதப் பொருளாதார ஏற்றத்தாழ்வுக்குக் கொண்டுசென்றுவிட்ட சட்டங்களையும் அமைப்புகளையும் மாற்ற வேண்டும்.

---

* UNRISD - United Nations Research Institute for Social Development.

2.1
இரண்டு எதிர்காலங்களின் கதை

தி எகானமிஸ்ட்
1 ஏப்ரல் 2040

கானா: அழிவிலிருந்து அற்புதத்துக்கு

ஏப்ரல் 1, 2040

முற்போக்கு நாடுகள் 20இன் (P 20) ஆரம்பக் கூட்டத்துக்கு உலகின் முக்கிய சமத்துவவாதிகள் இந்த வாரம் அக்ராவை வந்தடைந்தார்கள். மறுபங்கீட்டிலும் வளர்ச்சியிலும் தான் அடைந்திருக்கும் பாராட்டத்தக்க சாதனைகளைக் காட்டிக்கொள்வதில் குறியாக இருந்த கானாதான் இந்தப் புதிய குழுவை அமைப்பதில் முக்கியக் காரணகர்த்தாவாக இருந்தது. வருகை தந்தவர்களில் பலர் கானாவின் தெருக்களில் வன்முறை இல்லை என்ற காரணத்தைவிட, சுற்றுலாவுக்காகவே மேலும் சில நாட்கள் கூடுதலாகத் தங்குவார்கள்.

2015இல் 'எண்ணெய் சாப நெருக்கடி'யின்போது நாட்டில் புதிதாகக் கண்டுபிடிக்கப்பட்ட எண்ணெய் வளங்களைக் கைப்பற்ற நடந்த அதிகாரப் போட்டியையும், அதனால் நாட்டைச் சீர்குலைக்கவிருந்த அபாயத்தையும் இன்று கூடும் தலைவர்கள் பின்னோக்கிப் பார்ப்பார்கள். நாட்டின் புதிய ஏற்பாட்டுக்குக் காரணமான 2015 கலவரங்களில் இறந்த அல்லது காயமடைந்தவர்களை நினைவுகூர்ந்து அவர்கள் தங்கள் சுற்றுலாவைத் தொடங்குவார்கள்.

நூற்றுக்கணக்கானவர்கள் அந்தப் போராட்டத்தில் இறந்தது அரசியல்வாதிகளையும், புகழ்பெற்ற டாவி அகோசீயெ இம்பாவினியின் (பலரால் 'கானாவின் காந்தி' என்றழைக்கப்படுபவர்) தலைமையில் திரண்ட இனக்குழுத் தலைவர்களையும் கானாவை அழிவிலிருந்து மீட்கத் தூண்டியது. தொடர்ந்து நடந்த 2016 தேர்தல்களில் 'முற்போக்குக் குடிமக்கள் அணி', கானாவின் துடிப்பான பல-இன மக்கள் கூட்டணியின் பின்பலத்துடன் அதிகாரத்தைக் கைப்பற்றியது. 'முற்போக்குக் குடிமக்கள் அணி' உடனடியாக முன்னேற்றத்துக்கான மாதிரிபோல் ஆகிவிட்ட வளர்ச்சித் திட்டத்தைத் தொடங்கியது.

நார்வேயும் பொலிவியாவும் வழங்கிய அறிவுரையின் பேரில் புதிய அரசாங்கம் எண்ணெய்க்கும் வாயுவுக்குமான காப்புரிமைத் தொகையைப் பேச்சுவார்த்தைகள் மூலம் கணிசமாக அதிகரித்ததோடு எண்ணெய் வயல்களைக் கண்டுபிடிக்கும் பணிகளுக்கும், துரப்பணப் பணிகளுக்கும் வெளிப்படையான போட்டி ஒப்பந்த முறையையும் அறிமுகப்படுத்தியது. அத்துடன் நின்றுவிடவில்லை; முந்தைய காலங்களில் எண்ணெய்ச் சந்தை உச்சத்தில் இருந்தபோது பெற்ற அனுபவங்களிலிருந்து கற்றுக்கொண்டு, அதிர்ஷ்டத்தின் பயனைப் பிற்காலச் சந்ததியினரும் பெறும் வகையில் (2030களின் உச்சத்திலிருந்து ஏற்கனவே உற்பத்தி குறையத் தொடங்கிவிட்டது) கானாவின் எண்ணெய் வருமானத்தில் 40 சதவீதத்தை 'பாரம்பரிய நிதி' என்று ஒன்றை உருவாக்கி, அதில் வைத்தது. வரி கொடுக்காமல் ஏய்த்து, சுவிட்சர்லாந்தில் வைத்திருந்த ரகசியக் கணக்குகளுக்கு எதிராக சர்வதேச நீதிமன்றத்தில் கிடைத்த வெற்றியின் மூலம் பெறப்பட்ட பணத்தால் இந்த நிதி மேலும் பெருகியது.

படிப்படியாக அதிகரித்த நேரடி வரிவிதிப்பை அறிமுகப்படுத்தி அரசாங்கம் மேலும் தொடர்ந்தது—பெரும் பணக்காரர்களுக்கு வரிவிதித்து எண்ணெயின் காலம் ஒரு முடிவுக்கு வரும்போது அதைச் சமாளிக்க வழிசெய்து, அரசாங்

கத்துக்கும் குடிமக்களுக்கும் இடையேயான 'சமூக ஒப்பந்த'த்தை மீண்டும் உரு வாக்கவும் செய்தது.

ஐரோப்பாவின் தலைநகரங்களிலிருந்தும், அமெரிக்காவிலிருந்தும் நாடு திரும்பிய, உயர்திறமைகளைக் கொண்ட கானா நாட்டவரின் உதவியுடன் 'முற்போக்குக் குடிமக்கள் அணி' இந்தப் புதிய வருமானத்தை நாட்டின் மறுநிர்மாணத்துக்கான முக்கியப் பணிகளுக்காகச் செலவழித்தது. 2017 வாக்கில் நாட்டில் அனைவருக்கும் சுகாதாரம், ஆரம்பக் கல்வி, உயர்நிலைக் கல்வி போன்றவை கிடைத்துவிட்டன. பெரும் எண்ணிக்கையில் செவிலியர்கள், மருத்துவர்கள், வர்த்தகப் பெயரற்ற பொதுப் பெயர்களிலான மருந்துகள் ஆகியவற்றில் முதலீடு செய்ததால் இன்று உலகமே கானாவின் தேசிய சுகாதாரச் சேவைகளைப் பார்த்துப் பொறாமைப்படுகிறது. ஆப்பிரிக்காவின் மிக வெற்றிகரமான முன்னோடித் தொழிற்கல்வி, தொழில்நுட்பக் கல்வி ஆகியவற்றை வழங்கி, அந்தக் கண்டத்திலேயே சிறந்த பல்கலைக்கழகங்கள் சிலவற்றை உருவாக்கி, கல்வியின் தரத்தை வேகமாக உயர்த்தியது. ஆப்பிரிக்காவின் பிற பகுதிகளில் பல பத்தாண்டுகளுக்குப் பிறகும் தேசிய வரவுசெலவுத் திட்டங்களை இன்னமும் உறிஞ்சிக் கொண்டிருக்கும் 'அரசு-தனியார் துறைக் கூட்டு'களைத் தவிர்த்து, எண்ணெயில் சம்பாதித்த பணத்தைச் சாலைகளுக்கும் புனல் மின்நிலையங்களுக்கும் அணைகளுக்கும் கானா செலவிட்டது.

'வாழ்க்கைக்கான நியாயமான ஊதியம்' என்ற தன்னுடைய முன்னோடிக் கொள்கையைப் பற்றி கானா பெருமிதம் கொள்கிறது; இது குறைந்தபட்ச ஊதியத்தைச் சராசரி ஊதியத்துடன் இணைத்து, அதை முதலில் சராசரி ஊதியத்தின் 10 சதவீதத்திலிருந்து கொஞ்சம்கொஞ்சமாக 50 சதவீதத்துக்கு அதிகரித்ததன் மூலம் ஏற்றத்தாழ்வு அதிகரிக்காமல் செய்தது. அதற்குப் பிறகு 'வாழ்க்கைக்கான நியாயமான ஊதியம்' என்பது முற்போக்கு நாடுகள் 20இன் உறுப்பினராவதற்கு ஒரு அளவுகோலாகிவிட்டது. கானாவின் சம ஊதியச் சட்டமும் வேறு பல நல்ல நடவடிக்கைகளும் பெண்களுக்குப் பெரும் நன்மை செய்திருக்கின்றன.

'சரியான அரசிய'லை ஒரு வெளிப்படையான முன்னுரிமையாக 'முற்போக்குக் குடிமக்கள் அணி' ஆக்கியது. சமூகத்தில் நலிந்த பிரிவினருக்கு ஆதரவாகத் தற்காலிகமாகச் செயல்பட்ட இயக்கங்கள் கானாவின் அரசியல் அமைப்புக்குப் புத்துயிரூட்டின; பாராளுமன்றத்தையும் அரசின் நிர்வாகத்தையும் சிறுபான்மை இனத்தவர்களிலிருந்தும், பெண்களிலிருந்தும் மிகத் திறமையானவர்களைக் கொண்டு நிரப்பின. எல்லாச் செயல்பாடுகளிலும் ஆரம்பத்திலிருந்தே குடிமக்களும் அவர்கள் அமைப்புகளும் ஈடுபடுத்தப்பட்டனர். 'பொறுப்பான குடிமக்களாக இருங்கள், வரி செலுத்துங்கள்' என்ற இயக்கம் கானாவின் வரிக் கட்டமைப்புக்குப் புது வலு தந்தது என்பது ஒரு உதாரணம்.

'அழிவிலிருந்து அற்புதத்துக்கு ஒரு தலைமுறையிலேயே' தன் நாடு போய்விட்டதாக, இப்போது ஓய்வுபெற்றுவிட்ட மூத்த அரசியல்வாதியான டாவி அகோசீயெ இம்பாவினி கூறுகிறார். அரசியல் வார்த்தை ஜாலம் இந்த முறை நியாயமாக இருக்கிறது.

வணிகத்துக்கு கானா தயார்?

ஏப்ரல் 1, 2040

நாட்டின் வருடாந்திர வர்த்தகக் கண்காட்சியான 'வணிகத்துக்கு கானா தயார்' காட்சிக்கு உலகின் மிகப் பெரிய பன்னாட்டு நிறுவனங்களின் பிரதிநிதிகள் கானாவுக்கு இந்த வாரம் செல்கிறார்கள். சமீப வருடங்களில் கணிசமான வளர்ச்சி விகிதம் நாட்டில் இருப்பதற்குச் சாதகமான சூழல்களை ஏற்படுத்தியதற்காக கானாவின் வணிக வர்க்கம் பெருமைபட்டுக்கொள்ளலாம். நாட்டில் முதலீடு செய்யும் வெளிநாட்டு நிறுவனங்களுக்கு வரிவிலக்கு அந்தஸ்து கிடைப்பதோடு உலகிலேயே மிக மலிவான தொழிலாளர் படை கானாவில் கிடைக்கிறது. குறைந்தபட்ச ஊதியம் நிர்யணயிக்கப்படாத கானாவில் பெரும்பாலான தொழிலாளர்கள் சராசரியாக ஒரு மணி நேரத்துக்கு 0.5 டாலர் சம்பாதிக்கின்றனர்.

நாட்டின் செல்வத்தில் 99 சதவீதத்தைத் தங்கள் வசம் வைத்திருக்கும் 10 குடும்பங்கள் வசிக்கும் வோல்டா ஏரியின் மத்தியிலுள்ள, சொர்க்கம் போன்ற தீவின் நடுவே ஜெட் விமானங்கள் இறங்குவதற்கு ஏற்ற, அதிநவீன வசதிகளைக் கொண்ட விமான தளத்தில் வர்த்தகக் காட்சியில் கலந்துகொள்பவர்கள் வந்து இறங்குவார்கள். தீவைச் சுற்றி முதலைகள் நிறைந்திருக்கும் ஏரி, நாட்டின் பிரதானப் பகுதிகளில் வசிக்கும் லட்சக்கணக்கான வறியவர்களின் எந்த ஒரு எதிர்ப்புப் போராட்டத்தையும் தடுத்துவிடும். உறுதியான ஜனநாயக அரசியல் அமைப்புடன் இணைந்த, உத்வேகத்துடன் நீடித்திருக்கக்கூடிய பொருளாதாரத்தைக் கொண்ட கானா ஒரு காலத்தில் மேற்கு ஆப்பிரிக்காவின் பெரும் நம்பிக்கையாக இருந்தது என்பதை ஒப்புக்கொள்வது கடினம். 21ஆம் நூற்றாண்டின் ஆரம்ப வருடங்களில் எண்ணெய், வாயு ஆகியவை கண்டுபிடிக்கப்பட்ட பின் 'செல்வம் என்னும் சாப'த்தின் தாக்கத்தால் எல்லாம் தவிடுபொடியாகிவிட்டன.

விலை கொடுக்க முடிந்தவர்கள் குடிநீரை லாரிகள் மூலம் வாங்கிக்கொள்கிறார்கள்; மாசுபட்ட நதிகளையும் கிணறுகளையும் உபயோகிப்பதைத் தவிர மற்றவர்களுக்கு வேறு வழியில்லை. காலரா பரவுவது தொடர்ந்து நடப்பதும், குழந்தைகள் அதிகமாக இறப்பதும் இந்தப் பகுதியில்தான் என்பது ஆச்சரியமல்ல.

தங்களுக்கு ஒரு நல்ல வாய்ப்பு கிடைத்திருக்கிறது என்பதைச் சட்டென்று கண்டுகொண்ட ஆதிக்க மேல்தட்டினர் தங்களுக்கென்று காப்புரிமைத் தொகையை சம்பாதித்துக்கொண்டு, மிக அதிகத் தொகை தந்த வெளிநாட்டு நிறுவனங்களுக்குப் புதிதாகக் கண்டுபிடிக்கப்பட்ட வளங்களை மிக வேகமாக விற்றுவிட்டனர். இயற்கைவளம் கொண்டுவந்து குவித்த செல்வத்தை நியாயமாக விநியோகிக்க வேண்டும் என்று தொழிற்சங்கங்களும் சமூக அமைப்புகளும் குரல் கொடுத்தபோது, ஆதிக்க அரசியல் சக்திகள் துரிதமாக நடவடிக்கை எடுத்து, பொது மக்களின் போராட்டங்களையும், கட்டமைப்புகளையும் குற்றங்கள் என்று அறிவித்துவிட்டன. தொடர்ந்து நடந்த கலவரங்களில் நூற்றுக்கணக்கானவர்கள் இறந்தனர்;

அரசாங்கம் அரசியல் சட்டத்தை இடைநிறுத்தி 'இடைக்கால' குடியரசுத் தலைவராக ஒருவரை நியமித்தது.

டாவி அகோசீயெ இம்பாவினியின் (கானாவின் காந்தி என்றழைக்கப்பட்ட பெண்மணி) படுகொலை பற்றி கானாவின் மக்கள் இன்றும் வருத்தப்படுகிறார்கள். இப்போது பெரிதும் மறக்கப்பட்டுவிட்ட 'முற்போக்குக் குடிமக்கள் அணி' என்ற பல-கட்சி இயக்கத்தை அவர் உருவாக்கிக்கொண்டிருந்தார்.

நாட்டின் பிரதானப் பகுதிகளுக்கு மின்சாரம் அதிகபட்சம் ஒரு நாளைக்கு சில மணி நேரமே கிடைக்கிறது. தாக்கப்பட்டுவிடுவோம் என்ற பயத்தில் பகல் நேரத்தில்கூட வீட்டை விட்டு வெளியே வருவதற்கு மக்கள் அஞ்சுகிறார்கள். தனியார்மயமாக்கப்பட்டு, துண்டாடப்பட்டு, கட்டணம் வசூலிக்கும், கந்தர கோளமாக இருக்கும் சுகாதாரமும், கல்வியும் கானா நாட்டு ஏழை மக்களுக்குக் கிடைப்பதில்லை. விலை கொடுக்க முடிந்தவர்கள் குடிநீரை லாரிகள் மூலம் வாங்கிக்கொள்கிறார்கள்; மாசுபட்ட நதிகளையும் கிணறுகளையும் உபயோகிப்பதைத் தவிர மற்றவர்களுக்கு வேறு வழியில்லை. காலரா பரவுவது தொடர்ந்து நடப்பதும், குழந்தைகள் அதிகமாக இறப்பதும் இந்தப் பகுதியில்தான் என்பது ஆச்சரியமல்ல. பல பகுதிகளில் விவசாயிகள் கைக்கும் வாய்க்கும் போதுமானதாக இருக்கும் விவசாயத்தை மட்டுமே மேற்கொள்ள முடிகிறது. நல்ல லாபம் ஈட்டித் தரும் சந்தைகளுக்காக விவசாயம் செய்வது சாத்தியமே இல்லை.

வோல்டாவுக்கு வரும் வெளிநாட்டினர் நாட்டின் பிரதானப் பகுதிகளில் கால் வைக்கக்கூட மாட்டார்கள் என்பதில் ஆச்சரியமில்லை. அவர்கள் இங்கு இருப்பதும் கானா நாட்டின் பெரும் பகுதியினருக்குத் தெரியாது.

2.2 மேலும் சமத்துவமான உலகை நோக்கிய நம்முடைய பாதை

பெருவாரியான மக்களின் பொருளாதார அந்தஸ்தைத் தீர்மானிப்பது அவர்கள் பெறும் ஊதியம்தான். எவ்வளவு கடினமாக உழைத்தாலும் வறுமையிலிருந்து தப்பிக்க முடியாது என்பதுதான் உலகின் மிக ஏழையான மக்கள் பலரின் யதார்த்த நிலையாக இருக்கும் அதே வேளையில், ஏற்கனவே பணக்காரர்களாக உள்ளவர்களின் செல்வம் எப்போதும் பெருகிவரும் அதே விகிதத்தில் பெருகி, ஏற்றத்தாழ்வைச் சந்தை மேலும் மோசமாக்குகிறது.

தங்கள் தலைமை நிர்வாகி சராசரியாகப் பெறும் வருடாந்திர போனஸைச் சம்பாதிப்பதற்கு ஒரு தென்னாப்பிரிக்க பிளாட்டினம் சுரங்கத் தொழிலாளிக்கு 93 ஆண்டுகள் பிடிக்கும். 2014இல் இங்கி லாந்தில் மிக உச்சத்தில் இருந்த நூறு தலைமை நிர்வாகிகள் தங்கள் சராசரி ஊழி யரைப் போல் 131 மடங்கு சம்பாதித்தனர். தங்கள் ஊழியர்களுக்கு வாழ்க்கைக்கான நியாயமான ஊதியம் வழங்குவதற்கு இவற் றில் 15 நிறுவனங்கள் மட்டுமே உறுதி கொண்டிருந்தன.

> தங்கள் தலைமை நிர்வாகி சராசரியாகப் பெறும் வருடாந்திர போனஸைச் சம்பாதிப்பதற்கு ஒரு தென்னாப்பிரிக்க பிளாட்டினம் சுரங்கத் தொழிலாளிக்கு 93 ஆண்டுகள் பிடிக்கும்.

'பெரும்பான்மையானவர்களுக்கு அநாகரிகமான குறைந்த ஊதியமும், உயர் நிலை நிர்வாகிகளுக்கும் பங்குதாரர்களுக்கும் ஏற்றுக்கொள்ள முடியாத அளவு அதிகப் பலன்களும்' என்பது பொருளாதார ஏற்றத்தாழ்வை முடுக்கிவிடுவதற்கான வழிமுறை.

தொழிலாளர்களின் குறைந்து வரும் பங்கு

படம் 9: தேசிய மொத்த உற்பத்தியில் உழைப்பாளர்களின் பங்கு: உலக அளவிலும் நாடுகளின் அளவிலும்

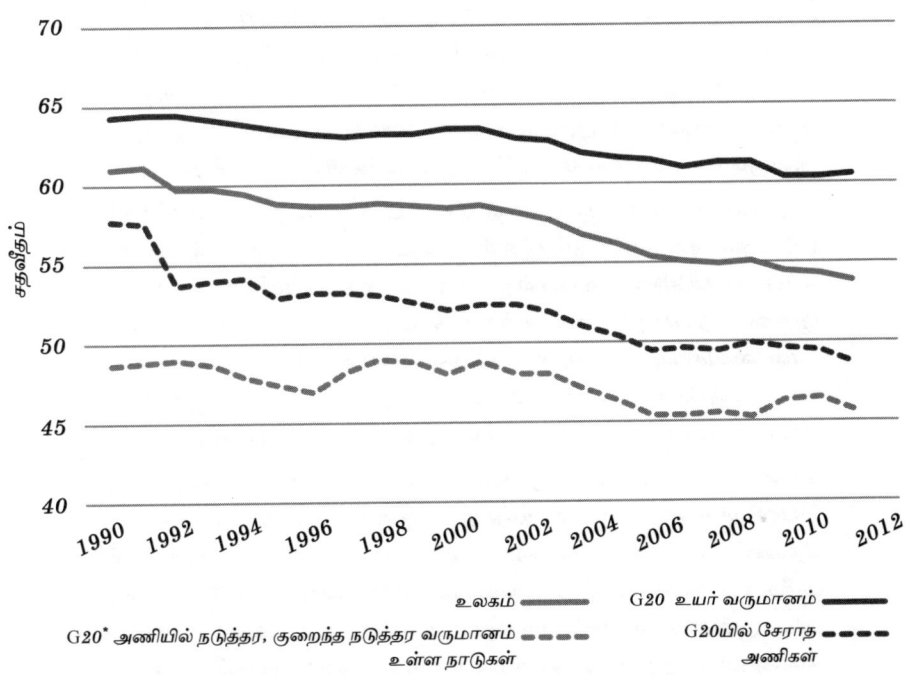

* G20-பிரேசில், இந்தியா, தென்னாப்பிரிக்கா உள்ளிட்ட 20 வளரும் நாடுகளால் வணிக சுதந்திரத்தை ஆதரித்துக் கையெழுத்திடுவதற்காக 2003ஆம் ஆண்டு ஆகஸ்டு 20இல் உருவாக்கப்பட்ட அணி.

*1990*இலிருந்து குறைந்த, நடுத்தர, அதிக வருமானமுள்ள எல்லா நாடுகளிலும் மொத்த உள்நாட்டு உற்பத்தியில் உழைப்பாளிகள் ஊதியத்தின் பங்கு குறைந்து வந்திருக்கும் அதே வேளையில், இருப்பவர்களுக்கும் இல்லாதவர்களுக்கும் இடையே பொருளாதார ஏற்றத்தாழ்வு பெருகும் விதத்தில் மூலதனத்தின் பங்கு அதிகரித்துவிட்டது.

சர்வேதேசத் தொழிலாளர் அமைப்பின் கூற்றுப்படி, குறைந்தபட்ச ஊதியத்தை அதிகரித்தல் போன்ற தொழிலாளர்களுக்குச் சாதகமான ஊதிய மறுபங்கீடு நாட்டின் மொத்தத் தேவையிலும் வளர்ச்சியிலும் குறிப்பிடத்தக்க முன்னேற்றத்தை ஏற்படுத்தி வறுமையையும் ஏற்றத்தாழ்வையும் குறைக்கும்.

குறுகிய சாலை: முன்னேற முடியாத உழைப்பு

எடுத்துக்காட்டு:

மலாவியில் தேயிலைத் தொழிலாளர்கள்: வேலையிலும் அதீத வறுமையிலும்

மழைக்காலத்தில் 50 ஆயிரத்துக்கும் மேற்பட்ட தொழிலாளர்களை வேலைக்கு அமர்த்தும் மலாவியின் முலஞ்சே மலைப் பகுதியில் உள்ள தேயிலைத் தொழில் 128 ஆண்டு பழமையானது. பசுமையான, கண்ணுக்கெட்டும் தூரம்வரை நீண்டிருக்கும் இம்மலையில் 7 ஆண்டுகளுக்கும் மேலாக மரியா (32) தேயிலை பறித்திருக்கிறார். 'வேலை செய்தும் வறுமை' என்பதன் முகமாக இவரும் இவருடைய சக தேயிலைத் தொழிலாளர்களும் இருக்கிறார்கள்.

அதிர்ஷ்டவசமாக, தேயிலைத் தோட்ட நிர்வாகத்தால் அளிக்கப்பட்ட வீட்டில் வசிக்கும் இவர், நீண்டகால ஒப்பந்தத்தில் அமர்த்தப்பட்டிருக்கிறார்; ஆனால் முக்கால்வாசித் தொழிலாளர்களுக்கு இவை எதுவும் இல்லை. தங்களுக்கென்று நிலம் இல்லை என்பதால் விவசாயத்தின் மூலம் தங்கள் உணவையோ அல்லது வருமானத்தையோ அதிகரித்துக்கொள்ள முடியாத நிலை இவர்கள் எதிர்கொள்ளும் கஷ்டங்களை மேலும் மோசமாக்குகிறது.

வேலை கடினமானது. தன்னுடைய அன்றாட ஊதியத்தைப் பெறுவதற்காக மரியா தினமும் குறைந்தபட்சம் 44 கிலோ தேயிலை பறிக்க வேண்டும். உலக வங்கி வரையறுத்திருக்கும் அதீத வறுமைக்கோட்டு அளவான நாளொன்றுக்கு 1.25 டாலரைவிட அவருடைய ஊதியம் குறைவானது; ஊட்டக்குறை உள்ள தன்னுடைய இரண்டு குழந்தைகளுக்கு உணவளிக்கப் போராட வேண்டியிருக்கிறது. வாழ்க்கைக்கான குறைந்தபட்ச ஊதியம் பற்றிய ஒரு சமீபத்திய மதிப்பீட்டின்படி, தனக்கும் தன்னுடைய குடும்பத்துக்கும் அடிப்படைத் தேவைகளைப் பூர்த்திசெய்வ

தற்கே மரியா தன்னுடைய தற்போதைய ஊதியத்தைப் போல் இரண்டு மடங்கு சம்பாதிக்க வேண்டும்.

ஆனால், மாற்றங்கள் நிகழ்ந்துகொண்டிருக்கின்றன. 2014 ஜனவரியில் மலாவிய அரசாங்கம் குறைந்தபட்ச ஊதியத்தைக் கிட்டத்தட்ட 24% உயர்த்தியது. 'தார்மீகத் தேயிலைக் கூட்டு'ம் ஆக்ஸ்ஃபாமும் இணைந்து ஒரு நியாயமான வேலை முறையைத் தக்க வைத்துக்கொள்வதற்குப் புதிய வழிகளைத் தேட முயன்று கொண்டிருக்கின்றன

அரசாங்கக் கட்டுப்பாடும், தொழிலாளர்கள் இணைந்து முதலாளிகளிடம் பேசுவதற்கான தொழிலாளர்களின் உரிமையும் ஏற்றத்தாழ்வைச் சமாளிக்கவும், சாதாரணத் தொழிலாளர்களின் ஊதியத்தை உயர்த்தவும் உதவும். எனினும், சமீப காலங்களில் பலவீனமான தொழிலாளர் சட்டங்கள், தொழிற்சங்கங்கள் மீதான அடக்குமுறை, தொழிலாளர்களின் எதிர்ப்பு இல்லாத, ஊதியங்கள் குறைவாக இருக்கிற இடங்களுக்குத் தொழிற்சாலைகளை இடம் மாற்ற முடியும் என்ற சூழ்நிலை போன்றவை காரணமாக நிறுவனங்கள் தங்கள் தொழிலாளர்களுக்கு மிக மோசமான வேலை நிலைமைகளையும் குறைந்த ஊதியங்களையுமே தருகின்றன.

'சர்வதேசத் தொழிற்சங்கங்களின் கூட்டமைப்'பின் கூற்றுப்படி 50 சதவீதத்துக்கும் மேற்பட்ட தொழிலாளர்கள் எளிதில் பாதிப்புக்குள்ளாகிற அல்லது நிச்சயமற்ற வேலைகளில் இருக்கிறார்கள்; 40 சதவீதத்தினர் குறைந்தபட்ச ஊதியமோ, எவ்வித உரிமைகளோ அற்ற அமைப்பு சாராத் துறைகளில் சிக்கிக்கொண்டிருக்கிறார்கள். உலகமயமாகிவிட்ட இன்றையப் பொருளாதாரத்தில் ஜவுளி, மின்னணுப் பொருட்கள் தொழிற்சாலைகளில் உற்பத்தி செய்யப்படுதல், சர்க்கரை, காபி போன்ற விவசாயப் பொருட்களின் வணிகம் போன்றவை உலக வர்த்தக மதிப்புச் சங்கிலியில் இணைந்துவிட்டன. இதில் உலகம் முழுவதும் உள்ள பன்னாட்டு நிறுவனங்கள் பொருள்களைச் சந்தைக்கு வழங்குவோர்மீது தங்கள் பின்னலான அமைப்புகளைக் கொண்டு ஆதிக்கம் செலுத்துகின்றன. இந்தப் பன்னாட்டு நிறுவனங்கள் வளரும் நாடுகளில் தொழிலாளர்களை, அதிலும் தங்கள் உழைப்புக்கான பலனை எப்போதும் பார்க்க முடியாதவர்களை வேலைக்கு அமர்த்துவதன் மூலம் அதீத லாபம் ஈட்டுகின்றன.

ஊதியம், வேலை நிலைமைகள்பற்றி ஆக்ஸ்ஃபாமின் மூன்று சமீபத்திய ஆய்வுகள் லாபம் தரும் விநியோகச் சங்கிலிகளில் 'குறுகிய சாலை' வேலைகள் இருப்பதை உறுதிசெய்துள்ளன. நடுத்தர வருமானமுள்ள வியட்நாமிலும் கென்யாவிலும் வறுமை ஊதியங்களும், பாதுகாப்பற்ற வேலைகளும் இருப்பதைக் கண்டறிந்திருக்கின்றன. தேசியச் சட்டங்கள் இருந்தாலும், இந்தியாவில் ஊதியங்கள் வறுமைக்கோட்டுக்குக் கீழேயும், மலாவியில் அவை அதீத வறுமைக்கோட்டுக்குக் கீழேயும் இருப்பதை இந்த ஆய்வுகள் கண்டறிந்திருக்கின்றன.

உணவு விநியோகச் சங்கிலியில் ஊதியங்கள்பற்றி ஆறு ISEAL* உறுப்பினர்களால் தென்னாப்பிரிக்கா, மலாவி, டொமினிக்கன் குடியரசு ஆகிய நாடுகளில் நடத்தப்பட்ட மூன்று தனித்தனி ஆய்வுகளில், இத்துறைகளில் நிலவிய ஊதியங்கள் குறைந்தபட்ச வாழ்க்கைக்கான ஊதியம் எனப்படுவதில் 37 சதவீதம் முதல் 73 சதவீதம் மட்டுமே இருந்ததாகக் கண்டறியப்பட்டது; உணவு, உடை, இருப்பிடம் தவிர, ஓரளவு பிற தேவைகளுக்காகச் செலவு செய்வதற்கு இது போதுமானதே அல்ல.

படம் 10: வாழ்க்கைக்கான ஊதியம் என்று மதிப்பிடப்பட்டதில் குறைந்தபட்ச ஊதிய விகிதங்கள் (மாதத்துக்கு)

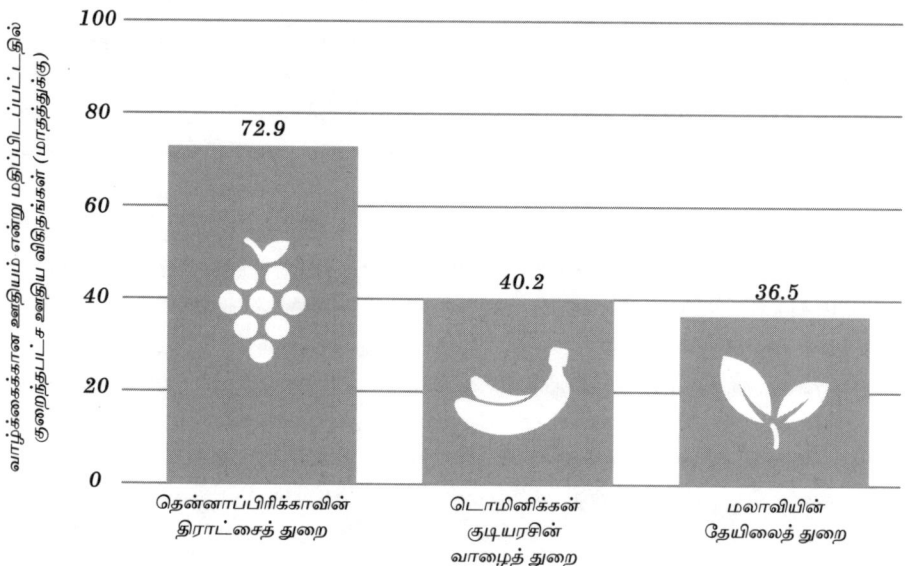

குறைவான விலைகளை நுகர்வோர் கோருவதன் விளைவாகவே தொழிலாளர்களின் ஊதியம் குறைவாக இருக்கிறது என்று சிலர் வாதிடலாம். ஆனால், கணிசமாக உயர்த்தப்பட்ட கூலிகள்கூட, எடுத்துக்காட்டாக, உடைகள் போன்றவற்றில், சில்லறை விலைகளைப் பாதிப்பதில்லை என்பதைப் பல ஆய்வுகள் காட்டியிருக்கின்றன. கென்யாவில் மலர்த் தொழிலாளர்களின் கூலியை இரண்டு மடங்கு உயர்த்துவது இங்கிலாந்துக் கடைகளில் ஒரு பூச்செண்டின் விலையை வெறும் ஐந்து பென்ஸ் அளவிலேயே உயர்த்தும் என்று ஆக்ஸ்ஃபாமின் ஆய்வு கண்டறிந்திருக்கிறது.

1999க்கும் 2010க்கும் இடையே இங்கிலாந்தின் ஒரு பேரங்காடியின் தலைமை நிர்வாகியின் ஊதியம் 10 லட்சம் பவுண்டிலிருந்து 42 லட்சம் பவுண்டாக நான்கு மடங்கு அதிகரித்தது. நிர்வாகிகளின் ஊதியத்தை வணிகக் கணக்கில் எடுத்துக் கொள்ள முடியுமென்றால், அவர்களது ஊக்கத்தொகை சார்ந்திருக்கும் தொழிலாளிகளுக்கு ஏன் வாழ்க்கைக்கான ஊதியம் தரக் கூடாது?

---

* மக்களும் சுற்றுச்சூழலும் பலன்பெறும் வகையில் வளர்ச்சியை நீடிக்கச்செய்யும் சர்வதேச அளவில் உறுப்பினர்களைக் கொண்ட அமைப்பு.

வேலையையும் ஊதியத்தையும் பொறுத்தவரை பெண்கள் மிகவும் கீழே இருக்கிறார்கள். உதாரணமாக, ஹோண்டுராஸில் தொழிலாளர்களுக்கான சட்டம் அமலில் இல்லாத, சமூகப் பாதுகாப்பற்ற துறைகளில் பெண்கள் அதிகமாக இருக்கிறார்கள். கூடுதல் நேரம் வேலை செய்தாலும் அவர்கள் ஆண்களைவிடக் குறைந்த ஊதியமே பெறுகிறார்கள். கிராமப்புறங்களில் அடிப்படையான உணவுத் தேவையில் கால் பங்கு வாங்குவதற்குத்தான் ஒரு பெண்ணின் சராசரி ஊதியம் போதுமானதாக இருக்கிறது. பொருளாதார ரீதியாகத் தங்கள் கணவர்களைச் சார்ந்திருப்பதோடு, சமூகத்தின் பிற செயல்பாடுகளிலும் அவர்கள் பாகுபாட்டை எதிர்கொள்வதால் குடும்ப உறவுகளில் மட்டுமல்ல, வேலை செய்யும் இடங்களிலும் அவர்கள் கொடுமையைச் சந்திக்க வேண்டியிருக்கிறது.

எடுத்துக்காட்டு

உலகின் மிகப் பணக்கார நாட்டில் வறுமை ஊதியங்கள்

குறைவான ஊதியங்களும் நிச்சயமற்ற வேலைகளும் வளரும் நாடுகளில் மட்டுமே காணப்படுகின்றன என்பதில்லை. அமெரிக்காவில் மிகப் பரவலான ஆறு வேலைகளில் காசாளர்கள், உணவு தயாரிப்பவர்கள், பரிமாறுபவர்கள் ஆகிய மூன்று வேலைகளுக்கு வறிய ஊதியமே தரப்படுகிறது. இந்த ஊழியர்களின் சராசரி வயது 35; இவர்களில் அனேகம் பேர் தங்கள் குடும்பங்களையும் காப்பாற்ற வேண்டும். 43 சதவீதத்தினருக்கு ஓரளவு கல்லூரிப் படிப்பு இருக்கிறது; பலர் நான்காண்டுப் பட்டம் பெற்றவர்கள்.

ஒரு சமீபத்திய ஆய்வில் கேள்வி கேட்கப்பட்டவர்களில் பாதிப் பேர், பிழைத்திருப்பதற்குத் தாங்கள் கடன் வாங்குவதாகவும், கால் வாசிப் பேர் மட்டுமே தங்களுக்கு மருத்துவ விடுப்பு, ஊதியத்துடனான விடுமுறை, மருத்துவக் காப்பீடு அல்லது ஓய்வூதியம் கிடைப்பதாகவும் ஆக்ஸ்ஃபாமிடம் கூறினார்கள். உலகில் மிகப் பணக்கார நாடுகளில் ஒன்றில் வாழும் இவர்களுக்கு, மிக ஏழ்மையான நாடுகளில் வாழும் தொழிலாளர்களுக்கு இருக்கும் அதே அளவுச் சுமை இருக்கிறது.

சிகாகோவிலுள்ள ஒரு துரித உணவகத்தில் ட்வைன் பணிபுரிகிறார். இரண்டு மகள்கள், அவருடன் பிறந்தவர்கள், அவரது தாய், பாட்டி என்று அனைவரையும் இவர் தன் ஊதியத்தைக் கொண்டு பராமரித்தாக வேண்டும். 'மொத்தக் குடும்பத்தையும் காப்பாற்ற வேண்டியிருப்பதால் ஒரு மணி நேரத்துக்கு 8.25 டாலர் என்ற சம்பளத்தில் சமாளிக்க முடியாது... கடுமையாக வேலைசெய்யும் துரித உணவு வேலையாளர்களான எங்களுக்கு மேலும் ஊதியம் பெறுவதற்கு நிச்சயம் தகுதியிருக்கிறது.'

குறைந்தபட்ச ஊதியத்தின் உண்மையான மதிப்பு குறைந்ததற்கும் தொழிற்சங்க உறுப்பினர்களின் எண்ணிக்கை குறைந்ததற்கும் இணையாக அமெரிக்காவில் ஏற்றத்தாழ்வு அதிகரித்திருக்கிறது. மேல்தட்டிலுள்ள 1 சதவீதத்தினரின் சராசரி வருமானம் மிக அதிகமாக உயர்ந்தபோது, கீழ்த்தட்டில் உள்ள 90 சதவீதத்தினராக இருக்கும் ஊழியர்களின் ஊதியங்கள் சற்றும் உயரவில்லை.

பேரம் பேசும் சக்தி குறைந்துவிட்டது

லாபம் அதிகரிப்பதையே பிரதானக் குறிக்கோளாகக் கொண்ட உயர்மட்ட நிர்வாகிகளுக்கும் பங்குதாரர்களுக்கும் எதிரான முக்கியச் சக்தியாக இருப்பது தொழிற்சங்கங்கள். பேரம் பேசும் அவற்றின் பலம்தான் வளம் பகிர்ந்துகொள்ளப்படுவதை உறுதிசெய்கிறது; தொழிற்சங்கங்கள் கூட்டாகப் பேச்சுவார்த்தை நடத்துவது உறுப்பினர்களின் ஊதியத்தை வழக்கமாக 20% உயர்த்தி, சந்தையில் அனைவரது ஊதியங்களும் உயரக் காரணமாகிறது. அரசுச் சேவைகளைப் பாதுகாப்பதிலும் தொழிற்சங்கங்கள் முக்கியப் பங்கு வகிக்கின்றன. உதாரணமாக, தென்கொரியாவில் ஜூன் 2014இல் சுகாதாரச் சேவைகளின் மீதான கட்டுப்பாடுகளைத் தளர்த்தி, தனியார்மயமாக்குவதாக அரசு அறிவித்தபோது பொதுத்துறைச் சுகாதாரச் சங்கங்கள் வேலை நிறுத்தத்தையும் எதிர்ப்புப் பேரணியையும் நடத்தின.

வளரும் நாடுகள் பலவற்றில் வலுவான தொழிற்சங்கப் பாரம்பரியம் இல்லை; பல இடங்களில் சங்கம் அமைப்பதற்கான தங்கள் உரிமைமீது அடக்குமுறையைத் தொழிலாளர்கள் எதிர்கொள்வதால் தொழிற்சங்க உறுப்பினரின் எண்ணிக்கையும் குறைந்திருக்கிறது. தொழிலாளர்களில் 80 சதவீதம் பெண்களாக உள்ள பங்களாதேஷின் ஜவுளித் தொழிலில் தொழிற்சங்க உறுப்பினர்களின் எண்ணிக்கை 12க்கு 1 ஆகும். ரானா பிளாசா விபத்துபற்றிய ஒரு ஆய்வின்படி, பங்களாதேஷ் தொழிற்சாலை உரிமையாளர்களுக்குத் தொழிலாளர் சட்டங்களை உருவாக்கி அமல்படுத்துவதைத் தடைசெய்யும் அளவுக்குப் பெரும் செல்வாக்கு இருக்கிறது.

தென்கொரியாவில், தொழிற்சங்கங்களின் பதிவு ரத்துசெய்யப்படுவது, சட்ட விரோதமாகக் கைதுசெய்யப்படுவது, வேலை நிறுத்தத்துக்கு எதிரான நடவடிக்கை போன்றவற்றைப் பொதுத்துறை ஊழியர்கள் எதிர்கொள்ள வேண்டியிருக்கிறது. சாம்சங் கைபேசிகளைப் பழுதுபார்க்கும் ஒரு கொரிய நிறுவனத்தின் ஊழியரும், சாம்சங் தொழிலாளர் சங்கத்தின் நிறுவனருமான யோம் ஹோ சியோ சில காலம் நிதிநெருக்கடியை அனுபவித்த பிறகு 2014இல் தற்கொலைசெய்துகொண்டார். சாம்சங் தொழிலாளர் சங்கத்தை நிறுவிய பின் அவரது வேலை அளவு அவருடைய நிறுவனத்தால் குறைக்கப்பட்டுவிட்டதாகக் கூறப்படுகிறது. அவர் கைக்குக் கிடைத்த சம்பளம் மாதத்துக்கு 400 டாலராகக் குறைந்துவிட்டிருந்தது.

சங்கம் அமைப்பதற்கான உரிமை 'சர்வதேசத் தொழிலாளர் அமைப்'பின் சர்வ தேச ஒப்பந்தங்களில் உள்ளது; ஆனால் உரிமையாளர்களைப் பிரதிநிதித்துவப் படுத்தும் அதிகாரபூர்வக் குழு (முதலாளிகள் குழு) அந்த உரிமை வேலை நிறுத்தம் செய்வதற்கான உரிமையை உள்ளடக்கியது அல்ல என்பதை 2012லிருந்து வாதிட்டுவருகிறது. 2014இல் இந்தப் பிரச்சினை 'சர்வதேசத் தொழிலாளர் அமைப்'பின் ஆட்சிக் குழுவுக்குச் சென்றது. முதலாளிகளுடன் நியாயமான பேரத்தில் கடைசி ஆயுதம் தொழிலாளிகளைப் பொறுத்தவரை வேலைநிறுத்தம் செய்வதுதான்; அதை மறுப்பது தொழிலாளர் உரிமைக்குப் பெருத்த அடியாக இருக்கும்.

நெடுஞ்சாலை: சாத்தியமான இன்னொரு வழி

வறிய ஊதியங்களை மாற்றி அமைப்பது

சில நாடுகளில் நியாயமான ஊதியம், கௌரவமான வேலை நிலைமை கள், தொழிலாளர் உரிமைகள் ஆகியவற்றுக்குச் சாதகமான போக்குகள் காணப் படுகின்றன. 1993க்கும் 2013க்கும் இடையே பிரேசிலின் குறைந்த ஊதியம் உண்மையான மதிப்பில் கிட்டத்தட்ட 50% அதிகரித்தது; இதற்கு இணையாக வறுமையும் ஏற்றத்தாழ்வும் குறைந்தன.

படம் 11: குறைந்தபட்ச ஊதியம் 50% அதிகரித்தபோது பிரேசிலில் ஏற்றத்தாழ்வின் அளவு

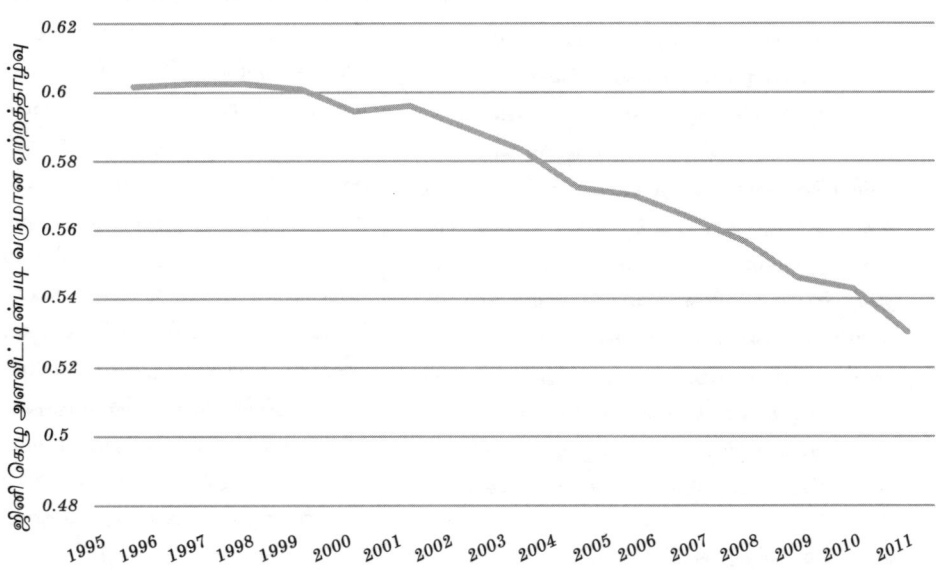

ஜினி கெழு அளவீட்டின்படி வருமான ஏற்றத்தாழ்வு

2007இல் பதவி ஏற்றதிலிருந்து ரஃபேல் கோரியாவின் தலைமையில் ஈகுவேடார் அரசாங்கம் ‘வாழ்வதற்கு ஆகும் செலவைவிட, தேசியக் குறைந்தபட்ச ஊதியத்தை வேகமாக அதிகரிக்க வேண்டும்’ என்ற கொள்கையைப் பின்பற்றி வருகிறது. முக்கியமான வாழை ஏற்றுமதித் தொழிலில் வேலை நிலைமைகளை மேம்படுத்துவதற்காக ஈகுவேடார் ‘உலக வாழை அவை’யில் இணைந்தது. தங்களுடைய லாபத்தில் ஒரு பகுதியைத் தங்கள் தொழிலாளர்களுடன் லாபகரமான நிறுவனங்கள் பகிர்ந்துகொள்ள வேண்டும் என்பது ஏற்கனவே சட்டப்படி அவசியமாக இருந்தது; புதிய விதிகளின்படி வாழ்க்கைக்கான, நியாயமான ஊதியம் வழங்குவதும் வெளிப்படையாக இருக்க வேண்டும். இந்த ஊதியம் தொழிலாளருக்கு மட்டுமல்லாது, அவரது குடும்பத்தின் அடிப்படைத் தேவைகளையும் பூர்த்திசெய்வதாக இருக்க வேண்டும்; இது குடும்பத்தின் அடிப்படைச் செலவை ஒரு வீட்டில் சம்பாதிப்பவர்களின் சராசரி எண்ணிக்கையால் வகுக்கப்படுவதற்கு இணையாக இருக்கும். 10 ஆண்டுகளுக்கு முன் பல தொழிலாளர்கள் இந்தத் தொகையில் பாதியையே சம்பாதித்தனர்.

2008இல் ஏற்பட்ட பொருளாதாரச் சரிவைத் தொடர்ந்து ஊதியங்களை அதிகரிக்கும் உத்தியை அரசாங்கம் கட்டாயமாகப் பின்பற்றிவரும் சீனாவில், உள்ளூரில் உற்பத்தி செய்யப்படும் பொருள்களுக்கும், இறக்குமதி செய்யப்படும் பொருள்களுக்குமான தேவை அதிகரித்து அடுத்த 4 ஆண்டுகளில் தொழிலாளர்கள் செலவிடுவது 3.5 லட்சம் கோடியாக இரட்டிப்பாகும் என்று கணிக்கப்பட்டுள்ளது.

தங்களுடைய தொழிலாளர்களின் நிலைமையை முன்னேற்றுவதற்காகச் சில பன்னாட்டு நிறுவனங்கள் தன்னார்வ நடவடிக்கைகளை மேற்கொண்டுள்ளன. ஆக்ஸ்ஃபாமுடன் தங்களுடைய கூட்டு ஆய்வுகளில் கண்டறியப்பட்ட தொழிலாளர் பிரச்சினைகளை யுனிலீவர், ஐபிஎல், ‘தேயிலைத் துறையில் தார்மீக கூட்டுறவு’ ஆகிய நிறுவனங்கள் ஏற்றுக்கொண்டு அவற்றைச் சரிசெய்வதற்கான திட்டங்களை நடைமுறைப்படுத்திவருகின்றன. தங்கள் நிறுவனத்துக்காக 100% உற்பத்திசெய்யும் பங்களாதேஷிலும் கம்போடியாவிலும் உள்ள மூன்று தொழிற்சாலைகளில் தொடங்கி ‘வாழ்க்கைக்கான ஊதியம் குறித்த வழிகாட்டி’யை H&M என்ற ஆடை விற்பனை நிறுவனம் வெளியிட்டுள்ளது. நெஸ்லே, KPMG, HSBC உள்ளிட்ட 800 நிறுவனங்கள் இங்கிலாந்தில் வாழ்க்கைக்கான ஊதியம் தரும் நிறுவனங்களாகச் சான்றளிக்கப்பட்டுள்ளன.

> **“குடும்பங்களும் சமூகங்களும் வேகமாக முன்னேறுவதற்கு நல்ல வேலைகள் உதவிசெய்கின்றன என்பது தெளிவு. டெஸ்கோவில் எங்கள் அனுபவம் என்னவென்றால் வணிக நோக்கிலும் நல்லது இதுதான்: ஒரு நிறுவனத்துக்குத் தேவையான பொருள்கள், சேவைகளை வழங்குவோர் தங்கள் தொழிலாளர்களின் நலனில் முதலீடு செய்பவர்களாக இருந்தால் அவர்கள் அந்த நிறுவனத்தின் சிறந்த, நம்பத்தகுந்த நீண்டகாலப் பங்குதாரராக விளங்குகிறார்கள்.”**
>
> ஜெய்ல்ஸ் போல்டன், குழு இயக்குநர்,
> டெஸ்கோ பிஎல்சி, ஆகஸ்ட் 2014

இன்னொரு நம்பிக்கையளிக்கும் அறிகுறியாக பங்களாதேஷின் 'தீ, கட்டடப் பாதுகாப்பு உடன்பாட்'டில் 180 நிறுவன உறுப்பினர்கள் உள்ளனர்; தொழிற் சாலைகளில் ஊழியர்களை ஒன்றிணைப்பது போன்ற பாதுகாப்பு அளவீடுகளை நடைமுறைக்கு கொண்டுவருவதுபற்றி அர்த்தமுள்ள பேச்சுவார்த்தைகளுக்காகப் பிரபல வர்த்தக நிறுவனங்கள், தொழில்துறை, அரசு, தொழிற்சங்கங்கள் என்று அனைத்துத் தரப்பினரையும் இந்த உடன்பாடு ஒன்றுசேர்த்திருக்கிறது.

எடுத்துக்காட்டு

வழிகாட்டும் 'நெடுஞ்சாலை' முதலாளிகள்

டொமினிக்கன் குடியரசில் இருக்கும் அமெரிக்க நிறுவனமான 'நைட்ஸ் அப்பேரல்', மாணவர்களின் தேவைக்காக 'தார்மீக முறை உடை'களைத் தயாரித்து விற்க வாழ்க்கைக்கான ஊதியம் தரும் ஒரு ஆலையை நிறுவியது. வாழ்க்கைக்கான ஊதியம் கிடைப்பது தங்களுடைய வாழ்வில் ஏற்படுத்தியுள்ள மாற்றங் களை அல்டாகிரேசியா திட்டத் தொழிற்சங்கத்தின் தலைவரான மாரிட்ஸா வர்காஸ் விவரிக்கிறார்:

'எனக்கு இப்போது சத்தான உணவு கிடைக்கிறது. என்னால் என் குடும்பத்துக்கு உணவு அளிக்க முடியாது என்று நான் கவலைப் படத் தேவையில்லை. என் மகளைப் பல்கலைகழகத்துக்கு அனுப்பி வைக்கவும், என் மகனை உயர்நிலைப் பள்ளியில் படிக்க வைக் கவும் என்னால் முடிந்திருக்கிறது—இது எப்போதும் என் கனவாக இருந்திருக்கிறது. வேலை செய்யுமிடத்தில் நாங்கள் மரியாதையு டன் நடத்தப்படுவதைக் காண்கிறோம்—இது மற்ற தொழிற்சாலை யிலிருந்து முற்றிலும் வித்தியாசமான அனுபவமாக எங்களுக்கு இருக்கிறது'.

தொழிலாளர்களின் செலவழிக்கும் திறன் கூடியதால் உள்ளூர் கடைகளுக்கும், வியாபாரிகளுக்கும்கூடப் பலன்கள் கிடைத்துள் ளன. நுகர்வோர் தந்த அழுத்தத்தால் நேர்ந்த இந்த மாற்றம் ஒரு ஊக்கமளிக்கும் உதாரணமாக இருந்தபோதும், டொமினிக்கன் குடி யரசில் இயங்கும் எல்லா நிறுவனங்களுக்கும் இது பொருந்தாது.

கென்யாவின் வெட்டுமலர் துறைதான் 2000களில் குடிமைச் சமூக இயக்கங்களின் இலக்காக இருந்தது. அதிலிருந்து, அதிக மதிப் புள்ள, மென்மையான இந்த மலர்களைப் பதப்படுத்தும் தொழி லாளர்கள் சில விஷயங்களில் நல்ல முன்னேற்றம் கண்டிருக்கி றார்கள். அவர்களுடைய ஊதியம், இன்றும் வாழ்க்கைக்கான ஊதியத்திலிருந்து மிகக் குறைவாக இருந்தாலும், 75 சதவீதம் பெண்களாக இருக்கும் மிகவும் திறன்மிக்க இந்தத் தொழிலாளர் கள், 10 ஆண்டுகளுக்கு முன்பு இருந்ததைவிட, சுகாதாரம், பாது

காப்பில் மேம்பாடு, குறைந்த பாலியல் துன்புறுத்தல், பணிப் பாதுகாப்புக்கான ஒப்பந்தங்கள் ஆகியவை தங்களுக்கு இருப்ப தாகத் தெரிவிக்கிறார்கள். ஆய்வுக்காக நேர்காணப்பட்ட பெரும் பாலானோர் 'நான் வேலைசெய்ய ஆரம்பித்தபோது இருந்ததை விடத் தற்போது தற்காலிக வேலையிலிருந்து நிரந்தர வேலையை அடைவது எளிதாக இருக்கிறது' என்று ஒப்புக்கொண்டார்கள்.

தார்மீக வணிக அடிப்படை முன்முயற்சி, உற்பத்திப் பொருள் சான் றிதழ், மேம்பட்ட மனிதவள நிர்வாகம், பாலினப் பாகுபாட்டைக் களையக் குழுக்களை அமைத்தது, மேம்பட்ட சட்ட அமலாக்கம் உள்ளிட்டவற்றை நடைமுறைப்படுத்தியது இதற்கான காரண மாகும். தொழிலாளர்கள் அதிக அளவில் ஒன்றுசேர்ந்ததால் அண்டை நாடான உகாண்டாவில் இந்தத் துறையில் நிலைமை கள் மேம்பட்டிருக்கின்றன (நிலைமைகள் குறைந்தபட்ச அளவில் இருந்தன என்றாலும்).

சில முதலாளிகள் சிந்திக்காமல் கூறும் கருத்துக்கு மாறாக, குறைந்தபட்ச ஊதி யத்தை உயர்த்துவது, தொழிலாளர்களை அமர்த்துவதில் துறை அளவில் எந்தவித எதிர்மறை விளைவையும் ஏற்படுத்தவில்லை. குறைந்த ஊதியத்தை உயர்த்துவ தன் விளைவாக நுகர்வோரின் தேவைகள் அதிகரிப்பதால் பெரிய அளவில் வேலை இழப்புகள் ஏற்படாது என்று கோல்ட்மென் சாக்சின் பொருளாதார நிபுணர் கள் கண்டறிந்திருக்கின்றனர். ஊதிய உயர்வுகள் வியாபாரத்துக்கும் நன்மை பயக் கின்றன; உதாரணமாக, ஊழியர்கள் வேலையை விட்டுப் போக மாட்டார்கள். இதனால் புதிய ஊழியர்களுக்குப் புதிதாகப் பயிற்சி அளிக்க வேண்டிய செலவு குறைகிறது.

உயர்நிர்வாகிகளின் அதிகபட்ச ஊதியத்துக்கு முற்றுப்புள்ளி வைப்பது

தேசிய வருவாயில் தொழிலாளர்களின் பங்கு குறைந்து வருவதுதான் செல்வத்தில் அதிகரித்துவரும் இடைவெளிக்கு முக்கியக் காரணம் என்றால், நிறுவனங்களின் செல்வத்தை மேலும் நியாயமாகப் பகிர்ந்துகொள்வது இதற்கு வெளிப்படையான தீர்வாகும்.

உயர்நிர்வாகிகளின் வருமானத்தை ஒரு வரம்புக்குள் வைத்திருக்க வேண்டும் என்பது புதிய சிந்தனை அல்ல. ஏதென்ஸ் நகரத்தில் மிகப் பணக்காரர்களின் வருமானம் மிக ஏழைகளின் வருமானத்தைப் போல் 5 மடங்குக்குள் இருக்க வேண்டும் என்று பிளேட்டோ யோசனை கூறினார். 2008ஆம் ஆண்டு நிதி நெருக்கடிக்குப் பிறகு நிர்வாகிகளின் ஊக்க ஊதியங்களை நிறுத்த வேண்டும் என்றும், உயர் மட்டத்தினரின் ஊதியங்கள் ஒரு அளவுக்கு மேல் போகக் கூடாது என்றும் கருதுகிற பொதுமக்களின் பெருகிவரும் எதிர்ப்பைப் பன்னாட்டு நிறுவனங்கள் எதிர்கொள்ள வேண்டியிருந்தது.

முற்போக்குப் பார்வை கொண்ட சில நிறுவனங்களும், கூட்டுறவுகளும், நிர்வாக அமைப்புகளும் இத்திசையில் நடவடிக்கை எடுத்துவருகின்றன. உதாரணமாக, பிரேசிலில் பல நிறுவனங்களில் 3000 தொழிலாளர்களுக்கு மேல் வேலைக்கு அமர்த்தியுள்ள செம்கோ எஸ் ஏ, நிறுவனம், 10க்கு 1 என்ற ஊதிய விகிதத்தைப் பின்பற்றிவருகிறது. நிர்வாகிகளின் மிக அதிகமான ஊதியத்துக்கு எதிரான மக்களின் கோபம் 'பலனில்லாமல் போகவில்லை' என்று ஒப்புக்கொண்ட ஜெர்மனியின் 'பெருவணிக நிர்வாக ஆணையம்', நிர்வாகிகளின் உச்சபட்ச ஊதியத்தை வரையறுக்க வேண்டுமென்று முன்மொழிந்தது. அமெரிக்காவில் கலிபோர்னியா, ரோட் தீவு ஆகிய இரண்டு மாநிலங்கள் பெருவணிகத்தின் மீதான மாநில வரிவிதிப்பையும், உயர்நிர்வாகி-தொழிலாளி ஊதிய விகிதத்தையும் இணைக்க வேண்டுமென்று யோசனை தெரிவித்துள்ளன; ஊதிய இடைவெளி அதிகரித்தால் வரிவிகிதமும் அதிகரிக்கும்.

நலன்களைப் பகிர்ந்துகொள்வது: தொழிலாளிகளுக்கும் ஒரு பங்களிப்பது

ஓரளவாவது தொழிலாளர்களின் முதலீடு இருந்த நிறுவனங்கள் நன்றாக இயங்கி நீடித்து இருப்பதைப் பெருகிவரும் ஆய்வுச் சான்றுகள் காட்டுகின்றன. இங்கிலாந்தில், இம்மாதிரியான நிறுவனங்கள் FTSE* அனைத்துப் பங்குக் குறியீட்டைவிட, தொடர்ந்து நன்றாகச் செயல்படுகின்றன. நிர்வாகத்தில் பங்கும், உடைமையில் ஒரு பங்கும் தொழிலாளர்களுக்கு இருக்கும்போது மேலும் நல்ல பலன்கள் கிடைப்பதாகத் தெரிகிறது.

தொழிலாளர்களுக்குச் சொந்தமான நிறுவனங்களில் உற்பத்தித்திறன் உயர்ந்து காணப்படுகிறது; நெருக்கடிக் காலங்களில் பொருளாதார ரீதியில் தாக்குப்பிடிக்கும் திறனும் அவர்களுக்கு இருக்கிறது. தொழிலாளர்கள் புதிய அணுகுமுறைகளைக் கைக்கொள்கின்றனர். தொழிலாளர் நலன் மேம்படுகிறது; வேலைக்கு வராமலிருப்பது குறைகிறது. வேகமான விகிதத்தில் வேலை வாய்ப்புகள் பெருகுகின்றன. தொழிலாளர்கள் ஒரே இடத்தில் நிலைத்து வேலைசெய்கிறார்கள். தகவல் பரிமாற்றமும் தொழிலாளர்களின் பங்கேற்பும் கூடுகின்றன. வரி விகிதங்களில் ஏற்படும் மாற்றங்களைப் போல் அல்லாமல் (இவற்றைத் திரும்பப் பெற முடியும்) தொழிலாளர்களின் உடைமை என்பது நீண்டகாலம் தாக்குப்பிடிக்கக் கூடியது. இது அனைவரையும் உள்ளடக்கிய முதலாளித்துவத்துகான ஆற்றல்மிக்க, நடைமுறைக்குச் சாத்தியமான வழி.

வாழ்க்கைக்கான நியாயமான ஊதியத்தைத் தரக்கூடிய நல்ல வேலைகளுடன், தொழிலாளர்களின் உரிமைகளையும் அரசாங்கங்கள் வலியுறுத்துமென்றால் கட்டுப்பாடற்றுப் பெருகும் ஏற்றத்தாழ்வுக்கு உற்பத்தித்திறனுள்ள வேலை ஒரு தீர்வாக அமையும். வேலை தருவோரின் தன்னார்வச் செயல்பாடுகள் மட்டும் போதாது.

* Financial Times Stock Exchange (FTSE) All-Share Index லண்டன் பங்குச் சந்தையில் உள்ள 2000 நிறுவனங்களில் 1000க்கும் மேற்பட்ட நிறுவனங்களுடைய பங்கு விலைகளின் குறியீடு.

2.3

அனைவருக்கும் சமவாய்ப்புகளை உருவாக்குவதற்கான வரிவிதிப்பும் முதலீடும்

ஏற்றத்தாழ்வைச் சமாளிப்பதற்கு அரசாங்கத்தின் வசமுள்ள மிக முக்கியமான கருவிகளில் ஒன்று வரிவிதிப்பு.

படம் 12: OECD, லத்தீன் அமெரிக்கா, கரீபியன் (LAC) நாடுகளில் வரிகளுக்கும் அரசுச் சேவைகளுக்கும் முன்னும் பின்னும் ஜினி கெழு அளவீடு (வருவாய்)

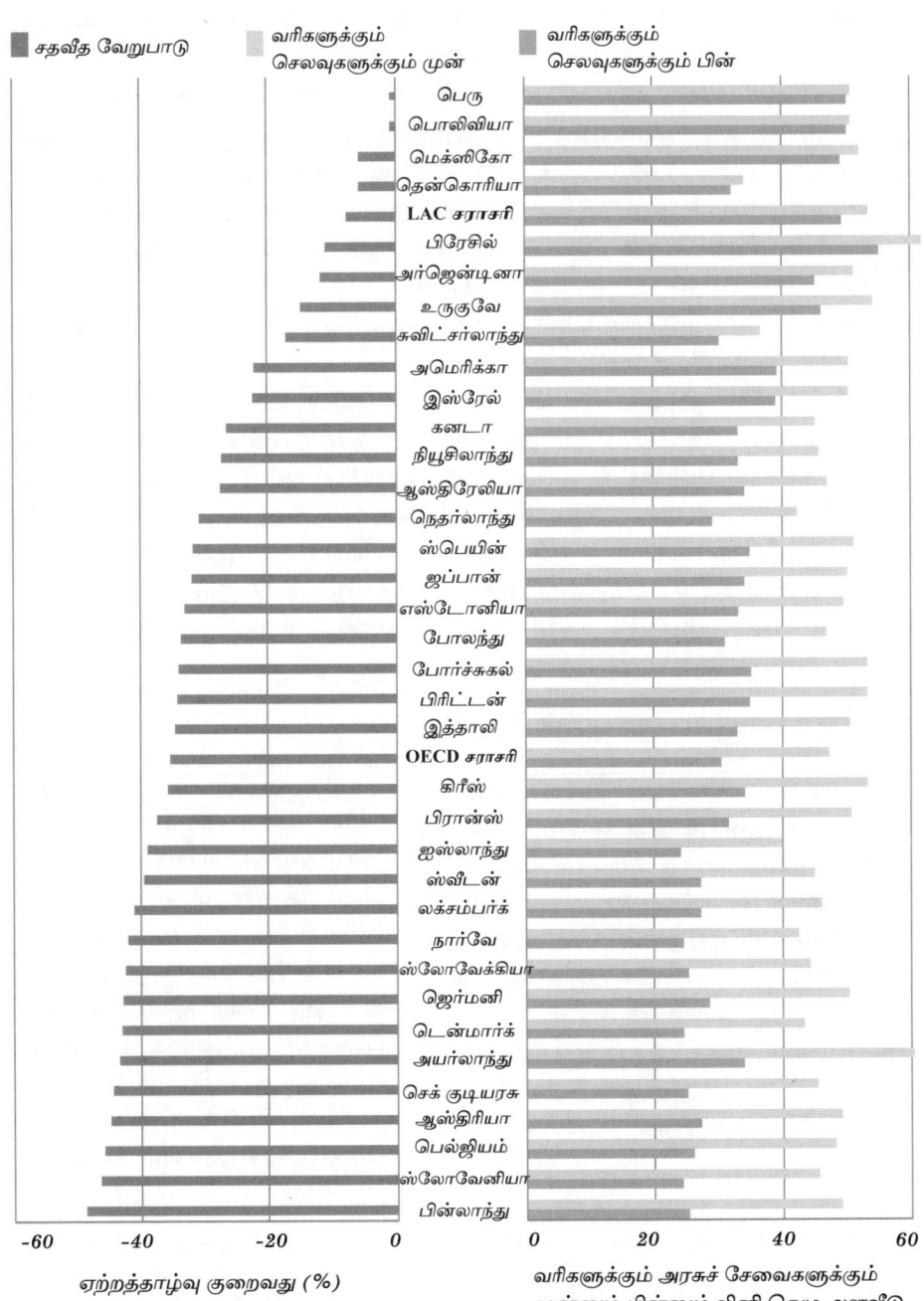

சந்தை நிலைமைகள் உருவாக்கும் ஏற்றத்தாழ்வைக் குறைக்க அரசாங்கத்தால் நன்கு திட்டமிட்ட, மறுபங்கீடு செய்யும் வரிவிதிப்பும் பொருத்தமான முதலீடுகளும் உதவும் என்று 40 நாடுகளிலிருந்து பெறப்பட்ட தகவல்கள் காட்டுகின்றன. உதாரணமாக, பின்லாந்திலும், ஆஸ்திரேலியாவிலும் ஏறுமுகமான வலுவான வரிவிதிப்புடன் கூடிய புத்திசாலித்தனமான, சமூக ரீதியிலான செலவினங்களால் வருமான ஏற்றத்தாழ்வு பாதியாகக் குறைக்கப்பட்டிருக்கிறது.

மோசமாக வடிவமைக்கப்பட்ட வரிவிதிப்பு முறைகள் ஏற்றத்தாழ்வை அதிகரித்துவிடுகின்றன. மிகப் பெரும் பணக்காரர்கள் வரிவிலக்குகளையும் குறைந்த வரிவிகிதங்களையும் அனுபவித்து வரிவிதிப்பில் உள்ள ஓட்டைகளையும் பயன்படுத்திக்கொள்ளும்போது, அவர்கள் தங்கள் பணத்தை வெளிநாடுகளில் பாதுகாப்பாக ஒளித்துவைக்க முடியும்போது, தேசிய வரவுசெலவுத் திட்டங்களில் ஏற்படும் பெரிய பள்ளங்கள் நம்மைப் போன்றவர்களால் செல்வம் மேல்நோக்கி அனுப்பப்பட்டு நிரப்பப்படுகின்றன.

வரிவிதிப்பின் ஓட்டைகள், வரிவிலக்குகள், வரிச் சொர்க்கம்* போன்றவற்றால் ஏற்படும் சேதத்தை நிதி நிர்வாகத்தில் தர நிர்ணயம் செய்யும் 'பன்னாட்டு நிதியம்' போன்ற அமைப்புகளும், சர்வதேச வரி நிபுணர்களும் ஒப்புக்கொள்கின்றனர். ஆனால், தீர்வுகளைக் குறித்த அவர்கள் உறுதிப்பாடு பிரச்சினையின் தீவிரத்துக்கு ஏற்றதாக இல்லை. சர்வதேச, தேசிய வரிவிதிப்பு அமைப்புகளை அநியாயமானதாக ஆக்கி, ஏற்றத்தாழ்வை மேலும் மோசமாக்கும் விதத்தில் சக்திவாய்ந்த பெருவணிக நிறுவனங்களும் உள்நாட்டு, பன்னாட்டு மேல்தட்டினரும் கைகோத்திருக்கிறார்கள்.

குறுகிய சாலை: வரிவிதிப்பின் பெரும் தோல்வி

> **''நமக்காகப் பேசும் அரசியல்வாதிகள் யாருமில்லை. இனியும் இது வெறும் பேருந்துக் கட்டணங்களைப் பற்றியது மட்டுமல்ல. நாம் அதிகமான வரிகள் செலுத்துகிறோம், நம்முடையது ஒரு பணக்கார நாடு. ஆனால் இதை நம்முடைய பள்ளிகளிலும், மருத்துவமனைகளிலும், சாலைகளிலும் நம்மால் காண முடிவதில்லை.''**
>
> ஜமைம் ஷ்மிட்,
> பிரேசிலில் போராட்டக்காரர்

சமூகத்தின் பொது நலனுக்கான சேவைகள், கட்டமைப்பு, 'பொதுவான பொருட்கள்' ஆகியவற்றுக்கான செலவுகளுக்காக வரிகளிலிருந்து பெறப்படும் வருமானம் தேவையாக இருக்கிறது என்பது ஏழை நாடுகளுக்கும் பணக்கார நாடுகளுக்கும் பொதுவானது. ஆனால் வளரும் நாடுகளில் வரிவிதிப்பு முறைகள் பிற்போக்குத்தனமாகவும் ஏழை

* வெளிநாட்டுத் தனிநபர்களுக்கும் வணிக நிறுவனங்களுக்கும் மிகக் குறைந்த வரி விதிப்பு, வரி விலக்கு போன்றவற்றை அளித்து அவர்கள் வங்கிக் கணக்கு விவரங்களை ரகசியமாகப் பாதுகாக்க உதவும் நாட்டைக் குறிக்க 'வரிச் சொர்க்கம்' (Tax Haven) என்ற சொல் இங்கு பயன்படுத்தப்பட்டிருக்கிறது.

களைத் தண்டிக்கும் வகையிலும் உள்ளன. மக்களை வறுமையிலிருந்து மீட்க இங்கு அரசுச் சேவைகளுக்குச் செலவிடுவதும் மறுபங்கீடும் மிக முக்கிய மானவை—நிகரகுவாவில், பெரும் பணக்காரர்களான 20 சதவீதத்தினர் 11 சத வீதத்துக்கும் குறைவாக வரி செலுத்தும் போது, மிக ஏழைகளான 20 சதவீதத் தினர் தங்களது வருமானத்தில் 31 சதவீதத்தை வரியாகச் செலுத்துகின்றனர். பொருத்தமற்ற விகிதத்தில் ஏழைகள்மேல் சுமத்தப்படும் மதிப்புக்கூட்டு வரிகள் போன்ற மறைமுக வரிகள், சராசரியாக மத்தியக் கிழக்கு நாடுகளிலும், வடக்கு ஆப்பிரிக்காவிலும் மொத்த வரி வருமானத்தில் 43 சதவீதமாகவும், சகாராவுக் குக் கீழே இருக்கும் ஆப்பிரிக்க நாடுகளில் 67 சதவீதமாகவும் இருக்கின்றன.

எடுத்துக்காட்டு

டொமினிக்கன் குடியரசில் சமமற்ற வரிச் சுமை

டொமினிக்கன் குடியரசில் மிகவும் ஏழ்மையான அரசுச் சேவை கள் மிகக் குறைவாகக் கிடைக்கும் வில்லா எலோயிசா பகுதியில் பாலாடைக்கட்டிகளையும், பிற பொருட்களையும் பெர்னாடா பனியாகுவா விற்கிறார். விக்டர் ரோஜாஸ்மிகவும் பிரபலமான ஒரு நிறுவனத்தின் நிர்வாகி; அவர் நாட்டின் செல்வச் செழிப்புமிக்க பகுதி ஒன்றில் வசிக்கிறார். விக்டரைவிட அதிக விகிதத்தில் தன்னுடைய வருமானத்திலிருந்து மறைமுக வரிகளாகச் செலுத்து கிறார் பெர்னாடா. உண்மையில், நாட்டின் வரி வருவாயின் பெரும்பகுதி வருமான வரிக்குப் பதிலாக நுகர்வு வரிகளிலிருந்து கிடைக்கிறது. மிக ஏழை மக்கள் தங்கள் வருமானத்தின் பெரும் பகுதியை நுகர்வுக்காகச் செலவிடுவதால் அவர்களையே நுகர்வு வரி பெரிதும் பாதிக்கிறது.

விக்டர் வாழும் பகுதியில் குழந்தைகளுக்குக் கிடைக்காதது எதுவு மில்லை: அவர்கள் மிகச் சிறந்த கல்வி பெறுகிறார்கள்; காய்ச்ச லின் முதல் அறிகுறி தென்பட்டதுமே வீட்டுக்கு மருத்துவர் வந்து விடுகிறார்.

மாறாக, பெர்னாடாவின் மூத்த மகள் காரினெலி நான்கு வரு டங்களுக்கு முன் உயர்நிலைப் பள்ளிப் படிப்பை முடித்துவிட்டு இப்போது பாலாடைக்கட்டி விற்பதற்கு பெர்னாடாவுக்கு உதவி செய்கிறாள். அவளுடைய பள்ளியில் கணினிகள் இல்லாததால், அவளுக்குப் போதுமான தகவல் தொழில்நுட்பத் திறன்கள் இல்லை. அதனால், அவளால் படிப்பைத் தொடரவோ அல்லது நல்ல வேலையைத் தேடிக்கொள்ளவோ முடியவில்லை.

தங்களுடைய வருமானம் அதிகரிக்க வேண்டிய நிலைமையில் இருக்கும் வள ரும் நாடுகளில் மொத்த உள்நாட்டு உற்பத்தியில் மிகக் குறைந்த அளவையே வரி-வருமானம் தருகிறது. மொத்த உள்நாட்டு உற்பத்தியில் சராசரியாக 34 சத

வீதத்தை முன்னேறிய பொருளாதாரங்கள் 2015இல் வசூலித்தபோது, வளரும் நாடுகளில் இது குறைவாகவே—மொத்த உள்நாட்டு உற்பத்தியில் வெறும் 15முதல் 20 சதவீதமாகவே—இருந்தது. குறைந்த வருமானத்தையும் நடுத்தர வருமானத்தையும் கொண்ட நாடுகள்—சீனாவைத் தவிர—தங்களுடைய வரி-வருமானப் பற்றாக்குறையில் பாதியை நிரப்பினாலே அவை கிட்டத்தட்ட ஒரு லட்சம் கோடி டாலர் ஈட்ட முடியும் என்று ஆக்ஸ்ஃபாம் மதிப்பிட்டிருக்கிறது. தேசிய வளர்ச்சியையும் வறுமைக் குறைப்பையும் அடையத் தேவைப்படும் அரசின் முதலீட்டை வரிகள் மூலம் பெறாததுதான் இந்த நாடுகளின் ஏற்றத்தாழ்வுக்கு எதிரான போராட்டத்தைப் பாதிக்கிறது.

அரசாங்கத்திடம் திறமை இல்லாததும் வளரும் நாடுகளின் வரி வசூலிப்பைப் பாதிக்கிறது. OECD நாடுகளின் சராசரிப்படி மக்கள்தொகைக்கும் வரி வசூலிக்கும் அலுவலர்களுக்கும் இடையே தகுந்த விகிதம் இருக்க வேண்டுமென்றால் தங்கள் பகுதியில் சஹாரா, ஆப்பிரிக்க நாடுகள் 6,50,000 கூடுதல் வரி அலுவலர்களை நியமிக்க வேண்டியிருக்கும். துரதிர்ஷ்டவசமாக, மொத்த 'அதிகாரபூர்வ வளர்ச்சிக்கான உதவி'யில் 0.1 சதவீதத்துக்கும் குறைவாகவே வரி நிர்வாகச் சீர்த்திருத்தத்துக்கும் நவீனமயமாக்கலுக்கும் பயன்படுத்தப்படுகிறது. பொது நிதி மேலாண்மை, வரிவசூல், குடிமைச் சமூகத்தின் மேற்பார்வைத் திட்டங்கள் போன்றவற்றுக்கு முன்னுரிமை தரப்படுவதில்லை.

வரிவிலக்குகள்: வரிவிலக்குகள் ஏராளம், ஆனால் ஒருசிலருக்கு மட்டுமே

'மிகக் குறைவான வரிகள்' என்பது பெரிய பிரச்சினை. பல்வேறு முகமைகளும் நிதி நிறுவனங்களும் நேரடி அந்நிய முதலீடுகளை ஈர்ப்பதற்காக வளரும் நாடுகள் வரிச் சலுகைகளை—வரி விடுமுறை, வரி விலக்குகள், தடையற்ற வர்த்தகப் பகுதிகள்—அளிக்க வேண்டுமென்று தூண்டுகின்றன. இத்தகைய சலுகைகள் வரிக்கான அடிப்படையைப் பெரிதும் பாதித்துள்ளன.

1990இல் வளரும் நாடுகளில் ஒருசில மட்டுமே வரிச் சலுகைகள் அளித்தன; 2001 வாக்கில் அநேக நாடுகள் அளித்தன. முதலீட்டாளர்களுக்கு வரிவிதிப்புச் சலுகை அளிக்கும் தடையற்ற வர்த்தகப் பகுதிகளின் எண்ணிக்கை உலகின் மிக ஏழ்மையான நாடுகளில் விரைவில் அதிகரித்தன. 1980இல் 48 சஹாரா, ஆப்பிரிக்க நாடுகளில் ஒன்றில் மட்டுமே தடையற்ற வர்த்தகப் பகுதி இருந்தது; 2005க்குள் இது 17 நாடுகளாக அதிகரித்துவிட்டது; பந்தயம் இன்னும் தொடர்கிறது.

2012இல் சியரா லியோனில் ஆறு நிறுவனங்களுக்கு மட்டுமே அளிக்கப்பட்ட வரிச் சலுகை நாட்டின் மொத்த வரவுசெலவுத் திட்டத்தில் 59 சதவீதமாகவும், சுகாதாரச் செலவைவிட 8 மடங்கு அதிகமானதாகவும், கல்விக்கான செலவைப் போல் 7 மடங்கு அதிகமாகவும் இருந்தது. 2008/2009இல், சுகாதாரத்துக்கும் கல்விக்கும் இரண்டு மடங்கு செலவழித்திருக்கக் கூடிய அளவுக்கு வரிச் சலுகைகளை ருவாண்டா அரசு அறிவித்தது.

அதிகம் சம்பாதிப்பவர்களுக்குக் கூடுதல் பலன்கள் அளித்து, அரசுச் சேவைகளுக்கான ஒதுக்கீட்டைக் குறைக்கும் இந்த 'குறைந்த வரிகளுக்கான பந்தயம்' வள

ரும் நாடுகளுக்கு ஒரு பேரபாயமாகக் கருதப்படுகிறது. தனிநபர் வருமான வரியைவிட, பெருவணிகத்தின் மீதான வரியையே வளரும் நாடுகள் அதிகம் சார்ந்திருப்பதால், பெருவணிகத்தின் மீதான வரியில் சற்றுக் குறைந்தால்கூட அது இந்நாடுகளைக் கடுமையாகப் பாதிக்கிறது. வரிபற்றிய ஒரு நாட்டின் முடிவுகள் மற்ற நாடுகளையும் பாதிப்பதால், குறிப்பாக OECD நாடுகளின் பெரு வணிகத்தின் மீதான வரி, வளரும் நாடுகளின் அடித்தளத்தையே குறிப்பிடத்தக்க அளவு பாதிக்கும் என்று 'பன்னாட்டு நிதியம்' சமீபத்தில் நிரூபித்திருக்கிறது.

வரிச் சொர்க்கங்களும் வரி ஏமாற்றுதலும்: ஒரு ஆபத்தான கலவை

சர்வதேச வரியமைப்பில் அரசுகளின் திறமையற்ற செயல்பாடு எல்லா நாடுகளுக்கும் பிரச்சினையை ஏற்படுத்துகிறது. முற்போக்கான வரிக் கொள்கைகள் மூலம் ஏற்றத்தாழ்வைக் குறைக்க முயலும் நல்லெண்ணமுள்ள அரசாங்கங்களின் வரி ஒருங்கிணைப்பை நேர்மையற்றவர்களின் சர்வதேசக் கூட்டு முடக்குகிறது. உலகளவில் வரி விதிப்பில் ஒத்துழைப்பு இல்லாததைப் பெருவணிக முதலைகள் பயன்படுத்திக்கொள்வதை எந்த அரசாங்கமும் தனியாகத் தடுத்து நிறுத்திவிட முடியாது.

வரிச் சொர்க்கங்கள் என்பவை அதிக அளவில் வங்கிக் கணக்கு ரகசியங்களைக் காப்பாற்றும் நாடுகள். இவை வெளிநாட்டு நிறுவனங்கள்மீதும், தனிநபர்கள்மீதும் வரி விதிப்பதில்லை அல்லது மிகக் குறைந்த கட்டணங்களை விதிக்கின்றன; ஒரு நிறுவனத்தையோ வங்கிக் கணக்கையோ இந்நாடுகளில் பதிவுசெய்வதற்கு அவை பெரிய அளவில் செயல்படத் தேவையில்லை; இந்நாடுகள் வரி பற்றிய தகவல்களை மற்ற நாடுகளோடு பகிர்ந்துகொள்வதில்லை. உடனடிக் கவனத்தைக் கோரும் சமூக, பொருளாதாரப் பிரச்சினைகளைத் தீர்ப்பதற்காக முதலீடு செய்யப்பட வேண்டிய வரியைத் தராமல் பன்னாட்டு நிறுவனங்களும், பெரும் செல்வந்தர்களான தனிநபர்களும் ஏழை நாடுகளையும் பணக்கார நாடுகளையும் ஒருசேர ஏமாற்றுகின்றனர். இந்த வசதியளிப்பதற்காகவே உருவாக்கப்பட்டவைதான் வரிச் சொர்க்கங்கள்.

அவை பரவலாகப் பயன்படுத்தப்படுகின்றன. பிரிட்டனின் முதல் 100 நிறுவனங்களுக்குச் சுமார் 30,000 துணை வணிகப் பெருநிறுவனங்கள் இருக்கின்றன; இவற்றில் 10,000 வரிச் சொர்க்கங்களில் அமைந்துள்ளன. கேமன் தீவுகளில் உள்ள 'உக்லாந்த் ஹௌஸ்' 18,857 நிறுவனங்களுக்குத் தாயகமாகும்; பிரபலமாகிவிட்டவிதத்தில் குடியரசுத் தலைவர் ஒபாமா இதை 'மிகப் பெரிய கட்டடம் அல்லது மிகப் பெரிய வரி ஊழலுக்கான பதிவுசெய்யப்பட்ட சான்று' என்று அழைத்திருக்கிறார். இதேபோல், மக்கள்தொகை 27,000 மட்டுமே உள்ள வர்ஜின் தீவுகளில் 8,30,000 பதிவுசெய்யப்பட்ட நிறுவனங்கள் இருக்கின்றன. 'பார்ச்சூன் 500' நிறுவனங்களில் குறைந்தது 70% சதவீத நிறுவனங்களுக்கு ஒரு வரிச் சொர்க்கத்தில் ஒரு துணை நிறுவனம் இருக்கிறது. பெரிய வங்கிகள் இதில் மிக மோசமானவை. பேங்க் ஆப் அமெரிக்காவுக்கு ஒரு புதிய பெயர் தேவைப்படலாம்—இது 264 துணை நிறுவனங்களை வரிச் சொர்க்கங்களில் இயக்குகிறது; கேமன் தீவுகளில் மட்டும் இந்த வங்கிக்கு 143 துணை நிறுவனங்கள் இருக்கின்றன.

'சுற்றிச் சுற்றி வரலாம்' என்ற வசதியை வரிச் சொர்க்கங்கள் அளிப்பதால் நிறுவனங்களும் தனிநபர்களும் தங்கள் பணத்தைத் தங்கள் நாட்டுக்கு வெளியே எடுத்துச்சென்று, அதைப் பல்வேறு நிதி ஏற்பாடுகளைக் கையாண்டு ரகசியமாக்கி, பிறகு தங்கள் நாட்டுக்குள் நேரடி அந்நிய முதலீடு என்ற பெயரில் மீண்டும் கொண்டுவருவதற்கு அவை வகைசெய்கின்றன. அந்நிய முதலீடுகளுக்கு மட்டுமே கிடைக்கும் வரிச் சலுகைகளைப் பெற இது உதவுகிறது. உள்நாட்டு முதலீட்டின் மீது சட்டப்படி விதிக்கப்பட வேண்டிய முதலீட்டு ஆதாய வரி, வருமான வரி போன்றவற்றுக்குப் பதிலாக அந்தப் பணம் வரிவிலக்குப் பெற்றுவிடுகிறது. உதாரணமாக, இந்தியாவில் முதலீடு செய்யப்படும் நேரடி அந்நிய முதலீட்டில் பாதிக்கு மேல் வரிச் சொர்க்கங்கள் மூலமாக, அதிலும் பெரும்பாலும் மொரிஷியஸிலிருந்து, வருகிறது. தலைநகர் போர்ட் லூயிஸின் மையத்திலுள்ள ஒரு கட்டடத்திலிருந்து மட்டும் 40%, அதாவது 5500 கோடி டாலர், வருகிறது.

பெருவணிக வரி ஏய்ப்பின் ஒரு முக்கிய வடிவமான 'தவறான விலைமதிப்பு' முறையை, அதாவது, தங்கள் துணை நிறுவனங்களுக்கு இடையே பரிவர்த்தனை ஆகும் பொருட்கள், சேவைகள் ஆகியவற்றின் இறக்குமதி விலையை அதிகமாகவும், ஏற்றுமதி விலையைக் குறைவாகவும் குறிப்பிடுவதை வரிச் சொர்க்கங்கள் சாத்தியமாக்குகின்றன. வரி ஏய்ப்பில் வேண்டுமென்றே விலைகளை மாற்றி மதிப்பிடுவது ஒரு முக்கியமான அம்சமாகும்; ஆனால், நிறுவனங்கள் தங்களுடைய துணை நிறுவனங்களுக்குள் பரிமாறிக்கொள்ளும் பொருட்களின், சேவைகளின் விலைகளைக் குறிப்பிடும் வழிகளை வளரும் நாடுகளின் வரி நிர்வாகங்கள் கண்டுபிடிப்பது அநேகமாக முடியாது. குறிப்பாக, அதிக எண்ணிக்கையிலான பிராண்டுகள், வர்த்தகப் பெயர்கள், நிர்வாகக் கட்டணங்களுக்குள் அவை மறைக்கப்பட்டிருக்கும்போது கண்டுபிடிப்பது மிகவும் கடினம்.

பரிமாற்ற விலைகளைத் தவறாகக் குறிப்பிடுவதால் ஆண்டுதோறும் கிடைக்கக்கூடிய 31 கோடி டாலர் பெருவணிக வரியை பங்களாதேஷ் இழக்கிறது. ஆரம்பப் பள்ளி வயதில் இருக்கும் 75 குழந்தைகளுக்கு ஒரே ஒரு ஆசிரியர் உள்ள நாட்டின் ஆரம்பக் கல்விக்கான செலவில் 20 சதவீதத்தை இவ்வாறு இழக்கும் வருமானத்தினால் ஈடுகட்டிவிட முடியும்.

பன்னாட்டு நிறுவனங்களின் வரி ஏய்ப்பால் எல்லா நாடுகளுக்கும் ஏற்படும் நிதி இழப்பின் உண்மையான அளவைக் கணக்கிட முடியாமலிருக்கலாம். ஆனால், இது புத்தாயிர வளர்ச்சி லட்சியங்களை அடைவதற்குத் தேவைப்படும் தொகையைப் போல் இரண்டு மடங்கு இருக்கும் என்று குறைந்தபட்ச மதிப்பீடுகள் சொல்கின்றன.

இந்தப் போக்கு மாறுவதற்கான அறிகுறிகள் தென்படவில்லை என்பது கவலையளிக்கக்கூடியது. குறைந்த வரி விதிப்பைக் கொண்ட, வெளிப்படைத் தன்மையற்ற வரிச் சொர்க்கங்களில் பதிவுசெய்யப்பட்ட நிறுவனங்கள் செயற்கையாகவும், வேண்டுமென்றும் மேலும்மேலும் அதிக வரி செலுத்துவது வரிச் சொர்க்கங்களில் லாபங்கள் பெருகிவருவதையே காட்டுகிறது. பெர்முடாவில்

பெருவணிக நிறுவனங்களால் அறிவிக்கப்பட்ட லாபம் 1999இல் மொத்த உள்நாட்டு உற்பத்தியைக் காட்டிலும் 260 சதவீதம் அதிகமாக இருந்தது. ஆனால், இதுவே 2008இல் 1000 சதவீதமாக உயர்ந்தது; இதே காலகட்டத்தில் லக்ஸம்பர்க்கில் அது 19 சதவீதத்திலிருந்து 208 சதவீதமாக அதிகரித்தது.

இந்த வரி ஓட்டைகளையும், ரகசியத் தன்மையையும் பெரும் பணக்காரர்கள் தங்களுக்குச் சாதகமாகப் பயன்படுத்திக்கொள்கிறார்கள். பணக்காரத் தனிநபர் கள் தங்களுடைய சொத்துகளை வெளிநாட்டு வரிச் சொர்க்கங்களுக்கு மாற்றிக் கொண்டதன் விளைவாக, சுமார் 15,600 கோடி டாலர் வருவாயை உலகம் இழந்ததாக 2013இல் ஆக்ஸ்ஃபாம் மதிப்பிடப்பட்டது. இது 'பணக்கார நாட்டு' நோய் மட்டுமல்ல. மக்கள்தொகையில் 35 சதவீதத்தினர் வறுமையில் வாழும் சால்வடோர் நாட்டின் பணக்காரர்கள் 1120 கோடி டாலரை வரிச் சொர்க்கங்க ளில் மறைத்து வைத்திருப்பதாக மதிப்பிடப்பட்டுள்ளது. வரிச் சொர்க்கங்கள் வணிகத்துக்காகத் திறந்துவிடப்பட்டிருக்கும்போது இந்த உலகளாவிய நிறுவனங் களும் பணக்காரர்களும் வரிகளில் தங்களது நியாயமான பங்கைச் செலுத்துமாறு அரசாங்கங்கள் வற்புறுத்த எந்த வழியுமில்லை.

ஏன் ஒரு வரிப் புரட்சி இன்னும் வரவில்லை?

வரிக் கொள்கைகள் சுயநல அக்கறைகளின் பாற்பட்டவை; குறிப்பாக, பெரும் வியாபாரிகளும் பணக்கார மேல்தட்டினரும் தேசிய அளவிலும் உலக அளவிலும் முற்போக்கான வரிவிதிப்புக்கு எதிராக அளவுக்கு மீறிய செல்வாக் கைப் பெற்றிருக்கின்றன. 1998லேயே வரிப் போட்டியும், வரிச் சொர்க்கங்களும் கொடியவை என்றும், அவை அபாயகரமான விகிதத்தில் வளர்ந்துவருவதாகவும் OECD கண்டறிந்தது. ஆனால் வரிச் சொர்க்கங்களின் நலன்களில் அக்கறையுள்ள குழுக்கள், வரிச் சொர்க்கங்கள், பணக்கார அரசாங்கங்கள் ஆகியவற்றின் தீவிர எதிர்ப்பால் வரி விதிப்பை ஒருங்கிணைக்கும் OECDயின் முயற்சிகள் 2001 வாக்கில் பெரும்பாலும் கைவிடப்பட்டுவிட்டன.

2008 நிதி நெருக்கடிக்குப் பிறகு சர்வதேச கவனத்தில் சர்வதேச வரிச் சீர்த்திருத் தம் மீண்டும் முதலிடம் பிடித்திருக்கிறது. ஆப்பிள், ஸ்டார்பக்ஸ், மற்ற பிற மிகப் பெரிய நிறுவனங்கள் வரி கொடுக்காமல் ஏமாற்றி அமைப்பையும் ஏமாற்றியது அம்பலமானதால் பெரும் எதிர்ப்பு எழுந்தது. லாபத்தை இடம் மாற்றுவதையும், பல தந்திரங்களைப் பயன்படுத்தி பன்னாட்டு நிறுவனங்கள் அரசாங்கங்களின் வரி அடிப்படையையே தகர்த்துவிடுவதையும் தடுப்பதற்கான நடவடிக்கைபற்றி யோசனை கூறுவதற்காக G20 அரசாங்கங்கள் OECDயை 2012இல் மீண்டும் கேட்டுக்கொண்டன. தற்போதைய செயல்முறை [BEPS]* சரியாக நடைமுறைப்படுத்தப்பட்டால் பணக்கார நாடுகளுக்கும் ஏழை நாடு களுக்கும் ஒரே மாதிரி பலன் அளிப்பதற்கு சர்வதேச வரிக் கட்டமைப்பில் ஒருங்கிணைப்பைக் கொண்டுவந்து பெருவணிக நிறுவனங்கள் வரி ஏய்க்கும் நடைமுறைகளைக் குறைக்க முடியும்.

---

* Base Erosion and Profit Shifting.

எனினும், பணக்கார நாடுகளின் நலன்களைப் பிரதிநிதித்துவப்படுத்துவதாலும் பெருவணிக நிறுவனங்கள், பொருளாதார மேல்தட்டினர் ஆகியோரின் அதீத செல்வாக்கினாலும் இந்த நடைமுறைக்கு ஆபத்து ஏற்பட்டுள்ளது. 2013 இறுதியில் பல வரைவு விதிகளின்மீது ஒவ்வொரு நாடும் தனித்தனியாகக் கருத்துத் தெரிவிக்குமாறு அக்கறையுள்ள நபர்களைக் கலந்தாலோசிக்க OECD அழைத்தது. இந்தப் பிரச்சினையில் சமர்ப்பிக்கப்பட்ட கருத்துகளில் கிட்டத்தட்ட 87 சதவீதம் வணிகத் துறையின் கருத்துகளாக இருந்தன. ஏறத்தாழ எல்லாக் கருத்துகளும் இந்த யோசனைக்கு எதிராக இருந்தது ஒன்றும் ஆச்சரியமானது அல்ல. மொத்தத்தில் 5 யோசனைகள் மட்டுமே வளர்ந்துவரும் நாடுகளிலிருந்து வந்தன; மற்ற பணக்கார நாடுகளிலிருந்து வந்தவை 130. வலுவான சுயநல அக்கறைகள் உண்மையான சீர்திருத்தத்துக்குக் குறுக்கே இன்னும் நிற்கின்றன.

நெடுஞ்சாலை : நல்ல எதிர்காலத்துக்கான நம்பிக்கை

வரிச் சொர்க்கங்களுக்கும் சீர்திருத்தத்துக்கும் எதிரான கடும் எதிர்ப்பை மீறியும் நம்பிக்கை தரும் அறிகுறிகள் இருக்கின்றன. ஏற்றத்தாழ்வைச் சமாளிப்பதற்குச் சில நாடுகள் நெடுஞ்சாலையைத் தேர்ந்தெடுத்துத் தகுந்த நிதிக் கொள்கைகளைக் கைக்கொண்டிருக்கின்றன. உலகளாவிய வரிமுறை செயல்படவில்லை என்பதை, நம்பக்கூடிய விதத்தில் செயல்படுபவர்கள் நன்றாக உணர்ந்திருக்கிறார்கள்.

பலமான காற்றுக்கு எதிராகப் பயணம் செய்தல்

2012இல் செனெகலின் குடியரசுத் தலைவராக மேக்கி சால் தேர்ந்தெடுக்கப்பட்டு சுமார் ஒன்பது மாதங்களுக்குப் பிறகு அரசுச் சேவைகளுக்காகப் புதிய வரி வழிமுறையை நாடு மேற்கொண்டது. இந்தச் சீர்திருத்தங்கள் வரி விதிகளை எளிமைப்படுத்தி, பெருவணிக வ்ருமான வரியை 25 சதவீதத்திலிருந்து 30 சதவீதமாக அதிகரித்து, மிகுந்த ஏழைகளுக்கான தனிநபர் வருமான வரியைக் குறைத்து, பெரும் பணக்காரர்களுக்கு அதை 15 சதவீதமாக உயர்த்தியது. செனெகலில் மேலும் சீர்திருத்தங்கள் தேவைப்பட்டாலும், பங்கேற்பு அணுகுமுறை—வணிகச் சமூகம், குடிமைச் சமூகம் ஆகியவற்றின் பிரதிநிதிகளுடன் பலமுறை கலந்து ஆலோசித்தது உட்பட—ஏற்றத்தாழ்வைச் சமாளிக்கத் தேவையான மற்ற முற்போக்கான சீர்திருத்தங்கள், சுரங்க நிறுவனங்கள் செலுத்தும் குறைவான காப்புரிமைத் தொகையை மறுபரிசீலனை செய்வது போன்றவற்றுக்கு வழி வகுத்தது.

2005இல் உருகுவேயில் புதிதாகத் தேர்ந்தெடுக்கப்பட்ட குடியரசு தலைவர் ஜோஸ் முஜிகாவின் தலைமையிலான அரசு, நாட்டின் பிற்போக்கான வரிமுறையைச் சீர்திருத்த முற்பட்டது. நுகர்வு வரிகள் குறைக்கப்பட்டன, தனிநபர் வருமான வரி விரிவுபடுத்தப்பட்டது, பெருவணிக வருமான வரிகள் வலுப்படுத்தப்பட்டன, சில வரிகள் விலக்கிக்கொள்ளப்பட்டன. விளைவாக, வரியமைப்பு குறிப்பிடத் தகுந்த அளவு எளிமைப்படுத்தப்பட்டு மிக ஏழைகளுக்கும் நடுத்தர

வகுப்பினருக்குமான வரிகள் குறைந்தன; உயர் வருமானம் உள்ளவர்களுக்கான வரிகள் அதிகரித்தன. இன்று வரிகளுக்குப் பிறகான வருமானத்தை அளவிடும் போது ஏற்றத்தாழ்வு மிகக் குறைவாக உள்ளது. உள்நாட்டில் இந்த முன்னேற்றத்துக்குப் பிறகும் அயல்நாடுகளில் பல நூறு கோடி வரியை ஏமாற்ற உதவும் வரிச் சொர்க்கமாக உருகுவே இருக்கிறது. அரசியல் திட்பம் இருந்தால் கொள்கைகள் சரியான திசையில் அமைந்து அதிகம் இருப்பவர்கள்—பெருவணிக நிறுவனங்களும் பணக்காரர்களும்—அதிக வரி செலுத்த வேண்டும் என்பதை உறுதி செய்ய முடியும் என்பதை இந்தச் சீர்த்திருத்தங்கள் காட்டுகின்றன.

சர்வதேசக் கருத்தொற்றுமை மாறிக்கொண்டிருக்கிறது

பொதுமக்களின் கோபம், வரவுசெலவுத் திட்ட நெருக்கடிகள் ஆகியவற்றின் காரணமாக சர்வதேசக் கருத்தும் மாறிக்கொண்டிருக்கிறது. மேலே குறிப்பிட்ட BEPS நடைமுறை குறைபாடுடையதாக இருந்தபோதும் *2013*இல் G8*, G20 மற்றும் OECD அமைப்புகள் இத்திட்டத்தை மேற்கொண்டன என்பது பெருவணிக வரிவிதிப்பில் தீவிரச் சீர்த்திருத்தம் தேவை குறித்து ஒரு தெளிவான கருத்தொற்றுமை இருப்பதைக் காட்டுகிறது. லாப இட மாற்றத்தைத் தடுப்பதற்கு சர்வதேச விதிகளை மறுவரையறை செய்வதற்கும், பொருளாதாரச் செயல்பாட்டால் மதிப்பு உருவாகும் இடத்தில் நிறுவனங்கள் வரி செலுத்துவதை உறுதிசெய்வதற்கும் தேவையிருக்கிறது என்பதை OECD ஆய்வு காட்டுகிறது.

'பன்னாட்டு நிதிய'மும் பன்னாட்டு நிறுவனங்களுக்கு எவ்வாறு வரி விதிக்கப்படுகிறது என்பதை மறுஆய்வு செய்துகொண்டிருக்கிறது; வளரும் நாடுகளுக்கு வரி ஆதாரங்களை மாற்ற வேண்டும் என்பதை ஒரு சமீபத்திய அறிக்கையில் அது சுட்டிக்காட்டுகிறது. நாடுகளுக்கிடையே வரி வருமானமும் அதிகாரங்களும் சர்வதேச அளவில் தற்போதைய முயற்சிகளால் முறையாக ஒதுக்கீடு செய்யப்படவில்லை என்பதை அரசுகளும் ஒப்புக்கொண்டுள்ளன.

சர்வதேச வரியமைப்பைச் சுற்றியுள்ள ரகசியத் திரையை அகற்ற OECD, அமெரிக்கா, ஐரோப்பிய யூனியன் ஆகியவற்றின் நடைமுறைகளும் வரிகளில் வெளிப்படைத் தன்மையை நோக்கி முன்னேறிக்கொண்டிருக்கின்றன. பொதுமக்களின் பணத்தைக் கொண்டு வங்கிகளை மீட்ட பிறகு, தங்கள் துணை நிறுவனங்கள் எங்கே இருக்கின்றன, அவை எவ்வளவு லாபம் ஈட்டுகின்றன, அவை எங்கே வரி செலுத்துகின்றன போன்ற தகவல்கள் பொதுத் தகவல்களாக இருக்க வேண்டும் என்று ஒப்புக்கொண்டு ஐரோப்பிய வங்கிகள் அறிக்கை அளிப்பதை மேற்கொண்டதன் மூலம் ஐரோப்பிய நிறுவனங்கள் வழிகாட்டியுள்ளன.

---

* G8 - கனடா, பிரான்ஸ், ஜெர்மனி, இத்தாலி, ஜப்பான், ரஷ்யா, ஐரோப்பா, அமெரிக்கா ஆகிய *8* நாடுகளை உள்ளடக்கிய அணி. *2014*ஆம் ஆண்டு ரஷ்யா இந்த அணியிலிருந்து விலக்கப்பட்டது

'பலன்பெறும் உரிமையாளர்களின் பதிவேடு'களில்* G8 முன்னேற்றம் கண்டுள்ளது; சில 'பொதுப் பதிவு அமைப்பு**'களும் வழிகாட்டியிருக்கின்றன. நிறுவனங்கள் தாமாகவே முன்வந்து வரிபற்றிய தகவல்களைப் பகிர்ந்துகொள்ள வேண்டும் என்பதற்கான ஒரு புதிய சர்வதேச நிர்ணயத்தை G20 நாடுகள் ஏற்றுக்கொண்டுள்ளன.

அரசாங்கங்களையும், நிறுவனங்களையும் மேலும் முன்னோக்கிச் செல்லத் தூண்டும் மாற்று யோசனைகளும் முன்வைக்கப்பட்டிருக்கின்றன. பொருளாதாரச் செயல்பாடுகள் நிகழும் இடத்தில் நிறுவனங்கள் வரி செலுத்த வேண்டும் என்பதை உறுதிசெய்வதற்காக, கல்வியாளர்களும் சில குடிமைச் சமூக நிறுவனங்களும் முன்மொழிந்த ஒரு மாற்று வழிமுறையான 'உலகளாவிய ஒற்றை வரி விதிப்பு' முறையை 'பன்னாட்டு நிதியம்' சமீபத்தில் பரிசீலித்திருக்கிறது. பரவலான கொடுக்கல் வாங்கல் செயல்பாடுகளுக்கு இது அமல்படுத்தப்பட்டால், ஊக வணிகத்தை முடக்கி, 3000-3500 கோடி யூரோ ஈட்டக்கூடிய 'நிதிப் பரிமாற்ற வரி'யை அறிமுகப்படுத்துவதற்கு முயல்வதாக 10 ஐரோப்பிய நாடுகள் ஒப்புக்கொண்டுள்ளன.

உலகளாவிய செல்வம், உள்நாட்டுச் செல்வம் ஆகியவற்றின் மீதான வரிகள் பற்றிய விவாதத்தைத் தாமஸ் பிக்கெட்டியின் '21ஆம் நூற்றாண்டில் மூலதனம்' என்ற புத்தகம் பரவலான கவனத்துக்குக் கொண்டுவந்திருக்கிறது. அதீதச் செல்வ ஏற்றத்தாழ்வைக் கட்டுப்படுத்துவதற்காக உலகளாவிய செல்வ வரி ஒன்றுக்கான யோசனை ஒன்றை இவர் முன்வைக்கிறார். 10 லட்சம் யூரோவுக்குக் குறைவாக உள்ளவர்களுக்கு 1 சதவீதத்திலிருந்து, 'பல கோடி அல்லது பல நூறு கோடி யூரோ' உள்ளவர்களுக்கு 10%வரை படிப்படியாக உயரும் அளவுகோலை அவர் முன்வைக்கிறார்.

பிரேசிலில் கலவரங்கள் ஏற்பட்டபோது ஆளும் கட்சியும் செல்வ வரி பற்றிய யோசனையை பிரேசில் மக்களவையில் 2013இல் முன்வைத்தது. பல ஐரோப்பிய நாடுகளில் அரசின் கடனுக்கும் மொத்த உள்நாட்டு உற்பத்திக்கும் இடையேயான விகிதங்களை நெருக்கடிக்கு முந்தைய நிலைமைக்குக் கொண்டுவருவதற்காக 'பன்னாட்டு நிதியம்' 10% செல்வ வரியை ஒரே ஒருமுறை விதிப்பதற்கு 2012இல் பரிசீலித்துக்கொண்டிருந்தது என்று தெரிவிக்கப்பட்டது; ஆனால், இந்த யோசனைக்கான ஆதரவு அவசரஅவசரமாக மறுக்கப்பட்டது. பொருளாதார, நிதிநெருக்கடிகளும் '21ஆம் நூற்றாண்டில் மூலதனம்' புத்தகமும் பொருளாதார ஏற்றத்தாழ்வைச் சமாளிப்பதற்குச் செல்வ வரி விதிக்கப்பட வேண்டும் என்பது பற்றிய தீவிரமான விவாதத்தை சந்தேகமில்லாமல் துவங்கிவிட்டன. உலகின் நூறு-கோடிக்கு அதிபதிகளின் செல்வத்தின் மீதான 1.5% வரி இன்று 74,000 கோடி

* Registries of Beneficial Ownership. நிறுவனங்களின் உண்மையான உரிமையாளர்கள் யார் என்பதைப் பதிவுசெய்யும் ஏற் பாடு. அநாமதேயமாக இயங்கும் நிறுவனங்களின் சட்டவிரோதச் செயல்பாடுகளைக் கட்டுப்படுத்த அந்தந்த நாடுகள் மக்களைவையின் தீர்மானத்தின் மூலம் நிறுவப்படுவது.

** Public Registries.

டாலரைத் திரட்டக் கூடும் என்று ஆக்ஸ்ஃபாம் கணக்கிட்டிருக்கிறது. இது மிக ஏழையான 49 நாடுகளில் ஒவ்வொரு குழந்தையையும் பள்ளிக்கு அனுப்பவும், சுகாதாரச் சேவைகள் அளிக்கவும் தேவைப்படும் நிதியில் ஒவ்வொரு ஆண்டும் ஏற்படும் பற்றாக்குறையைச் சமாளிப்பதற்குப் போதுமானதாக இருக்கும்.

எண்களையும் தாண்டி வரி என்பது நம்முடைய சமூக முன்மாதிரியைப் பற்றியது

'மக்களுக்கு எவ்வாறு வரி விதிக்கப்படுகிறது, யாருக்கு வரி விதிக்கப்படுகிறது, எதற்கு வரி விதிக்கப்படுகிறது என்பது மற்ற எதையும்விட அதிகமாக ஒரு சமூகத்தைப் பற்றிச் சொல்லுகிறது.'

சார்ல்ஸ் ஆடம்ஸ்.

நம் எல்லோருக்கும் பயன்படும் சேவைகள், கட்டமைப்பு, 'பொதுப் பொருட்கள்' ஆகியவற்றுக்குத் தேவையான நிதி கிடைப்பதற்கு முக்கிய மூலதாரம் வரிகள்; இவை குடிமக்களையும் அரசையும் பிணைப்பவை. அரசாங்கங்கள் வரி யமைப்பின் மீது மீண்டும் நம்பிக்கையை ஏற்படுத்தி, வரிவிதிப்பும் அரசின் செலவுகளும் முறையாகச் செய்யப்படும் என்பதையும், அதனால் ஒரு நியாயமான, நாகரிகமான சமூக அமைப்பை உருவாக்கி, அனைவருக்கும் நியாயம் வழங்க முடியும் என்பதையும் நிரூபிக்க வேண்டும்.

நைஜீரியாவில் லாகோஸ் மாநிலத்தில் அரசாங்கங்கள்மீது மக்கள் விஷச்சுழலாகக் கொள்ளும் அவநம்பிக்கையைச் சீர்திருத்தங்கள் போக்க முடியும் என்று காட்டுகின்றன. மே 2007இல் பதவிக்கு வந்ததிலிருந்து, ஆளுநர் பாபாடுண்டே ஃபஷோலா சாலைகளிலும் கல்வியிலும் முதலீடுசெய்து, இந்த அரசுச் சேவைகளுக்கான நிதி வரிகளிலிருந்து கிடைத்தது என்பதை 1.5 கோடி மக்களிடம் கூறியிருக்கிறார். மிகுந்த செல்வாக்குடன் இருந்த ஃபஷோலா 2011இல் அதிகப் பெரும்பான்மையுடன் மீண்டும் தேர்ந்தெடுக்கப்பட்டார். தங்களுடைய வரிப் பணத்தை ஆளுநர் ஃபஷோலா செலவிட்ட விதம்பற்றி 2011இல் பெரும் எண்ணிக்கையில் 74% லாகோஸ் மக்கள் திருப்தி அடைந்திருந்தனர். பல வளரும் நாடுகளில் அரசாங்கங்கள் பயனற்றவை, ஊழல் மலிந்தவை என்று கருதப்பட்டு, வரி செலுத்துவதில் மக்களுக்கு விருப்பம் குறைவாகவே இருந்தபோதும், நிதிச் சீர்திருத்தங்கள் மூலம் விரைவில் ஆர்வத்தைத் தூண்ட முடியும் என்பதை இது காட்டுகிறது.

இவை எதிர்காலம் பற்றிய நம்பிக்கைக்கான அடையாளங்கள். ஆனால், எப்போதும்போல, மிகைப் பேச்சையும் விவாதத்தையும் செயலாக மாற்ற, சீர்திருத்தங்களை எதிர்க்கும் சில தனிப்பட்ட நலன்களுக்கு எதிராக அரசாங்கங்கள் 99 சதவீதத்தினருடன் ஒன்றிணைந்து நிற்பதற்குத் தேவை அரசியல் விழிப்புணர்வுதான்.

2.4

ஏற்றத்தாழ்வுக்கு எதிரான போரில் சுகாதாரமும் கல்வியுமே வலுவான ஆயுதங்கள்

வறுமைக்கும் ஏற்றத்தாழ்வுக்கும் எதிரான போரில் சுகாதாரம், கல்வி போன்ற அரசுச் சேவைகள் முக்கியமானவை.

> **எடுத்துக்காட்டு**
>
> *கானா: பலவீனமான சுகாதார அமைப்புகள் ஏழைகளின் உயிரைக் குடிக்கும்.*
>
> பபினா பாவா என்ற விவசாயி வா கிழக்கு மாவட்டத்தைச் சேர்ந்தவர். எளிதில் சென்று அடைய முடியாத, வளர்ச்சி குறைந்த, கானாவின் வடமேற்கில் இருக்கும் இப்பகுதியில் சுமார் 80 ஆயிரம் மக்களுக்குச் சேவை செய்ய 7 சுகாதார மையங்கள் இருக்கின்றன. இங்கு மருத்துவமனைகள் இல்லை, தகுதிபெற்ற மருத்துவர்கள் இல்லை, 1000 மக்களுக்கு 1 செவிலி மட்டும் இருந்தார். மாவட்டத்தில் எந்தச் சுகாதார மையத்திலாவது தேவையான விஷமுறி இருந்திருந்தால், எளிதாகச் சிகிச்சை பெற்றிருக்கக்கூடிய பபினா, மே 2014இல் பாம்புக் கடியால் இறந்திருக்க மாட்டார். மாறாக, பூமியில் அவருடைய கடைசி மணி நேரம் 120 கி.மீ தொலைவில் இருந்த பிராந்திய மருத்துவமனையை அடைவதற்கான நம்பிக்கை யற்ற பந்தயத்தில் கழிந்தது. பிராந்திய மையத்துக்குப் போகும் சாலை மிக மோசமானது, நீண்ட பயணம் தேவைப்பட்டது. மருத்துவமனைக்குப் போவதற்கு முன்பேயே அவர் இறந்துவிட்டார்.
>
> பபினாவின் கதைக்கு நேர்மாறாக இருப்பது குடியரசுத் தலைவர் பதவிக்கான வேட்பாளர் நானா அகுஃபோ அட்டோவின் கதை. 2013இல் இருதயம் சம்பந்தமான பிரச்சினை அவருக்கு ஏற்பட்ட போது சிறப்பு சிகிச்சைக்காக அவர் லண்டனுக்குப் பறந்து செல்ல முடிந்தது.

தங்களுடைய உரிமைகளைக் கோரி மக்கள் தங்களது அரசாங்கங்களைப் பொறுப்பேற்க வைப்பதன் மூலம் சமூகங்களை மாற்றும் சக்தி அரசுச் சேவைகளுக்கு இருக்கிறது. பொருளாதார ஏற்றத்தாழ்வை நிரந்தரமாக்கும் அநியாயமான விதிகளை எதிர்த்து, தங்கள் வாழ்க்கையை மேம்படுத்தும் வாய்ப்புகளை மக்களுக்கு இவை தருகின்றன.

எல்லாப் பெண்களுக்கும் ஆரம்பக் கல்வி இருந்தால், குழந்தைத் திருமணமும் குழந்தை இறப்பும் ஆறில் ஒரு பங்கு குறைந்து, தாய் இறப்பதும் மூன்றில் இரண்டு பங்கு குறைய முடியும் என்று மதிப்பிடப்பட்டுள்ளது. மேலும், பொருளாதாரத்தைப் பொறுத்தவரை, அரசுச் சேவைகள் பெருமளவு சமன்பாட்டை ஏற்படுத்தி வருமானம், செல்வம் ஆகியவற்றின் தவறான பங்கீட்டால் இப்போது ஏற்படும் மோசமான விளைவுகளைக் குறைக்க முடியும் என்று சான்றுகள் காட்டுகின்றன. 2000களில் சேவைகளுக்காக அரசுச் செலவினங்களை அதிகரித்த OECD நாடுகள், வருமான ஏற்றத்தாழ்வை மேலும்மேலும் அதிகரித்த விகிதத்தில் குறைத்தன. 2000க்கும் 2007க்கும் இடையே அரசுச் சேவைகளால் வழங்கப்பட்ட

'கண்ணுக்குத் தெரியாத வருமானம்' OECD நாடுகளில் சராசரியாக வருமான ஏற்றத்தாழ்வை 20% குறைத்தது.

ஏழை நாடுகளில் நீடித்துக் காணப்பட்ட போக்குகள் இந்தக் கண்டுபிடிப்புகளையே எதிரொலிக்கின்றன. சுகாதாரத்திலிருந்தும் கல்வியிலிருந்தும் பெறப்படும் 'கண்ணுக்குத் தெரியாத வருமானத்தை' கணக்கில் எடுத்துக்கொண்டால், ஐந்து லத்தீன் அமெரிக்க நாடுகளில்—அர்ஜென்டினா, பொலிவியா, பிரேசில், மெக்ஸிகோ, உருகுவே—உண்மையான வருமான ஏற்றத்தாழ்வு 10 சதவீதம் முதல் 20 சதவீதம்வரை குறைந்தது என்று ஆய்வுகள் காட்டுகின்றன. ஆய்வுகள் மேற்கொள்ளப்பட்ட 12 ஆசிய நாடுகளில் 11இல், சுகாதாரத்திற்காக அரசு செலவழித்தது 'ஏற்றத்தாழ்வைக் குறைப்பதாக' இருந்தது என்று கண்டறியப்பட்டது. பிரேசிலில் ஏற்றத்தாழ்வைக் குறைப்பதில் பெரும் பங்கு வகித்த கல்வி, தென்கொரியாவில் வருமான ஏற்றத்தாழ்வு குறைவான அளவில் இருக்க உதவிசெய்தது.

ஆனால், ஏற்றத்தாழ்வை உடைப்பதில் அரசுச் சேவைகளுக்குள்ள சக்தி அவை எவ்வாறு வடிவமைக்கப்படுகின்றன, அவற்றுக்கு எவ்வாறு நிதி கிடைக்கிறது, அந்தச் சேவைகள் எவ்வாறு அளிக்கப்படுகின்றன என்பதைச் சார்ந்திருக்கிறது. துரதிர்ஷ்டவசமாக, இன்று பல நாடுகளில் செய்யப்படும் கொள்கைத் தேர்வுகள் ஏழைகளைத் தண்டித்து, பணக்காரர்களுக்கு உதவிசெய்து, ஏற்கனவே வேரோடியிருக்கும் பொருளாதார ஏற்றத்தாழ்வை மேலும் உறுதிசெய்துவிடுகின்றன.

குறுகிய சாலை: வெட்டுகள், கட்டணங்கள், தனியார்மயமாதல், சிலருக்கேயான மருந்துகள்

> **"மிகச் சிறிய எதிர்பாராத செலவுகள்கூட ஏழை மக்கள் தேவையான சேவைகளைப் பயன்படுத்துவதைப் பெரிதும் குறைத்துவிடும். இது அநீதியானது, தேவையற்றது."**
>
> ஜிம் யோங் கிம்
> உலக வங்கிக் குழுத் தலைவர்.

ஏற்றத்தாழ்வுக்கு எதிரான போராட்டத்தில் அனைவருக்குமான அரசுச் சேவைகள் ஒரு சக்தி வாய்ந்த ஆயுதம். ஆனால் சில தனிநபர் நலன்களின் ஆதிக்கம், மோசமான கொள்கைத் தேர்வுகள்—திட்டத்தில் வெட்டுகள், பயனாளர்களின் மீது விதிக்கப்படும் கட்டணங்கள், தனியார்மயமாதல்—ஏற்றத்தாழ்வை மேலும் மோசமாக்கிவிட முடியும்.

குறைந்த அளவு அரசுச் செலவுகளும் வெட்டுகளும்

பல நாடுகளில் அரசாங்கங்கள் தங்கள் பொறுப்புகளை மிக அரிதாகவே நிறைவேற்றுகின்றன. இந்திய அரசாங்கம் சுகாதாரத்துக்கான செலவைப் போல் கிட்டத்தட்ட 2 மடங்கு இராணுவத்திற்காகச் செலவிடுகிறது. ஆப்பிரிக்காவில், அரசாங்கச் செலவில் 15 சதவீதத்தைச் சுகாதாரத்துக்காக ஒதுக்க வேண்டும் என்ற

அபுஜா ஒப்பந்தத்தை இதுவரை 6 நாடுகள் மட்டுமே நிறைவேற்றியுள்ளன. 2008க்கும் 2012க்கும் இடையே பாதிக்கும் மேலான வளரும் நாடுகள் கல்விக்கான செலவைக் குறைத்தபோது மூன்றில் இரண்டு பங்கு நாடுகள் சுகாதாரத்துக்கான செலவைக் குறைத்தன.

ஏற்கனவே வசதியாக உள்ளவர்கள் வாழும் நகர்ப்புறங்களுக்குச் சாதகமாக, சுகாதாரம், கல்வி ஆகியவற்றுக்குச் செலவிட்டு, ஏழைகள் வாழும் கிராமப்புறங்களில் பள்ளிகளுக்காகவும் சுகாதார நிலையங்களுக்காகவும் அரசுப் பணத்தை முதலீடு செய்யாத சமமற்ற நிலை இருக்கிறது. நல்ல, தரமான சேவைகள் பெரும் நகரங்களிலேயே குவியும் போக்கும் இருக்கிறது. ஆரம்பக் கல்வியில் ஒரு குழந்தைக்கான அரசுச் செலவு உலகிலேயே மிகக் குறைவாக உள்ள நாடுகளில் ஒன்றான மலாவியில், கல்விக்கு ஒதுக்கப்பட்ட அரசு நிதியில் அதிர்ச்சியளிக்கும் விதத்தில் 73 சதவீதம் மிகவும் படித்த 10 சதவீதத்தினருக்கே பயன்படுகிறது.

கோடிக்கணக்கான சாமானிய மக்கள் பயன்படுத்தும் இடத்தில் அரசுச் சேவைகள் இலவசமாகக் கிடைக்கவில்லையென்றால் அந்த மக்களுக்குச் சுகாதார வசதிகளும் கல்வியும் கிடைக்காது. சுகாதாரத்திற்காகக் கையை விட்டுச் செலவழிக்க வேண்டியிருப்பதாலேயே ஒவ்வொரு ஆண்டும் உலகில் 100 கோடி மக்கள் வறுமைக்குள் தள்ளப்படுகிறார்கள். உடல்நலத்தில் ஏற்படும் ஒரு அவசரநிலை ஒரு குடும்பத்தைப் பல தலைமுறைகளுக்கு வறுமையில் தள்ளவோ திவாலாக்கவோ முடியும். பணக்கார நாடுகளில்கூட, சுகாதாரத்துக்காகச் செலவிடுவது என்பது பொருளாதார ஏற்றத்தாழ்வை அதிகரித்துவிடுகிறது: 2007இல் அமெரிக்காவில் திவாலான தனிநபர்களில் 62 சதவீதத்தினருக்கு மருத்துவச் செலவுக்கான கடன் காரணமாக இருந்தது.

சிலருக்குக் கட்டணங்கள் இப்போதும் வானளாவியதாக இருக்கின்றன

பள்ளிகளில், குறிப்பாக உயர்நிலைப் பள்ளிகளில், சேருவது பரவலாக இன்னும் கடினமாக இருப்பதற்குப் பள்ளிக் கட்டணங்கள் ஒரு தடையாக இருப்பதைக் காணலாம். ஏனென்றால், கட்டணங்கள் 'குறைவாக' இருப்பதாகக் கருதப்பட்டாலும், கட்டணம் வசூலிக்கும் பள்ளிகளுக்கு மிக ஏழைகளால் தங்கள் குழந்தைகளை அனுப்ப இயலாது.

அரசுச் சேவைகளுக்குக் கட்டணங்கள் வசூலிக்கும் போது அதிகம் பாதிக்கப்படுவது பெண்களும் சிறுமிகளும்தான். தங்களுடைய குறைந்த அந்தஸ்தாலும், வீட்டின் நிதி நிலையில் அவர்களுக்கு எந்தவித முன்னுரிமையும் இல்லை என்பதாலும், பல சமூகங்களில், கல்வியால் பயனடைவதிலும், சுகாதாரக் கவனிப்புப் பெறுவதிலும் அவர்கள்தான் கடைசியாக இருக்

> "நான் கண்புரை அறுவைச் சிகிச்சைக்காகச் சென்றேன். அதற்கு 7000 எகிப்திய பவுண்டுகள் ஆகும் என்று அவர்கள் என்னிடம் கூறினார்கள். என்னிடம் 7 பவுண்டுகள் மட்டுமே இருந்ததால் நான் குருடாவதென்று முடிவு செய்தேன்."
>
> எகிப்தில் எளிதில் சென்றடைய முடியாத கிராமத்திலிருந்து ஒரு 60 வயது மூதாட்டி.

கிறார்கள். பயனாளர்கள் கட்டணம் செலுத்த வேண்டும் என்று நீண்ட காலமாக வலியுறுத்திவந்த உலக வங்கிகூட கட்டணம் குறித்த தன்னுடைய நிலையை மாற்றிக்கொண்டிருக்கிறது. இருந்தாலும், உலகின் ஏழை நாடுகள் பலவற்றில் இன்னும் இந்தக் கட்டணங்கள் தொடர்ந்து நீடிக்கின்றன.

எடுத்துக்காட்டு

சுகாதாரச் சேவை அர்மேனியாவில் ஏழைகளைத் திவாலாக்கு கிறது.

2010இல், அர்மேனியாவின் வரவுசெலவுத் திட்டத்தில் சுகாதாரத் துக்கான மொத்தச் செலவு 1.62 சதவீதமாக இருந்தது. இந்தக் குறைவான முதலீட்டின் காரணமாக, தங்கள் உடல்நலச் செலவு களுக்காகக் கையை விட்டுப் பணத்தைச் செலவிடுவதைத் தவிர மக்களுக்கு வேறு வழியில்லை.

அர்மேனியாவின் சுகாதாரச் சேவைக்கான அதிகச் செலவு காரோ வையும் அவரது மனைவி அனாஹிட்டையும் ஒரு மோசமான நிதி நெருக்கடிக்கு ஆளாக்கிவிட்டது. உயர் ரத்த அழுத்தம், கர்ப்பப்பை கீழிறக்கம் போன்றவற்றால் அவதிப்பட்டுக்கொண் டிருக்கும் அனாஹிட்டுக்கு அறுவைச் சிகிச்சை தேவைப்படுகிறது. இருதய நோயுடன் வாழும் காரோ, நீரிழிவு நோயினால் ஏற்படும் உபாதைகளாலும் கஷ்டப்படுகிறார். மானியம் பெறும் தகுதி இவர்களுக்கு இல்லாததால், இவர்களது உடல்நிலைப் பிரச்சினை கள் காரணமாக, நகைகளையும் கால்நடைகளையும் விற்பதுடன், அதிக வட்டியில் கடன் வாங்க வேண்டிய கட்டாயமும் ஏற்பட் டிருக்கிறது. ஒவ்வொரு உடல்நலப் பிரச்சினை ஏற்படும்போதும் குடும்பம் மேலும் கடனில் மூழ்கிவிட்டிருக்கிறது.

ஆபத்தான திசைமாற்றங்கள்

அரசுப் பணத்திலிருந்து குறிப்பிடத்தக்க அளவு பணம் வரிச் சலுகைகள், பண மானியங்கள் போன்றவற்றின் மூலம் தனியார் துறைக்கு அவை லாபமடை யும் வகையில் திருப்பிவிடப்படுகிறது. இந்தியாவில் ஏழை நோயாளிகளுக்கு இலவச சிகிச்சை அளிப்பதற்கு ஒப்பந்தம் செய்துகொண்டு மானியம் பெறும் எண்ணற்ற தனியார் மருத்துவமனைகள் அவ்வாறு சிகிச்சை அளிப்பதில்லை. மொராக்கோவில், அரசாங்க நிதியுதவியும் வரிச் சலுகைகளால் உதவியும் பெறும் தனியார் பள்ளிகள் சமீபத்தில் அதிகரித்துவிட்ட அதே வேளையில், கல்வியால் பெறும் பலன்களில் பெரும் இடைவெளி ஏற்பட்டுவிட்டது. 2011இல் நகர்ப்புறப் பணக்காரக் குழந்தைகளைவிட வாசிப்பதில் அடிப்படைத் திறனைப் பெற,

கிராமப்புற ஏழைக் குழந்தைகளுக்கு 2.7 மடங்கு வாய்ப்புக் குறைவாக இருந்தது; 2006லிருந்து இந்த இடைவெளி 20% அதிகரித்துவிட்டது.

வளரும் நாடுகளின் அரசாங்கங்களும் அதிகம் செலவு பிடிக்கும், பலன் நிச்சயமற்ற 'அரசுத் துறை-தனியார் கூட்டு முயற்சி'களை மேலும்மேலும் மேற்கொள்கின்றன. மிகக் குறைவாகவே கிடைக்கும் பொது வளங்களைத் திசை மாற்றும் இந்த உத்தியின் மூலம் ஏற்றத்தாழ்வு மேலும் அதிகரிக்க முடியுமென்பதற்கு லெசோதோ நல்ல உதாரணம். உலகில் ஏற்கனவே ஏற்றத்தாழ்வு மிகுந்து காணப்படும் நாடுகளில் லெசோதோவும் ஒன்று.

எடுத்துக்காட்டு

மக்கள் நலனில் 'அரசுத் துறை-தனியார் துறைக் கூட்டு' லெசோதோவின் சுகாதார அமைச்சகத்தைத் திவாலாக்கும் அச்சுறுத்தல்

லெசோதோவின் தலைநகர் மாசெருவில் இயங்கும் ராணி மமோஹுட்டோ நினைவு மருத்துவமனை 'அரசுத் துறை-தனியார் துறை கூட்'டாக வடிவமைக்கப்பட்டு நிதி அளிக்கப்பட்டு எல்லா மருத்துவச் சேவைகளையும் அளிக்கிறது. உலக வங்கிக் குழுவின் தனியார் துறை முதலீட்டுப் பிரிவான பன்னாட்டு நிதிக் குழுமத்தின் ஆலோசனையின் பேரில் இந்த மருத்துவமனை உருவாக்கப்பட்டது. பழைய அரசு மருத்துவமனையின் வருடாந்திரச் செலவிலேயே நன்கு மேம்படுத்தப்பட்ட, உயர்தரமான சேவையை இது அளிக்குமென்று உத்தரவாதம் அளிக்கப்பட்டது.

மூன்று வருடங்களுக்குப் பிறகு:

- **இந்த மருத்துவமனைக்கும் அதன் கீழ் இயங்கும் 3 சிறிய மருத்துவமனைகளுக்கும் ஆண்டுக்கு 6.7 கோடி டாலர் செலவாகிறது—பழைய அரசு மருத்துவமனைக்குச் செலவானதைவிட இது குறைந்தபட்சம் 3 மடங்காகும். அரசாங்கத்தின் மொத்த சுகாதார பட்ஜெட்டில் சுமார் 51 சதவீதத்தை இவை விழுங்கிவிடுகின்றன.**
- **முக்கால்வாசி மக்கள் வசிக்கிற, இறப்பு விகிதம் அதிகரித்துக்கொண்டிருக்கிற, கிராமப்புறங்களில் சுகாதாரச் சேவைகளுக்கு அவசரமாக நிதியுதவி தேவைப்படுகிற நிதியை இவை திசைதிருப்பிவிடுகின்றன.**
- **முதலீட்டாளர்களுக்கு முதலீட்டில் 25% வருமானத்தையும் ஆரம்ப கால முதலீட்டைப் போல் 7.6 மடங்கு பண வருவாயும் பெற்றுத்தர வேண்டுமென்று இவை எதிர்பார்க்**

கின்றன. ஆனால் லெசோதோ அரசு 18 ஆண்டு ஒப்பந்தத் தில் தன்னைப் பிணைத்துக்கொண்டிருக்கிறது.

செலவு அதிகரித்ததால் அடுத்த 3 ஆண்டுகளில் மக்கள் நல னுக்கான அரசுச் செலவு 64% அதிகரிக்கும் தேவை ஏற் பட்டிருக்கிறது. இதில் 83% அரசின் வரவுசெலவுத் திட்டத்தி லிருந்துதான் வர வேண்டும். அப்படி வரும் நிதி 'அரசுத் துறை -தனியார் துறை கூட்டு'க்குச் செலவாகிவிடும். செவிலியர்கள், கிராமப்புறச் சுகாதார மையங்கள், ஏழைகளுக்குச் சுகாதாரச் சேவை அளித்து ஏற்றத்தாழ்வைக் குறைப்பதற்கு நிரூபிக்கப் பட்ட வழிகள் போன்றவற்றில் பொதுப் பணத்தைச் செல வழிக்காமல் இவ்வாறு திசைதிருப்புவது மிகவும் ஆபத்தானது.

பணக்கார நாட்டு அரசாங்கங்களும் நிதி உதவியளிக்கும் முகமைகளும் - உலக வங்கிக் குழு, USAID, இங்கிலாந்தின் சர்வதேச வளர்ச்சிக்கான துறை, ஐரோப்பிய ஒன்றியம் உள்ளிட்டவை—சேவைகளை வழங்குவதில் தனியார் துறையை மேலும் அதிகம் ஈடுபடுத்த வேண்டுமென்று வலியுறுத்துகின்றன. இது அதிகரிக் கும் பொருளாதார ஏற்றத்தாழ்வுக்குத்தான் இட்டுச்செல்லும்.

உண்மையில், சுகாதாரத் துறையில் அதிகரித்த தனியார் பங்கேற்புக்கும் அதிக அளவில் சிகிச்சையிலிருந்தும் பராமரிப்பிலிருந்தும் ஏழை மக்கள் நீக்கப்படுவ தற்கும் தொடர்பு இருக்கிறது. ஆசிய நாடுகளிலேயே 'அனைவருக்கும் சுகாதார வசதி'யை நிறைவேற்றியிருக்கிற அல்லது நிறைவேற்றும் தறுவாயில் இருக்கிற மூன்று நாடுகளில்—ஸ்ரீ லங்கா, மலேசியா, ஹாங்காங்—மிகுந்த ஏழை மக்களில் 20 சதவீதத்தினருக்குத் தனியார் துறையினரின் பங்களிப்பு அநேகமாக இல்லை. இந்தியாவில், மிகுந்த ஏழையான பெண்களில் 60 சதவீதத்தினரில் பெரும்பாலானோர் பிரசவத்திற்காக அரசு மருத்துவமனைகளை நாடும்போது, மேல்தட்டிலுள்ள 40% சதவீதத்தினருக்குத் தனியார் துறை சேவை அளிக்கிறது என்று சமீபத்திய விவரமான சான்றுகள் காட்டுகின்றன. தனியார் துறை மிகுந்த தேவையுள்ளவர்களுக்குப் பதிலாக பெரும் பணக்காரர்களுக்கே அதிகம் பயனளிக் கிறது; இதன் விளைவாகப் பொருளாதார ஏற்றத்தாழ்வு அதிகரிக்கிறது.

கல்வித் துறையில், 'குறைந்த கட்டணத் தனியார் பள்ளி'களுக்கான (LFPS) ஆதரவு அதிகரித்துவருகிறது. எனினும், மிகவும் ஏழையான குடும்பங்களுக்கு மிகக் கடுமையான விதத்தில் அதிகச் செலவு பிடிக்கும் இந்தப் பள்ளிகள் பணக் காரர்களுக்கும் ஏழைகளுக்குமான இடைவெளியை அதிகப்படுத்துகின்றன. கானாவில் ஒமேகா நடத்தும் குறைந்த கட்டணத் தொடர் பள்ளிகளுக்கு ஒரு குழந்தையை அனுப்புவதற்கு ஏழைக் குடும்பங்கள் வீட்டு வருமானத்தில் 40 சத வீதம் செலவிட வேண்டும். பாகிஸ்தானில் 20% ஏழைக் குடும்பங்களில் எல் லாக் குழந்தைகளையும் இம்மாதிரிப் பள்ளிக்கு அனுப்புவதற்கு உத்தேசமாக ஒரு குடும்பத்தின் வருமானத்தைப் போல் 127% செலவாகும். இதே விதமான போக்கு

தான் மலாவியிலும் இந்தியாவின் கிராமப்புறங்களிலும் நிலவுகிறது. ஏழைக் குடும்பங்கள் பெரும்பாலும் ஒன்றிரண்டு குழந்தைகளுக்கு மட்டுமே முக்கியத்துவம் கொடுத்து 'தங்கள் சுமையைக் குறைத்துக்கொள்வதால்', நஷ்டமடைவது வழக்கமாகப் பெண் குழந்தைகளே. பெண் குழந்தைகளில் வெறும் 34 சதவீதமே இப்பள்ளிகளுக்குச் சென்றபோது, ஆண் குழந்தைகளில் 51% சென்றதாக இந்தியாவில் ஓர் ஆய்வு கண்டறிந்தது.

மிகுந்த பணக்காரர்கள் அரசுச் சேவைகளைத் தவிர்த்துவிட்டு, சுகாதாரச் சேவையையும் கல்வியையும் விலைக்கு வாங்க முடியும். இது குடிமக்களுக்கும் அரசுக்குமான சமூக ஒப்பந்தத்தைக் கெடுத்து ஜனநாயகத்தைப் பாதித்துவிடுகிறது. அரசுச் சேவைகளை மிகவும் ஏழை மக்கள் மட்டுமே பயன்படுத்தும் நிலையில், பெரும் அளவில் நகர்ப்புறங்களில் வசிக்கும் மேல்-நடுத்தர மக்களுக்கு (அதாவது கூடுதல் பொருளாதார, அரசியல் செல்வாக்குள்ளவர்கள்) அரசுச் சேவைகளுக்காகச் செலவு செய்வதை ஆதரிப்பதற்கு சுய அக்கறையோ வரி செலுத்துவதற்கான ஊக்கமோ இல்லை. இது அரசுச் சேவைகளை மேலும்மேலும் மோசமடையச் செய்கிறது. அமைப்பு ரீதியாக ஏற்றத்தாழ்வை அதிகரித்து, கஷ்டப்படும் 'கீழ்த் தட்டினரின் யதார்த்தத்'திலிருந்து பணக்காரர்களை மேலும் விலகிப் போகச் செய்கிறது.

இத்தகைய இரண்டு அடுக்கு எதிர்காலம் பற்றிய ஒரு எச்சரிக்கைக் கதையை அர்ஜென்டினா கல்வி அமைப்பு தருகிறது. வருமான ஏற்றத்தாழ்வு கொஞ்சம் கொஞ்சமாக அதிகரிப்பதும், கல்வியில் அதிகரிக்கும் இடைவெளியும் ஒன்றிணைந்தே சென்றிருக்கின்றன. அமைப்பை விட்டு வெளியேறிவிட முடியும் என்ற சுதந்திரத்தைத் தருவது சுகாதாரச் சேவை அமைப்பின் திறனையும் நியாயத் தன்மையையும் சேதப்படுத்துகிறது என்பதை சிலியிலிருந்து பெறப்பட்ட சான்றுகளும் காட்டுகின்றன.

அரசுச் சேவைகளை அச்சுறுத்தும் சர்வதேச விதிகள்

வரிவிதிப்பைப் பாதிப்பது போலவே, சர்வதேச விதிகளும் ஒரு நாட்டின் கொள்கைகளைப் பாதிக்கக் கூடும். உலக நாடுகள் தங்கள் சுகாதார, கல்வித் துறைகளைத் தனியார் வணிக அக்கறைகளுக்குத் திறந்துவிட உதவும் சர்வதேச விதிகளுக்காக 'உலக வர்த்தக அமைப்'பிடம் கல்வி, சுகாதாரத் துறைகளில் செயல்படும் சர்வதேச நிறுவனங்கள் பல காலமாக வாதாடிவந்துள்ளன; அரசுச் சேவைகளைத் தனியார்மயமாதலுடன் பிணைக்கும் வர்த்தகம், சேவைகள் குறித்த ஒப்பந்தத்தை அறிமுகப்படுத்தவிருந்த 50 நாடுகளின் திட்டங்களை அண்மையில் விக்கிலீக்ஸ் அம்பலப்படுத்தியிருக்கிறது.

உயிர் காக்கும் மருந்துகளின் காப்புரிமையை நீடிக்கும் தற்போதைய வர்த்தக, முதலீட்டு ஒப்பந்தங்களின் அறிவுசார் சொத்துரிமை குறித்த உட்பிரிவுகள், வளரும் நாடுகளில் சுகாதாரத்துக்காக ஒதுக்கீடு செய்யும் அரசாங்கத் திட்டங்களை நெருக்கடிக்கு உள்ளாக்கி, மிகவும் தேவைப்படும் சிகிச்சைகளை அளிக்க விடாமல் செய்துவிடுகின்றன. உதாரணமாக, ஒரு நாளைக்கு 1000 டாலர்

என்ற மருத்துவச் செலவை நோயாளிகளோ அரசாங்கங்களோ ஏற்க முடியாத உலகின் தென்பகுதியில் வசிப்பதால், கல்லீரல் அழற்சி (ஹெபாடிட்டிஸ் சி) நோயால் பாதிக்கப்பட்ட 18 கோடி மக்களில் பெரும்பாலானோர் பலனளிக்கும் புதிய மருந்துகளைப் பெற முடியவில்லை. ஆசியாவில் உடல்நலத்துக்காகச் செலவழிப்பதில் 80% மருந்துகளுக்காக மட்டும் ஆகிறது. ஏழை நாடுகள் மருந்து களின் அதிக விலைகளால் மிகக் கடுமையாகப் பாதிக்கப்படும்போது, பணக்கார நாடுகளும் இதிலிருந்து தப்பிவிட முடிவதில்லை. ஐரோப்பாவில், 2000க்கும் 2009க்குமிடையே அரசாங்க மருந்துச் செலவு 76% அதிகரித்தது; இப்போது சில நாடுகள் அதிக விலைகள் காரணமாக நோயாளிகளுக்குப் புற்றுநோய்க்கான புதிய மருந்துகளை அளிக்க மறுத்துவருகின்றன.

அறிவுசார் சொத்துரிமையைக் கறாராகப் பாதுகாப்பது மருந்தின் பொதுப் பெயர் களிலான போட்டியை நசுக்கிவிடுகிறது. விலைகளைக் குறைப்பதற்கு நீடித்த பலனை அளிக்கும் வழி இந்தப் போட்டிதான். எச்.ஐ.வி. மருந்துச் சந்தையில் பொதுப் பெயரில் மருந்துகளை விற்கும் இந்திய நிறுவனங்கள் நுழைந்த பிறகுதான் விலைகள் குறைந்து, ஒரு நோயாளிக்கு ஆண்டுச் செலவு 10,000 டாலர் என்பதிலிருந்து சுமார் 100 டாலர் என்று ஆயிற்று. 1.2 கோடிக்கு மேலான மக்க ளின் சிகிச்சைக்கு நிதி அளிக்க நன்கொடையாளர்களாலும் அரசாங்கங்களாலும் இப்போது முடியும். ஆனாலும், 'ட்ரான்ஸ் பசிபிக் கூட்டமைப்பு' போன்ற புதிய வர்த்தக, முதலீட்டு ஒப்பந்தங்களில் கையெழுத்திடுமாறு வளரும் நாடுகள் வற் புறுத்தப்படுகின்றன. இது அறிவுசார் சொத்துரிமைப் பாதுகாப்பை மேலும் அதி கரித்து, கடைசியில் உயிர்களை ஆபத்துக்குள்ளாக்கி, பணக்காரர்களுக்கும் ஏழை களுக்குமான இடைவெளியை மேலும் பெரிதாக்கிவிடும்.

பொதுமக்களுக்குக் கிடைக்காத சேவைகளைப் பெறுபவர்கள்

தேசிய, சர்வதேச அளவில் சக்திவாய்ந்த நாடுகளின் கூட்டணிகள்தான் விதி களை உருவாக்கி விவாதத்துக்கான விஷயங்கள்மீது ஆதிக்கம் செலுத்துகின்றன. பணக்கார நாட்டு அரசாங்கங்களும் பன்னாட்டு நிறுவனங்களும் தங்களது நலன் களை மேலெடுத்துச் செல்வதற்காகவே வியாபார, முதலீட்டு ஒப்பந்தங்களைப் பயன்படுத்துகின்றன; இவை மருந்துகளின் விலைகளை உயர்த்தும் ஏகபோகங் களை உருவாக்கி, தனியார் வர்த்தக நலன்களுக்கு வளரும் நாடுகள் சுகாதார, கல்வித் துறைகளைத் திறந்துவிட வேண்டும் என்று வற்புறுத்துகின்றன.

தென்னாப்பிரிக்காவில், அடிப்படைச் சுகாதார வசதிகளை அனைவருக்கும் அளிக்க உறுதியளிக்கும் ஒரு புதிய தேசிய சுகாதாரக் காப்பீட்டுத் திட்டத்துக்கு எதிராகத் தனியார் சுகாதாரக் காப்பீட்டு நிறுவனங்கள் மறைமுகமாக வேலை செய்துவருவதாகக் குற்றம்சாட்டப்பட்டிருக்கிறது. 2013இல் அமெரிக்காவி லிருந்து இயங்கும் ஏலி லில்லி என்ற மருந்து நிறுவனம், தன்னுடைய இரண்டு மருந்துகளின் காப்புரிமை செல்லாது என்று அறிவித்த கனடா அரசாங்கத் துக்கு எதிராக 50 கோடி டாலர் வழக்குப் பதிவுசெய்தது.

உலக மக்கள்தொகையில் மிக ஏழ்மையான 90 சதவீதத்தினரைப் பாதிக்கும் நோய்களுக்கான ஆராய்ச்சிக்கு மருத்துவ ஆராய்ச்சி, வளர்ச்சிக்கான செலவில் 10% மட்டும்தான் செலவிடப்படுகிறது என்ற உண்மை, பெரும் மருத்துவ நிறுவனங்கள் பொதுச் சுகாதாரத் தேவைகளுக்கு முரணாக, தங்களுடைய சொந்த வியாபார நலன்களுக்கு ஏற்ற முன்னுரிமைகளை நிர்ணயிக்கின்றன என்பதைத் தெளிவாக நமக்குக் காட்டுகிறது. ஆப்பிரிக்காவில் பெரும்பாலும் ஏழை மக்களைத் தாக்கும் எபோலாவுக்கு மருந்து இல்லை என்பதற்கான காரணம், அந்த நோய்க்கான ஆராய்ச்சியில் எந்த முதலீடும் இல்லை என்பதுதான்; இது ஒரு தற்செயலான விஷயமல்ல. ஐரோப்பாவில், மருந்துத் தொழில் ஐரோப்பிய யூனியனின் முடிவுகளின் மீது செல்வாக்கு செலுத்துவதற்காக சுமார் 220 தரகர்களை நியமித்து, ஆண்டுதோறும் 4 கோடி யூரோவுக்கும் மேலாகச் செலவிட்டு வருகிறது. செல்வாக்கு மட்டுமின்றி, அதிகாரத்தில் இருப்பவர்களுடன் அவர்களுக்கு இருக்கும் தொடர்பும் அவர்களின் ஆதிக்கத்துக்குத் துணைசெய்கிறது. உதாரணமாக, வணிகக் கொள்கைகளையும் விதிகளையும் வகுக்கும் அமெரிக்க வர்த்தகப் பிரதிநிதி அலுவலகத்துக்கும், சக்திவாய்ந்த அமெரிக்க மருத்துவ ஆராய்ச்சி, உற்பத்தியாளர்களுக்கும் இடையே நன்கு அறியப்பட்ட ஒரு சுழலும் கதவு இருக்கிறது.

மார்க்கரட் சான், உலக சுகாதார நிறுவனத்தின் இயக்குநர் 2014இல் கூறியபடி, ‘மரணத்தை விளைவிக்கும் பொருளிலிருந்து (புகையிலை) மக்களைக் காப்பாற்றுவதற்காக மேற்கொள்ளப்படும் அரசாங்கக் கொள்கைகளை பெருவணிக நிறுவனம் ஒன்று எதிர்க்க முடியுமென்றால் இந்த உலகில் ஏதோ அடிப்படைக் கோளாறு இருக்கிறது.’ மருந்து விலைகள் எல்லா இடங்களிலும் அதிகரிக்கும் சூழ்நிலையில் வணிக ஒப்பந்தங்களால் மலிவான மருந்துகள் கிடைப்பதைத் தடுக்க முடியுமென்றால், இது உண்மையில் முன்னேற்றம்தானா? என்று நாம் கேட்க வேண்டும்.

அரசுச் சேவைகளுக்காக அரசாங்கங்கள் எவ்வளவு செலவழிக்கின்றன, இறுதியில் அதனால் பயனடைபவர்கள் யார் போன்ற முடிவுகள் தங்களுக்குள் அதிகாரப் போட்டியிடும் குழுக்களால் தீர்மானிக்கப்படுகின்றன. பெரும்பாலும், பணம்படைத்த மேல்தட்டினரின் தேவைகள் முன்னிறுத்தப்பட்டு முற்போக்கான அரசுச் சேவைக்கான சீர்த்திருத்தங்கள் எதிர்க்கப்படுகின்றன. பல லத்தீன் அமெரிக்க நாடுகளில், அமைப்பு ரீதியான தொழில்களில் தொழிலாளர்களுக்கு உடல்நலக் காப்பீடு அறிமுகப்படுத்தப்பட்டதும், ஏற்கனவே உள்ள உறுப்பினர்கள் தங்களுடைய பயன்கள் ‘நீர்த்துப்போகாமல்’ இருப்பதற்காகக் காப்பீடு விரிவாக்க முயற்சிகளை எதிர்த்தனர்.

நெடுஞ்சாலை: பொது நலனை மீட்டெடுப்பது

அரசுச் சேவைகளின் மீதான கட்டுப்பாட்டைத் தனியாரிடமிருந்து அரசுகள் மீட்டெடுப்பது, அவற்றை வடிவமைப்பது, அவற்றுக்கு நிதி வழங்குவது, அவற்றை

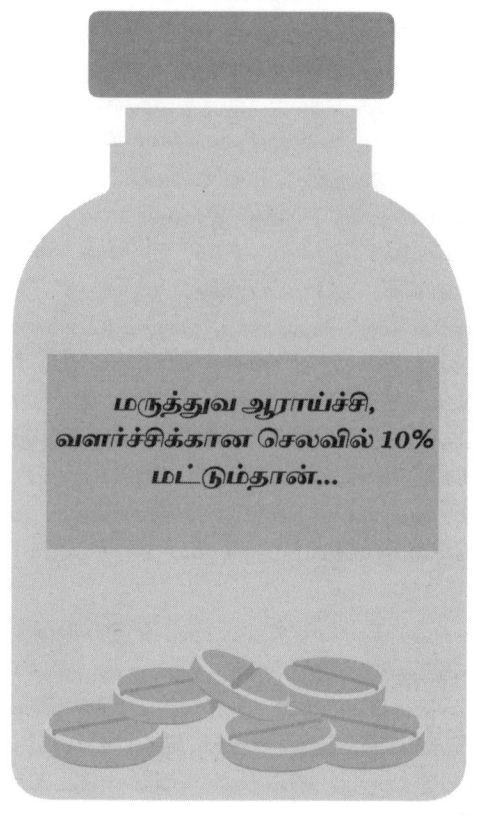

... உலக மக்கள்தொகையில் மிக ஏழ்மையான 90 சதவீதத்தினரைப் பாதிக்கும் நோய்கள் குறித்த ஆராய்ச்சிக்குச் செலவிடப்படுகிறது.

மக்களிடையே அமல்படுத்துவது போன்றவற்றின் மூலம் பொதுமக்களின் நலனில் அரசுகள் அக்கறையோடு செயல்பட வேண்டும், ஏற்றத்தாழ்வை உடைக்கும் ஆற்றல் அவற்றுக்கு இருக்கிறது என்பது இதன் மூலம் வெளிப்பட முடியும். இத்தகைய நெடுஞ்சாலைகள் சாத்தியமானவைதான் என்பதற்கான உதாரணங் களையும், நம்பிக்கைகளையும் தரும் நாடுகள் உலகில் உள்ளன. அரசாங்கங்கள் இந்தச் சாலையைத் தேர்ந்தெடுக்க வேண்டுமென்றால் இதுவரை சுயநலமிக்க நலன்களால் ஆதிக்கம் செலுத்தப்பட்ட கொள்கை முடிவுகள்மீது ஒன்றுபட்ட குடிமக்கள் செல்வாக்கு செலுத்த வேண்டும்.

'அனைவருக்கும் சுகாதார வசதி'

தங்களுக்குத் தேவைப்படும் சுகாதாரச் சேவையை நிதிச் சுமையின்றி எல்லா மக்களும் பெற வேண்டும் என்பதை நோக்கமாகக் கொண்ட 'அனைவருக்கும் சுகாதார வசதி' (UHC) என்ற இயக்கம் நாளுக்குநாள் வலுப்பெற்றுவருகிறது. அனைவருக்கும் சுகாதார வசதி கிடைப்பது பெருமளவு அதிகரித்து ஏற்றத் தாழ்வைக் குறைப்பதற்கான திறன் இதற்கு உண்டு. 'அனைவருக்கும் சுகாதார வசதி'யை, 'மக்களுக்கான சுகாதாரம் வழங்கக் கூடிய ஒரே ஒரு சக்திவாய்ந்த திட்டம்' என்று 2013இல் மார்க்கரட் சான் விவரித்தார். 'அனைவருக்கும் சுகாதார வசதி' ஏற்றத்தாழ்வுக்கு எதிரான போரில் மிக முக்கியமானது என்றும், '2030க்குள் அதீத வறுமையை முடிவுக்குக் கொண்டுவரும், செழிப்பைப் பகிர்ந்துகொள்ள ஊக்கம் தரும் (உலக வங்கியின்) உலகளாவிய லட்சியத்தை அடைவதில் மையமானதாக இருக்கும்' என்றும் உலக வங்கியின் தலைவர் ஜிம் யோம் கிம் தெளிவாகக் குறிப்பிடுகிறார்.

சில அரசாங்கங்கள் ஏற்கனவே நடவடிக்கை எடுத்துவருகின்றன. வளர்ந்து வரும் பொருளாதாரங்களில் சீனா, தாய்லாந்து, தென்னாப்பிரிக்கா, மெக்சிகோ ஆகியவை சுகாதாரச் சேவையில் அரசு முதலீட்டை வேகமாக அதிகரித்துவரு கின்றன. குறைந்த வருவாய் உள்ள பல நாடுகள் 'அனைவருக்கும் சுகாதார வசதி'யை அடைவதற்கு முதல் படியாக அனைத்துக் குடிமக்களுக்கோ அல்லது சில பிரிவினருக்கோ இலவசச் சுகாதாரச் சேவைக் காப்பீட்டை அறிமுகப்படுத்தி யிருக்கின்றன; உதாரணமாக, மகப்பேறு, குழந்தை நலச் சேவைகளுக்கான கட்டணங்கள் நீக்கப்பட்டிருக்கின்றன. 'அனைவருக்கும் சுகாதார வசதி'யில் முன்னேற்றம் கண்டுள்ள நாடுகள் காப்பீட்டுத் தவணைகளையோ தனி நபர்களின் சொந்தப் பணத்தையோ நம்பாமல், வரிப் பணத்திலிருந்து செலவிடு வதற்கு முன்னுரிமை அளித்துவருகின்றன. இந்தச் சாலையில் எடுத்து வைக்கும் ஒவ்வொரு அடியும் பொருளாதார ஏற்றத்தாழ்வைக் குறிப்பிடத்தக்க அளவு குறைத்து அனைவருக்கும் சுகாதாரச் சேவையை அளிக்க முடியும்.

தாய்லாந்தில் 2002இல் 'அனைவருக்குமான சேவைத் திட்டம்' அறிமுகப் படுத்தப்படுவதற்கு முன் மக்கள்தொகையில் மூன்றில் ஒரு பங்கினருக்குச் சுகா தார வசதிகள் இல்லை; பலர் அமைப்பு ரீதியான வேலைகளில் இல்லை; காப் பீட்டுத் தவணை கட்ட முடியாத அளவு ஏழ்மையில் இருந்தார்கள். பொது வரிவருவாயிலிருந்து தாய்லாந்து அரசாங்கம் நிதி அளிக்கத் தொடங்கியது; வெறும் பத்து ஆண்டுகளிலேயே சுகாதாரச் சேவை பெறாத மக்களின் எண் ணிக்கை 4 சதவீதத்துக்கும் கீழே குறைந்துவிட்டது. இது ஒரு முற்போக்கான சீர்திருத்தம்; முதலாண்டில், ஏழை மக்கள் சுகாதாரத்துக்காக ஒவ்வொரு மாத மும் செலவழித்த தொகை பாதிக்கும் மேலாகக் குறைந்தது. சுகாதாரச் செலவு களால் ஏழ்மைக்குள் தள்ளப்பட்ட குடும்பங்களின் சதவீதம் 2000இல் 7.1 சத வீதத்திலிருந்து 2009இல் 2.9 சதவீதமாகக் குறைந்தது. குழந்தை இறப்பு, பிரசவக் கால இறப்பு ஆகியவற்றின் விகிதங்கள் சரிந்தன.

எடுத்துக்காட்டு

நேபாளத்தில் இலவச சுகாதாரச் சேவை:

2005இல் தொடங்கி, ஆரம்ப சுகாதாரச் சேவைகளுக்கான (அத்தியாவசிய மருந்துகள் உட்பட) கட்டணங்களை நீக்கியதன் மூலமும், சுகாதார மையங்களில் குழந்தை பெறுவதற்காகப் பெண்களுக்கு ஊக்கத் தொகை அளித்ததன் மூலமும், சுகாதாரச் சேவை கிடைக்கச் செய்வதில் நேபாள அரசாங்கம் குறிப்பிடத்தக்க அளவு முன்னேற்றத்தைக் கண்டது. சுகாதார மையங்களில் பிரசவித்த பெண்களின் விகிதம் நேபாளத்தின் மிக ஏழ்மையான மாவட்டங்களில் 6 சதவீதத்திலிருந்து 20 சதவீதமாக 3 மடங்குக்கு மேல் நான்கு வருடங்களில் அதிகரித்தது. சீர்திருத்தங்களுக்கு முன், மிக ஏழையான 20% பெண்களோடு ஒப்பிடும்போது, மிகப் பணக்காரர்களான 20% பெண்கள் சுகாதார மையத்தில் பிரசவிக்க 6 மடங்கு அதிகம் வாய்ப்பிருந்தது. பிரசவத்திற்கான கட்டணங்கள் நீக்கப்பட்டபின் இந்த விகிதம் பாதியாகக் குறைந்தது.

‘18 வருடங்களாக நான் உடல்நலப் பணியாளராக இருக்கிறேன். இலவசத் தாய்நலச் சேவைகள் அறிமுகப்படுத்தப்பட்ட பின் நோயாளிகளின் எண்ணிக்கை அதிசயிக்கத்தக்க அளவு அதிகரித்தது. ஒவ்வொரு மாதமும் பிரசவத்துக்காக 4 அல்லது 5 பெண்களைப் பார்த்த நாங்கள், இப்போது 20 பேருக்கு மேல் பார்க்கிறோம். மருத்துவமனைக்கு வருவது மிகுந்த செலவு பிடிப்பதாக இருந்தது, பெண்கள் இப்போது இங்கு பாதுகாப்பாக, இலவசமாகப் பிரசவிக்கலாம். தங்கள் கணவர்கள் பணம் தர வேண்டும் என்பதற்காகக் காத்திருக்க வேண்டியதில்லை.

செவிலித் தாதி, சுர்கேத், நேபாளம்.

வாங்கக்கூடிய நிலையில் மருந்துகள் கிடைப்பதைத் தடுப்பதற்கு மருந்துத் தயாரிப்பாளர்கள் செய்த கடும் முயற்சிகளுக்கு எதிராக வெற்றிகள் கிடைத்திருக்கின்றன. புற்றுநோய் சிகிச்சைக்காக நோவார்ட்டிஸ் உருவாக்கிய க்ளிவெக்®-க்ளீவெக்® என்ற மருந்துகளின் காப்புரிமையை இந்திய உச்ச நீதிமன்றம் 2013 இல் நிராகரித்தது. நீண்ட காலம் எலும்பு மஜ்ஜைப் புற்றுநோயால் அவதிப்படும் நோயாளிகள் க்ளீவெக்கின் பொதுப்பெயர் வடிவிலான மருந்தை இப்போது மாதத்துக்கு வெறும் 175 டாலருக்குப் பெற முடியும். இது நோவார்ட்டிஸ் வசூலித்த 2600 டாலரைவிடக் கிட்டத்தட்ட 15 மடங்கு குறைவானது; இந்த விலை, அரசாங்கம் நோயாளிகளின் சிகிச்சைக்கு ஆகும் செலவை ஏற்றுக்கொள்வதைச் சாத்தியமாக்குகிறது.

கல்வியில் முன்னேற்றத்துக்கான உத்தரவாதம்

2000இல் 'அனைவருக்கும் கல்வி' இயக்கத்தைப் புத்தாயிரத்துக்கான வளர்ச்சி இலக்காக ஏற்றுகொண்ட பிறகு ஆரம்பக் கல்வி பெறும் குழந்தைகளின் எண்ணிக்கையில் நல்ல முன்னேற்றத்தை உலகம் கண்டிருக்கிறது. நன்கொடையாளர்களின் உதவி, அரசின் முதலீடு, கடன் நிவாரணம் ஆகியவற்றின் மூலம் பல நாடுகளால் பள்ளிக் கட்டணங்களை நீக்க முடிந்து, மிக ஏழையான குழந்தைகளுக்குக் கல்வி கிடைப்பது அதிகரித்திருக்கிறது. பள்ளிக் கட்டணம் நீக்கப்பட்டதைத் தொடர்ந்து, உதாரணமாக, உகாண்டாவில் ஒரே வருடத்தில் சேர்க்கை 31 லட்சத்திலிருந்து 53 லட்சமாக, அதாவது, 73% அதிகரித்தது. கட்டணங்களை நீக்குவது பொருளாதார ஏற்றத்தாழ்வைச் சமாளிப்பதிலும் ஏழைகளுக்கான வாய்ப்புகளை அதிகரிப்பதிலும் மிக முக்கியமானது.

எனினும், அதிகரித்த மாணவர்கள் எண்ணிக்கையை, பயிற்சிபெற்ற ஆசிரியர்கள், வசதிகள், உபகரணங்கள் ஆகியவற்றின் மூலம் எதிர்கொள்ளத் தவறிய நாடுகளில் அளிக்கப்படும் கல்வியின் தரம் பாதிப்புக்குள்ளாகியிருக்கிறது. உலகளாவிய பொருளாதார நெருக்கடியின் காரணமாக நன்கொடையாளர்கள் ஒப்புக்கொண்ட உதவியைத் தருவதில் தடுமாறுவது, அரசின் வரவுசெலவுத் திட்டத்தில் வீழ்ச்சி ஆகியவை இந்த நிலையை மேலும் மோசமாக ஆக்கியிருக்கின்றன. ஒரு புறம் மிக ஏழையான குழந்தைகளுக்கும் மிகப் பணக்காரக் குழந்தைகளுக்கும் இடையே உள்ள ஏற்றத்தாழ்வுகளையும், இன்னொரு புறம் அரசுத் துறைக்கும் தனியார் துறைக்கும் இடையே கல்வியின் தரத்தில் உள்ள ஏற்றத்தாழ்வுகளையும் இந்த ஆபத்துகள் நிலைக்கச் செய்துவிடுகின்றன.

மிகவும் விளிம்புநிலையிலுள்ள குழந்தைகளுக்கு அதிகத் தரமுள்ள கல்வி வழங்குவதற்குப் பள்ளிக் கட்டணத்தை நீக்குவது மட்டுமின்றி, கூடுதல் முதலீடுகளும் தேவைப்படுகின்றன. கிராமங்களிலும், போதுமான வசதிகளற்ற பகுதிகளிலும் உள்ள பள்ளிகளுக்குக் கூடுதல் நிதி ஒதுக்குவது, ஏழைக் குழந்தைகள் கல்வி பெறுவதில் உள்ள பிற பொருளாதாரத் தடைகளை (சீருடை, போக்குவரத்து, கல்வி உபகரணங்கள்) நீக்கும் வகையில் கொள்கைகளை வகுப்பது, சமூகச் செயல்பாடுகளில் ஈடுபடுவதன் மூலம் கல்வியின் தரத்தை அதிகரிக்கும் பொறுப்பை பள்ளி நிர்வாகம் ஏற்றுக்கொள்வது ஆகியவை இதில் அடங்கும்.

சில நாடுகள் வழிகாட்டியாக இருக்கின்றன. உதாரணமாக, தரமான கல்வி கிடைப்பதற்கான சீர்த்திருத்தங்களை பிரேசில் முன்னெடுத்துச் சென்று ஆதிகுடிகள், கறுப்பினச் சமூகங்களில் உள்ள ஏழைக் குழந்தைகளின் கல்விக்காக அதிக நிதி ஒதுக்கியிருக்கிறது. 1990களின் மத்தியிலிருந்து கல்வி கிடைப்பதில் இருந்த ஏற்றத்தாழ்வைக் குறைக்க இந்தச் சீர்திருத்தங்கள் உதவியிருக்கின்றன: மிக ஏழையான குழந்தைகள் பள்ளியில் செலவிடும் சராசரி வருடங்களின் எண்ணிக்கை இரட்டிப்பாகிவிட்டது—4 வருடங்களிலிருந்து 8 வருடங்களாக. ஏற்றத்தாழ்வைக் குறைப்பதில் பிரேசில் பெற்ற சமீபத்திய வெற்றியில் கல்வியிலும் சுகாதாரத்திலும் செய்த முதலீடு முக்கியப் பங்காற்றியிருக்கிறது.

கல்வியை மேம்படுத்துவதற்கென்றே வடிவமைக்கப்பட்ட குறிப்பான திட்டங்களை (உயர்தரமான ஆசிரியர்களை உருவாக்குவதற்காகச் செலவிடுவதும் இதில் அடங்கும்) தென்கொரியா, ஜப்பான், சிங்கப்பூர் உள்ளிட்ட பல கிழக்காசிய நாடுகள் நடைமுறைப்படுத்தியிருக்கின்றன. மிக ஏழையான மாணவர்கள் கூட ஆரம்பத்தில் இருந்த குறைந்தபட்ச அளவைவிட இப்போது அதிகமாகக் கற்கிறார்கள். கல்விக் கொள்கையில் தரத்தை ஒரு வெளிப்படையான நோக்கமாகக் கொள்வது மேம்பட்ட கல்விக்கு வழிவகுத்திருக்கிறது என்பதற்கு வலுவான ஆதாரம் இருக்கிறது.

எல்லாக் குடிமக்களுக்குமான சுகாதாரச் சேவையும், கல்விக்காக அரசு செய்யும் செலவும் ஏற்றத்தாழ்வைச் சமாளிப்பதில் ஒரு சக்திவாய்ந்த கருவியாக இருக்கின்றன; சக்திவாய்ந்த சுயநல அக்கறைகள் இருந்தபோதும் மாற்றம் சாத்தியம் என்பதை இந்த உதாரணங்கள் விளக்குகின்றன.

ஏற்றத்தாழ்வையும் அரசியலைக் கைப்பற்றுவதையும் சமாளிக்கக்கூடிய அந்நிய உதவிகள்

அரசுச் செலவுக்கு ஊக்கம் அளிப்பதற்கு வரிவிதிப்பும், உள்நாட்டு வளங்களைத் திரட்டுவதும் முக்கியமானது. தேசிய அளவில் அரசுச் சேவைத் திட்டங்களை ஊக்குவித்து, அரசுச் செலவை அதிகரித்து, மக்களுக்குத் தேவையான, மக்கள் கோரும் தரமான அரசுச் சேவைகளுக்காக அந்நிய உதவிகளைத் திரட்டி நல்ல முறையில் முதலீடு செய்வது, சில நாடுகளில் வறுமையையும் ஏற்றத்தாழ்வையும் குறைக்க உதவியிருக்கிறது.

1994 இனப் படுகொலைக்குப் பின் தேசிய நிறுவனங்களையும் பொருளாதார ஸ்திரத் தன்மையையும் மீண்டும் கட்டமைப்பதில் 10 ஆண்டுகளைச் செலவிட்ட ருவாண்டா 2004இல் பெற்ற அந்நிய உதவியில் 25 சதவீதத்துக்கு மேல் வரவு செலவுத் திட்டத்தை மேம்படுத்தும் உதவியாக அமைந்தது. சுகாதாரம், கல்வி அமைப்புகள், நிறுவனங்களை வலுப்படுத்துவதற்கான நீண்டகால உதவியாக இது இருந்தது. 2004வரை நிதியுதவியைத் தொடர்ந்து காணப்பட்ட வளர்ச்சியில் ஆரம்பக் கல்விக் கட்டணங்களை நீக்கவும், நடுநிலைக் கல்விக் கட்டணத்தைக் குறைக்கவும், எச்.ஐ.வி., எய்ட்ஸ் நோயாளிகளுக்குச் சிகிச்சை அளிக்கவும், விவசாயிகளுக்கு விவசாயக் கடனுக்கான உத்தரவாதம் அளிக்கவும் அந்நிய உதவி அரசாங்கத்துக்குக் கைகொடுத்தது.

பல வளரும் நாடுகளில் பொருளாதாரம், அரசியல் இரண்டிலும் அந்நிய உதவி ஒரு முக்கியமான பங்கு வகிக்கிறது. பொறுப்புள்ள நிர்வாகத்தையும் வலுவான குடிமக்கள் பங்கேற்பையும் வலியுறுத்தும் நன்கொடையாளர்கள் முதலீடு செய்ய வரும்போது உதவி, அரசியல் அதிகாரத்தைக் கைப்பற்றுவதையும் தடுக்க உதவுகிறது.

உதாரணமாக, வரலாற்று ரீதியில் ஏழ்மையான பகுதியான வடக்கு கானாவில் விவசாயத்துக்குச் செய்யப்படும் செலவுகள், உள்ளூர் விவசாயிகளின் தேவை

களுக்குச் செவிசாய்த்து மாவட்ட ஆட்சிக்குழு வழியாக உதவி பெறும் வகையில் அமைய அமெரிக்கா முயன்றுவருகிறது. அதே சமயம் மாவட்ட ஆட்சிக்குழுக்களிடம், தங்கள் தேவையைப் பூர்த்திசெய்யுமாறு விவசாயிகள் கேட்பதற்கு விவசாயிகளின் அமைப்புகளுக்கு அமெரிக்கா உதவி செய்கிறது. இதன் விளைவாக, மாவட்ட ஆட்சிக்குழுக்கள் இப்போது கூடுதல் உதவி தருமாறு மத்திய அரசாங்கத்தைக் கோரிவருகின்றன.

இத்தகைய உதவி முக்கியமானது, ஆனால் 2009லிருந்து OECD DAC* உறுப்பினர்கள் தரும் மொத்த உதவியில் குடிமைச் சமூக அமைப்புகளுக்கான உதவி 14 சதவீதமாகத் தேங்கிவிட்டது. இதற்கிடையே, தனியார் துறைக்கு நன்கொடையாளர்கள் உதவியை அதிகரிப்பது நீண்டகாலப் போக்காக இருக்கிறது; 1990களின் ஆரம்பத்திலிருந்து தனியார் துறைக்குத் தரப்பட்ட பல்நோக்கு உதவி 10 மடங்காக அதிகரித்திருக்கிறது. நல்ல நிர்வாகம், அரசுச் சேவைகள், குறு விவசாயம், ஏற்றத்தாழ்வை உடைக்கும் பொது நலன்களுக்கு அரசுச் செலவினங்கள் ஆகியவற்றிலிருந்து விலகிய, பின் நோக்கிய இந்தப் போக்கு கவலையளிப்பதாக இருக்கிறது.

---

* DAC: Development Assistance Commity - வளரும் நாடுகளில் வறுமையைக் குறைத்து, வளர்ச்சியை அதிகரிப்பதற்குத் தேவையான நடவடிக்கைகளைப் பரிந்துரைக்கும் குழு.

2.5

பயத்திலிருந்து விடுதலை

வளர்ச்சியில் சமீபத்திய பத்தாண்டுகளில் பெற்ற வெற்றி, வளர்ந்துவரும் உலகின் பெரும் பகுதியில் மக்களின் வாழ்நாளை அதிகரித்து, பிறப்பு விகிதத்தைக் குறைத்திருக்கிறது. எனினும், கோடிக்கணக்கான மக்கள், எந்த நம்பிக்கையும் அற்ற நிலையில், முறைசாரா ஏற்பாடுகள்மீது ஒரு சுமையாக ஆகிவிடுகின்றனர். உடல் ஊனத்தாலோ அல்லது வேலை வாய்ப்புகள் இல்லாததாலோ வேலை செய்ய முடியாதவர்கள், குழந்தைகள், முதியவர்கள், குறிப்பாக வயதான பெண்கள், ஆகியோர் மோசமான நிலைமைகளை எதிர்கொள்ள வேண்டியிருக்கிறது.

எடுத்துக்காட்டு

ஜாம்பியா: ஓய்வூதியத்தின் சக்தி

ஜாம்பியாவின் கட்டேட்டே மாவட்டத்தில் 75 வயதான டீஜி வென்ஜி டெம்போ வசிக்கிறார். இந்தப் பெண்ணின் 15 குழந்தைகளில் 11 குழந்தைகள் இறந்துவிட்டன. அவர் இப்போது நான்கு பேரப் பிள்ளைகளைப் பராமரித்துவருகிறார். சமீப காலம்வரை அவருக்கு ஒழுங்கான வருமானம் இல்லை; அவருக்கும் அவரது பேரக் குழந்தைளுக்கும் பெரும்பாலும் உணவு கிடைக்காமல் இருந்தது. தங்களுக்குச் சீருடையும் புத்தகங்களும் இல்லை என்பதாலும், சக மாணவர்கள் கேலிசெய்வார்கள் என்பதாலும் அவருடைய பிள்ளைகள் பள்ளி செல்வதற்கு மறுத்தார்கள். எனினும், மாதத்துக்கு 12 டாலர் ஓய்வூதியம் தொடர்ந்து பெற ஆரம்பித்ததும், அவரது குடும்பத்தினர் ஒழுங்காகச் சாப்பிடவும், சீருடை வாங்கவும், வீட்டைச் சீரமைக்கவும் முடிந்தது, இதனால் அவர்களது வாழ்க்கையே மாற்றமடைந்தது.

சமூகப் பாதுகாப்பு பெரும்பாலும் அரசாங்கம் தரும் பணம் அல்லது சேவை வடிவத்தில் இருக்கும்—குழந்தைகளுக்கான உதவிகள், முதியோருக்கான ஓய்வூதியம், வேலையின்மையின்போது பாதுகாப்பு போன்றவை உதாரணங்கள். சுகாதாரம், கல்வி போன்ற 'கண்ணுக்குத் தெரியாத வருமான'த்தை மிகவும் தேவைப்படுபவர்களுக்குத் தருவதால் ஒரு -தரப்பு-சார்பான வருமானப் பங்கீட்டின் பாதிப்பு குறைக்கப்படுகிறது. பொருளாதார ஏற்றத்தாழ்வைக் குறைப்பதற்கு மட்டும் இது முக்கியமானது அல்ல; இது சமூகத்தை அக்கறை கொண்டதாகவும் சமத்துவமுள்ளதாகவும் மாற்றி, தனிநபர் முக்கியத்துவத்தைக் குறைக்கிறது.

> ***"ஒரு சமூகத்தின் உண்மையான மதிப்பீட்டை, அது தன்னுடைய மிகவும் பலவீனமான மக்களை எப்படி நடத்துகிறது என்பதில்தான் அறிய முடியும்."***
> மகாத்மா காந்தி

இரண்டாம் உலகப் போருக்குப் பின், பணக்கார நாடுகளில் பெரும்பான்மையானவை பரந்த அளவில் குறைந்தபட்ச வருமானம், வேலையின்மைக்கு எதிரான பாதுகாப்பு, முதுமை, உடல்திறனிழப்பு ஆகியவற்றுக்கு எதிரான காப்பீடு ஆகியவற்றை உறுதிசெய்யும், பெரும்பாலும் அனைவருக்குமான சமூகப் பாதுகாப்புத் திட்டங்களை அறிமுகப்படுத்தி, 'தொட்டில்முதல் கல்லறைவரை' ஒரு பாதை அமைத்தனர். அமெரிக்காவில், 1930களில் சமூகப் பாதுகாப்பு, ஓய்வூதியம் போன்றவற்றை அறிமுகப்படுத்தியது முதியோரிடையே வறுமையின் அளவைக் கணிசமாகக் குறைத்தது.

2008இல் ஏற்பட்ட பொருளாதார நெருக்கடி சர்வதேசத் தொழிலாளர் அமைப்பு மற்றும் உலகச் சுகாதார மையத்தால் 'சமூகப் பாதுகாப்புக்கான துவக்க முயற்சி' என்ற அமைப்பு உருவாகக் காரணமாக அமைந்தது. இந்த அமைப்பு வேலை இல்லாதவர்கள், குழந்தைகள், முதியோர்கள், ஊனமுற்றவர்கள் அல்லது ஏதோ ஒருவகையில் சம்பாதிக்க இயலாதவர்கள் ஆகியோருக்கு அடிப்படை வருவாய்ப் பாதுகாப்புச் சலுகை வழங்கக் கோரி நாடுகளை ஊக்கப்படுத்தியது. இருந்தாலும், உலக மக்கள்தொகையில் 70 சதவீதத்தினர் போதுமான சமூகப் பாதுகாப்பின்றி இருப்பதாகச் சமீபத்தியக் கணக்கெடுப்புகள் கூறுகின்றன.

அனைவருக்குமான பாதுகாப்பை நோக்கி

தேவை இருப்பவர்களுக்குப் பலன்கள் கிடைப்பதைவிடவும் அனைவருக்கும் பலன் கிடைக்க வேண்டுமென்பதையே பல பணக்கார நாடுகள் இலக்காகக் கொண்டிருந்தன. இது பெரும்பாலும் அரசியல் காரணங்களுக்கானது: அனைவருக்கும் பலன்களை அளிப்பது தேசிய ஒருமைப்பாட்டையும் உறுதியையும் அதிகரித்தது; அது நடுத்தர வகுப்பினரின் ஆதரவை உறுதிசெய்து, தனிப்பட்ட ஒருவரின் வருவாயைக் கண்டறியும் இழிவுபடுத்தும் செயலைத் தவிர்த்தது.

உதவிக்குத் தகுதியானவர்கள் யார் என்பதைத் தீர்மானிப்பது ஒரு சிக்கலான, எப்போதும் மாறிக்கொண்டிருக்கிற, பெரும்பாலும் மக்களைப் பிளவுபடுத்தும் நடவடிக்கை; இதற்குச் செலவு பிடிக்கும், இதில் ஏமாற்றவும் முடியும். அதிக அளவு கசிவினாலும், குறைந்த எண்ணிக்கையினருக்கே பலன் கிடைக்கும் என்பதாலும், நிர்வாகச் செலவுகளாலும் குறைந்த வருமான நாடுகளில் இலக்கு நோக்கிய சேவையின் திறன் குறைந்தது என்று ஓர் ஆய்வு காட்டுகிறது. இலக்கு நோக்கிய திட்டங்களில் மலைக்கவைக்கும் 25% திட்டங்கள் பிற்போக்கானவையாக இருந்தன என்று அறியப்பட்டது; ஆப்பிரிக்காவில் இலக்கு நோக்கிய திட்டங்கள் அனைவருக்குமான திட்டங்களைவிட 8% குறைவான வருவாயையே அளிக்க முடிந்தது. மேலும், இத்தகைய திட்டங்கள் பெரும்பாலும் வழக்கமாக, குடும்பம் என்பதை இலக்காகக் கொண்டிருப்பதால் பெண்கள், முதியோர் போன்ற பல வீனமானர்களின் நலன்கள் முக்கியத்துவம் பெறாமல் போகலாம்.

இதற்குப் பிறகும் சமீபத்திய பத்தாண்டுகளில் இலக்கு, வருவாய் ஆகியவற்றின் அடிப்படையிலான, குறைந்த அளவுப் பலன்களை வழங்கும் திட்டங்களையே குறிப்பாக, உலக வங்கி, 'பன்னாட்டு நிதியம்' ஆகியவை அதிகம் விரும்புகின்றன. இது அரசுக்குக் குறைந்த அளவு பங்கே இருக்க வேண்டும் என்று விரும்பும் சந்தை அடிப்படைவாதிகளின் கண்ணோட்டத்தையும், பல நாடுகளுக்கு அனைவருக்குமான உதவிகள் கட்டுப்படியாகாது என்ற பார்வையையும் அடிப்படையாகக் கொண்டது. இது நலத் திட்ட உதவிகள் மக்களை வேலை செய்ய விடாமல் தடுக்கின்றன, அதனால் அவர்கள் தங்கள் சொந்தக் கால்களிலேயே நிற்க வேண்டும் என்பதில் கவனம் செலுத்தப்பட வேண்டும், 'அரசு செல்லம் காட்டி' அவர்களைக் கெடுத்துவிடக் கூடாது என்ற பரவலான கருத்தோடு ஒத்துப்போகிறது.

குழந்தைகளுக்குத் தடுப்பூசி போடுவது அல்லது அவர்களைப் பள்ளிக்கு அனுப்புவது போன்ற குறிப்பிட்ட நிபந்தனைகளோடோ நடத்தைகளோடோ உதவி அளிப்பதை இணைப்பது மேலும் பரவலாகிக்கொண்டேவருகிறது. எனினும், இது வெற்றிகரமாகச் செயல்படுகிறது என்பதற்கான சான்று இல்லை; ஏழைகளை அடையாளங்கண்டு உதவிசெய்வது போலவே இதற்கும் ஒரு நிர்வாக அமைப்பும், மீறல்களைக் கண்டிப்புடன் கையாள ஒரு அமைப்பும் தேவைப்படுகின்றன. ஏழை மக்களின் தேர்வுகள் சரியாக இருக்காது, பணத்தின் மூலம் மக்களின் நடத்தையை மாற்றிகொள்ளுமாறு அவர்களைத் தூண்டலாம் என்ற மதிப்பீடும் இந்த அணுகுமுறையில் உள்ளடங்கியிருக்கிறது.

பலவீனத்தைக் குறைத்து, அதிர்ச்சிகளைத் தாங்குவதற்கான வலுவை அதிகரிக்கும் 'அனைவருக்குமான சமூகப் பாதுகாப்பு' ஏற்பாடுகளை நோக்கி எல்லா நாடுகளும் செயல்பட வேண்டும். நெருக்கடிகள் சமயத்தில் குறைந்த அளவிலான நடவடிக்கைகள் போதுமானதாக இல்லாதபோது, அவற்றைத் துரிதமாக அதிகரிக்க வழிமுறைகளையும் தொடர வேண்டும். மக்களில் வெவ்வேறு பிரிவினருக்குச் சமூகப் பாதுகாப்பை உறுதிசெய்வது ஒரு நல்ல தற்காலிகப் பாதையாக இருக்கும்; உதாரணமாக, எல்லாத் தாய்மார்களுக்கும் அல்லது ஒரு குறிப்பிட்ட வயதைத் தாண்டிய எல்லோருக்கும் உதவியளிப்பது. இது விவாதத்தைக் குறைத்து, யாருக்கு உதவி தேவை என்பதை வருவாய்த் தணிக்கைகளால் ஏற்படும் அவமானத்தையும் தவிர்த்துவிடும்.

பல வளரும் நாடுகளின் தற்போதைய வருமான அளவு ஐரோப்பாவில் அனைவருக்குமான திட்டங்கள் அறிமுகப்படுத்தப்பட்டபோது இருந்ததற்கு இணையாக இருப்பது, இத்தகைய நலத் திட்ட உதவிகள் கட்டுப்படியாகக்கூடியவை அல்ல என்ற கருத்தை மறுக்கின்றன. வளரும் நாடுகள் அனைத்திலும் அடிப்படைச் சமூகப் பாதுகாப்பு கட்டுப்படியாகக்கூடியதுதான் என்பதைப் பல ஆய்வுகள் காட்டுகின்றன.

நிலைமை ஏற்கனவே மாறிக்கொண்டிருக்கிறது. கடந்த 20 ஆண்டுகளில் நடுத்தர வருமான நாடுகள் சமூகப் பாதுகாப்பைப் பரவலாக விரிவாக்கியிருக்கின்றன. கோடிகணக்கான மக்களுக்குப் பலனளிக்கும் வகையில் கிராமப்புற மக்களுக்கு வேலை உத்தரவாதத்தை இந்தியா தந்திருக்கிறது, அனைவருக்குமான முதியோர் ஓய்வூதியத்தைச் சீனா கிட்டத்தட்ட முழுமையாக சாத்தியமாக்கிவிட்டது. பிரேசிலின் ஜினி கெழுவில் 4இல் 1 பங்கு குறைந்ததற்குக் காரணம் சமூகப் பாதுகாப்பு என்று ஓர் ஆய்வு கண்டறிந்திருக்கிறது.

ஏற்றத்தாழ்வைக் குறைப்பதிலும், மிகவும் பலவீனமானவர்கள் பின்தங்கிவிடாமல் பார்த்துக்கொள்வதிலும் மிக முக்கியமான கருவியாகச் சமூகப் பாதுகாப்புத் திட்டத்தை எல்லா நாடுகளும் பரவலாக்க வேண்டியதற்கான தருணம் நிச்சயமாக வந்துவிட்டது.

2.6 பெண்களுக்கான பொருளாதாரச் சமத்துவத்தை அடைவது

பணக்கார, ஏழை நாடுகளில் ஒன்று போலவே பெண்கள்தான் பெரும்பாலும் ஊதியமற்ற வேலையைச் செய்கிறார்கள்; ஆபத்தான பகுதி நேர வேலைகளில் இருக்கிறார்கள்; பெரும்பாலும் ஒரே வேலையைச் செய்வதற்கு அவர்களுக்கு ஆண்களைவிடக் குறைவான ஊதியம் அளிக்கப்படுகிறது. அதிக அளவில் பாலினச் சமத்துவத்தை அடைந்துவிட்டதாகக் கருதப்படும் சமூகங்களில்கூடப் பெண்கள் குறிப்பிடத்தக்க அளவு வருமானத்திலும் செல்வாக்கிலும் இடைவெளிகளை எதிர்கொள்ளவேண்டியிருக்கிறது. பெண்களின் பொருளாதார ஏற்றத்தாழ்வை அகற்றுவதற்கான தடைகளை நீக்கச் சரியான திட்டங்களின் கலவை ஒன்று தேவை. எனினும், கொள்கைகளை வகுப்பவர்கள் பெரும்பாலும், கொள்கை நடவடிக்கைகள் பெண்கள்மீது ஏற்படுத்தக் கூடிய விளைவுகளைப் பொருட்படுத்துவதில்லை.

குறுகிய சாலை: பாலினப் பார்வையற்ற கொள்கை நடைமுறைகள்

அரசாங்கங்கள் பெண்களின் சில பிரத்தியேக நிலைமைகளைக் கவனிக்கத் தவறுவது, தம்மையுமறியாமல் பாலினப் பாகுபாட்டை அமல்படுத்தவோ அல்லது ஒரு கையால் கொடுப்பதை மறு கையால் எடுத்துவிடுமாறோ செய்துவிடும். சீனாவில் பெண்களுக்கான வேலைகளை உருவாக்கும் வெற்றிகரமான முயற்சிகள் குழந்தைகளையும் முதியோர்களையும் பராமரிப்பதற்காக அரசாங்கமும் வேலையளிப்பவர்களும் தரும் ஆதரவைக் குறைப்பதோடு இணைந்துவிட்டது; இது நேர்மாறாக, ஊதியம் பெறாமல் பெண்கள் செய்யும் வேலையை அதிகரித்துவிட்டது.

நிதிக் கொள்கைகூடப் பெண்கள், சிறுமிகள்மீது எதிர்பாராத விளைவுகளை ஏற்படுத்திவிட முடியும். பொருளாதார வளர்ச்சியைத் தூண்டுவதற்காகச் செய்யப்படும் வருமான மற்றும் பெருவணிக வரிக் குறைப்புகள்கூட மிக அதிக வருவாய் உள்ளவர்களுக்கும் பெருவணிகப் பங்கு உடைமையாளர்களுக்கும் போய்ச் சேருவதால் அவை பெண்களைவிட ஆண்களுக்கே அதிகம் பயனளிக்கின்றன. நகர்ப்புறத்திலும் கிராமப்புறத்திலும் குறைந்த வருவாயுள்ள குடும்பங்களில் பயன்படுத்தும் மண்ணெண்ணெயின் மீதான மறைமுக வரி பெரும்பாலும் பெண்களாலேயே செலுத்தப்பட்டது என்று கானாவில் மேற்கொள்ளப்பட்ட ஒரு சமீபத்திய ஆய்வு கண்டறிந்தது.

எனினும், குறைந்த வரிவருவாய் உள்ள நாடுகள் பொருளாதார நெருக்கடிகளைச் சமாளிக்கும் திறன் குறைந்து தங்கள் வரவுசெலவைச் சமன்செய்வதற்காகச் சிக்கன நடவடிக்கைகளை அறிமுகப்படுத்த வேண்டியிருப்பதால் கணிசமாகக் கொடுக்க முடிந்தவர்கள்மீது நேரடி வரிகளை விதிப்பது அவசியமே. சிக்கன பட்ஜெட்டுகளால் பொதுத் துறைகளில் வேலைகளைக் குறைக்கும்போது, பொதுத் துறையில் பெரிதும் வேலைசெய்வது பெண்கள் என்பதால் இத்தகைய வேலை நீக்கங்கள் பெண்களையே கடுமையாக பாதிக்கின்றன. அரசுச் சேவைகளைச் சிக்கன நடவடிக்கைகள் குறைக்கும்போது அவை பெண்கள்மீது அளவுக்கு அதிகமான சுமையை ஏற்படுத்துவதோடு வேலை கிடைப்பதையும் கடினமாக்கிவிடுகிறது. சிக்கன நடவடிக்கைகள் ஐரோப்பாவில் ஏற்படுத்திய பாதிப்புகளைப் பற்றிய ஆய்வின்படி, பொருளாதார நெருக்கடிக்குப் பின் இளங்குழந்தைகளின் தாய்மார்களுக்கு முன்பைவிட வேலை வாய்ப்புகள் குறைவாக இருந்தன என்றும், வேலை இல்லாததற்குச் சிக்கன நடவடிக்கையாகப் பராமரிப்புச் சேவைகளைத் துண்டித்ததே காரணம் என்றும் கூறியது.

பாலினப் பாகுபாட்டை ஒழிப்பதாக உறுதியளிக்க அரசாங்கங்கள் மீண்டும் மீண்டும் ஒன்றிணைகின்றன. 'பொருத்தமான எல்லா வழிகளிலும்' ஆண்கள், பெண்களை நடத்தும் விதத்தில் 'வேறுபாட்டையும் பாகுபாட்டையும் அகற்றுவதற்கான மாநாடு' பெண்களுக்கெதிரான எல்லாவிதப் பாகுபாடுகளை ஒழிக்கவும் அரசாங்கங்களை வலியுறுத்துகிறது. 'வருவாய் ஈட்டும் உடைமைகள், சொத்துகள், வாய்ப்புகள், வருமானம், சேவைகள்' ஆகியவற்றை நியாயமான முறையில் மறு

பங்கீடு செய்வதற்கு, வறுமையில் உள்ள பெண்களின் தேவைகளையும் அவர்கள் மேற்கொள்ளும் முயற்சிகளையும் கணக்கில் எடுத்துக்கொள்ளும் அணுகு முறையை நாடு தழுவிய பொருளாதார, வளர்ச்சிக் கொள்கை மேற்கொள்ள வேண்டும் என்று 1995ஆம் ஆண்டு கூடிய 'பெய்ஜிங் செயல்திட்டத் தளம்' கோருகிறது. இந்த உறுதிமொழிகளை நிறைவேற்றுவதற்கு உரிய தருணம் இது தான்.

நெடுஞ்சாலை: சரியான கொள்கைகள் பெண்களின் சமத்துவத்தை முன்னெடுத்துச் செல்ல முடியும்

பொருளாதார ஏற்றத்தாழ்வைக் குறைக்கும் பல திட்டங்கள் பாலினப் பாகுபாட்டைக் குறைப்பதிலும் தீவிர விளைவுகளை ஏற்படுத்துகின்றன. இலவச ஆரம்பக் கல்வியும் இலவச உடல்நலச் சேவையும் பெண்களுக்கும், சிறுமிகளுக்கும் அதிகம் பயனளிக்கின்றன. அரசுச் சேவைகள் அதிகமாகப் பெண்களாலேயே பயன்படுத்தப்படுகின்றன; உடல்நலச் சேவை, குழந்தைப் பராமரிப்பு ஆகியவற்றில் பெண்களுக்கு உள்ள சுமையில் ஒரு பகுதியை அரசாங்கம் எடுத்துக்கொள்ளுமாறு அவை செய்கின்றன. எல்லாக் குழந்தைகளுக்கும் பொருந்தும் நலத் திட்டங்கள், சமூகப் பாதுகாப்பு நிதி உதவிகள் ஆகியவை பாலின ஏற்றத்தாழ்வில் பெரும் தாக்கத்தை ஏற்படுத்துகின்றன. குறைந்தபட்ச ஊதியம், பணிக்கான உத்தரவாதம், சம்பளத்துடனான விடுமுறை, நோய்க் கால விடுப்பு, மகப்பேறு விடுப்பு ஆகியவற்றைக் குறித்த ஒழுங்குமுறைகள் ஆண்களுக்கும் பெண்களுக்கும் இடையேயான இடைவெளியைக் குறைக்க உதவும். பாதுகாப்பற்ற, மிகவும் குறைவான ஊதியம் தரும் வேலைகளில் இருப்பதற்கு அதிக வாய்ப்புகள் பெண்களுக்கே இருப்பதால், இவற்றால் அதிகமாகப் பயனடைபவர்களும் பெண்கள்தான். படிப்படியாக உயரும் வரிகளும் பெண்களுக்கு அதிகம் பயனளிக்கின்றன. ஏனெனில், வரித்தொகைச் சுமை பணக்காரர்கள்மீது விழுகிறது. வரிகள் தரும் வருமானத்தால் செயல்படும் அரசுச் சேவைகள் பெரும் பாலும் ஏழைப் பெண்களுக்கே பயனளிக்கின்றன.

பொருளாதார ஏற்றத்தாழ்வைச் சமாளிப்பதற்கும் பாலினப் பாகுபாட்டைக் குறைப்பதற்கும் உருவாக்கப்பட்ட கொள்கைகளின் அதிகபட்ச விளைவுகளைப் பெறுவதற்கு, அரசுத் திட்டங்கள், அரசுச் செலவினங்கள் பற்றிய முடிவுகள் ஆண்களையும் பெண்களையும் எவ்வாறு வெவ்வேறு விதங்களில் பாதிக்கின்றன என்பதைப் புரிந்துகொள்வது அவசியம். பாலின ரீதியாக வகைப்படுத்தப்பட்ட புள்ளி விவரங்களின் அடிப்படையில் பாலினம் ஏற்படுத்தும் விளைவுகளை ஆய்வு செய்வதற்கான தேவை அரசாங்கங்களுக்கு இருக்கிறது. தென்னாப்பிரிக்கா அவ்வாறு செய்து, பிறகு, ஏழ்மையான குடும்பங்களில் இளம் குழந்தைகளைப் பராமரிப்பவர்களில் முக்கியப் பொறுப்பு உள்ளவர்களுக்கு ஒரு உதவித் திட்டத்தை அறிமுகப்படுத்தியது. இதனால் ஏழை, கறுப்பின, கிராமப்புறப் பெண்களுக்கு நிதியுதவி இப்போது முன்பைக் காட்டிலும் சீராகக் கிடைக்கிறது.

இந்தியாவில், உணவு உற்பத்தியில் பெரும் பங்களிக்கும் கிராமப்புறப் பெண்களுக்குப் பாலின அடிப்படையிலான வரவுசெலவுத் திட்டத்தை விவசாய அமைச்சகம் அறிமுகப்படுத்தியது. விளைவாக, 2000இல் தேசிய விவசாயக் கொள்கை, மாநிலங்கள் தங்கள் வரவுசெலவுத் திட்டத்தில் குறைந்தது 30 சதவீதத்தைப் பெண் விவசாயிகளுக்கு ஒதுக்கீடு செய்யும்படி ஊக்குவித்தது; பாசன உதவி, பயிற்சி, கடன், விவசாயம் தொடர்பான நிர்வாகக் கட்டமைப்பு ஆகியவற்றைப் பெறக் குறைந்தபட்ச அளவுகோல்களை வரையறுத்து, விவசாயத் திட்டங்களிலும் சமூகத்திலும் பெண்களின் பங்கை வலுப்பெறச் செய்து, அவர்களுடைய குடும்பங்களின் உணவு, பொருளாதாரப் பாதுகாப்பு ஆகியவற்றை அதிகரித்தது.

பெண் தொழிலாளர்களுக்கு மகப்பேறுக்கு முந்தைய, பிந்தைய விடுப்புக் காலத்தை நீடிப்பது, தந்தையருக்கான மகப்பேறு விடுப்பு உள்ளிட்ட பல நடவடிக்கைகளை தென்கொரியா அறிமுகப்படுத்தியிருக்கிறது. கிழக்காசியாவிலேயே அவ்வாறு செய்த முதல் நாடு அதுதான். வேலை மையங்களுக்குப் பெண்கள் மீண்டும் வரும்போது வேலை பற்றிய தகவல், தொழிற்பயிற்சி, குழந்தைப் பராமரிப்புச் சேவைகள் போன்றவற்றை அளிப்பதோடு, பிரசவத்துக்குப் பின்னும் பிரசவத்தின்போதும் பெண் ஊழியர்களை வேலைக்கு அமர்த்துபவர்களுக்கும் வேலை கொடுப்பவர்களுக்கும் தாராளமாக நிதியுதவி அளிக்கிறது. எனினும், ஆண்களுக்கும், பெண்களுக்கும் இடையே ஊதிய இடைவெளி மிக அதிகமாகவே இருக்கிறது; இதைக் குறைப்பதில் கடந்த 40 ஆண்டுகளில் எதிர்பார்த்ததைவிட குறைவான முன்னேற்றமே இருக்கிறது என்பது செய்ய வேண்டியது நிறைய இருக்கிறது என்பதையே காட்டுகிறது.

தென்கொரியாவில் 1960களிலிருந்து ஏற்பட்ட வேகமான பொருளாதார வளர்ச்சி, முக்கியமாக, பெண்களை வேலைக்கு அமர்த்திய, உடல் உழைப்புச் சார்ந்த ஏற்றுமதித் தொழிலால் ஊக்குவிக்கப்பட்டது. கொள்கை ரீதியாக, பெண் தொழிலாளர்களுக்காகத் தொடர்ந்து இருக்கும் அதிகரித்த தேவையானது கல்வியில் குறைந்த பாலின வேறுபாட்டுடன் இணைந்து பாலினங்களிடையே சமமான ஊதியங்களுக்கு வழிவகுத்திருக்க வேண்டும். ஆனால், கடந்த 40 ஆண்டுகளில் அப்படி நடக்கவில்லை. (ஜப்பான், ஹாங்காங், சீனா, சிங்கப்பூர் உள்ளிட்ட பிற கிழக்காசியப் பொருளாதாரங்களிலும் இதே நிலைதான்.)

எடுத்துக்காட்டு

க்யுபெக்கில் குறைந்த கட்டணக் குழந்தைப் பராமரிப்பு

பெண்கள், ஏழைக் குடும்பங்கள் ஆகியோரின் அந்தஸ்தை உயர்த்துவதற்காகவும், நல்ல உழைப்பாளர் சமூகத்தை உருவாக்குவதற்காகவும் 1997இல் கனடாவின் க்யுபெக் பகுதி நிர்வாகம் ஒரு குழந்தைக்குக் குறைந்த கட்டணமாக ஒரு நாளைக்கு 7 கனடிய டாலர்கள் என்ற அடிப்படையில் குழந்தைப் பராமரிப்புத் திட்டம் ஒன்றை அறிமுகப்படுத்தியது. தொடர்ந்து வந்த வருடங்களில், க்யுபெக்கில் குழந்தைப் பராமரிப்புப் பெறும் 4

வயதுக்குக் குறைவான குழந்தைகளின் விகிதம் வேகமாக—1998இல் 18 சதவீதத்திலிருந்து 2011இல் 53 சதவீதமாக—அதிகரித்தது. கனடாவின் பிற பகுதிகளில் 5 வயதுவரையிலான குழந்தைகளுக்கு இந்த விகிதம் சுமார் 20 சதவீதம் என்ற அளவிலேயே தொடர்ந்து இருந்தது.

இத்திட்டத்தின் தாக்கம் பெண்களுக்கு இருந்த வேலைவாய்ப்புகளிலும் அவர்களின் வருவாய் ஈட்டும் திறனிலும் முக்கியமாக உணரப்பட்டது. 1996க்கும் 2011க்கும் இடையே, வேலை பார்க்கும் பெண்களின் எண்ணிக்கை கனடாவின் பிற பகுதிகளைவிட வேகமாக க்யுபெக்கில் அதிகரித்தது. வேலை செய்பவர்களில் குழந்தையற்ற பெண்களைவிட, தாய்மார்களின் எண்ணிக்கை க்யுபெக்கில் வேகமாக அதிகரித்தது. ஆனால் மொத்த கனடாவின் நிலைமை இது அல்ல. மேலும், தாய்மார்கள் மட்டும் குடும்பத் தலைவர்களாக இருந்த குடும்பங்களில் ஒப்பீட்டு அளவில் வறுமையின் விகிதம் 36 சதவீதத்திலிருந்து 22 சதவீதமாகக் குறைந்தது. அவர்களது வரிக்குப் பிந்தைய உண்மையான சராசரி வருமானம் 81 சதவீதம் அதிகரித்தது.

எல்லாருக்கும் பொருந்தக்கூடிய அளவில், குறைந்த கட்டணத்தில் குழந்தைகளைப் பராமரிக்கும் வசதி கிடைத்திருக்கவில்லையென்றால் இருந்திருக்கக்கூடியதைவிட, கூடுதலாகச் சுமார் 70,000 தாய்மார்களுக்கு 2008இல் வேலை கிடைத்தது என்று ஒரு ஆய்வு மதிப்பிட்டது—இது வேலைசெய்யும் பெண்களின் எண்ணிக்கையில் 3.8% உயர்வுக்குச் சமமாகும். க்யுபெக்கின் மொத்த உள்நாட்டு உற்பத்தியில் 1.7% (500 கோடி கனடிய டாலர்கள்) இதன் விளைவாக அதிகரித்தாகவும், க்யுபெக்கும் மத்திய அரசும் இவ்வாறு கிடைத்த கூடுதல் வேலைவாய்ப்புகளால் பெற்ற வரிவருவாய் இத்திட்டத்திற்கான செலவைவிடக் குறிப்பிடத்தக்க அளவு அதிகமாக இருந்ததாகவும் அதே ஆய்வு கணக்கிட்டது. இந்தச் சீர்திருத்தம் பெண்களுக்கு நன்மைசெய்து, பொருளாதாரத்தை ஊக்குவித்து, பெண்களின் சமத்துவத்தை மேம்படுத்தியது.

பெண்களின் பொருளாதாரச் சமத்துவத்தின் மீதான தடைகளை நீக்கக் கொள்கைகளை வகுப்பதிலும் நடைமுறைப்படுத்துவதிலும் ஒரு அடிப்படை மாற்றம் தேவை. அரசாங்கங்கள் பெரும்பாலும் பெண்கள் ஏற்றுக்கொண்டிருக்கும் பராமரிப்புப் பொறுப்புகளை எதிர்கொண்டு, அனைவருக்கும் நியாயமான, நாகரிகமான வேலையையும், சமமான ஊதியத்தையும் உறுதிசெய்து, சொத்துகளும் நிதியும் பெண்களுக்குக் கிடைப்பதில் இருக்கும் சமமற்ற தன்மையை மாற்றி, பாரபட்சமான நில உரிமை, வாரிசு குறித்த சட்டங்களைச் சீர்திருத்தி, வீட்டிலும் வேலை செய்யுமிடத்திலும் பெண்களுக்கு எதிரான வன்முறையை நிறுத்த வேண்டும்.

2.7
மக்கள் சக்தி:
ஒரு சதவீதத்தை எதிர்கொள்வது

பொருளாதார வளங்கள் பெருமளவில் சிலரது கைகளில் குவிவது பொறுப்புள்ள அரசு நிர்வாகத்தை ஆபத்துக்குள்ளாக்குவது உட்பட, மொத்தச் சமூகத்துக்கும் எதிர்மறை விளைவுகளை ஏற்படுத்தக்கூடும் என்பதை இந்த அறிக்கையில் காட்டியிருக்கிறோம். பணம் உள்ளவர்கள் பொருளாதார ஏற்றத்தாழ்வு பெருகும் சூழலை உருவாக்கும் விதத்தில், அதிகாரத்தை விலைக்கு வாங்கவும், விதிகளையும் கட்டுப்பாடுகளையும் கொள்கைகளையும் தங்களுக்குச் சாதகமாக வளைக்கவும் பணத்தைப் பயன்படுத்த முடியும். மக்களின் பிரதிநிதிகளாக ஏற்றத்தாழ்வைக் கட்டுப்பாட்டுக்குள் வைக்க வேண்டிய அரசியல்வாதிகளும் நிறுவனங்களும் பணமும் அதிகாரமும் உள்ளவர்களின் செல்வாக்குக்கு ஆட்படுவதன் விளைவாகத் திட்டங்களும் செயல்பாடுகளும் பணக்காரர்களுக்கும் ஏழைகளுக்குமான இடைவெளியை அதிகரித்துவிடுகின்றன.

குடிமைச் சமூக அமைப்புகளின் சர்வதேசக் கூட்டணியான CIVICUS* அண்மைக் காலத்தில் குடிமைச் சமூகம் செயல்படும் வெளிக்கு ஆபத்துகள் அதிகரித்திருக்கின்றன என்று தெரிவிக்கிறது. உலகம் முழுவதும் குடிமைச் சமூக அமைப்புகளோடு தன்னுடைய பணியின்போது ஆக்ஸ்ஃபாமும் இதை நேரடியாகப் பார்த்திருக்கிறது. நேரடியாக ஒடுக்குவது, குடிமைச் சமூக நடவடிக்கைகள்மீது சட்ட ரீதியான கட்டுப்பாடுகளைக் கொண்டுவருவது, நிதி உதவிமீது கட்டுப்பாடுகளை விதிப்பது, சில வேளைகளில் மக்கள்தொடர்புச் சாதனங்களை ஒடுக்குவது போன்ற பல வடிவங்களை இது எடுக்கும்.

இதையும் மீறி, உலகம் முழுதும் மக்கள் அதிகாரத்தை மீட்டெடுக்கப் பெரும் எண்ணிக்கையில் ஒன்றிணைகிறார்கள். கடந்த சில ஆண்டுகளில் உலகம் முழுதும் எழுந்துள்ள பெரும் போராட்டங்களில் இதைக்காணலாம்; சேவைக் குறைபாடுகளையும் தங்களுக்கென்று பிரதிநிதித்துவம் இல்லை என்ற ஏமாற்றத்தையும் வெளிப்படுத்த லட்சக்கணக்கான மக்கள் தெருக்களில் திரண்டிருக்கிறார்கள். தங்கள்மீது அக்கறையின்றி, தேசிய, சர்வதேச மேல்தட்டினரின் நலன்களில் அக்கறை கொண்டே அரசாங்கங்கள் செயல்படுகின்றன என்பதுபற்றி உலகம் முழுதும் மக்கள் தொடர்ந்து மிகவும் கவலைகொண்டிருக்கிறார்கள் என்பது ஆக்ஸ்ஃபாமும் பிறரும் நடத்திய கருத்துக் கணிப்புகளில் பிரதிபலிக்கிறது.

> **“ஒரு சிறு எண்ணிக்கையிலான பொருளாதாரக் குழுக்களே அமைப்பின் மூலம் பயன்பெறுவதை மக்கள் பொறுத்துக்கொள்வதில்லை. சந்தைப் பொருளாதாரம் உண்மையில் சந்தைச் சமூகத்திலிருந்து வேறுபட்டது. கல்விச் சீர்திருத்தங்கள் மூலம் நாம் கேட்பது, அரசு வேறு விதமான பங்கை வகிக்க வேண்டும் என்பதைத்தான்.”**
>
> *கமிலா வேல்லெயோ,*
> *துணைத் தலைவர், சிலி பல்கலைக்கழக மாணவர் கூட்டமைப்பு*

அதிகாரத்தைக் கைப்பற்றுவதும் பொருளாதார ஏற்றத்தாழ்வும் தவிர்க்கமுடியாதவை அல்ல என்பது நல்ல செய்தி. திறன்மிக்க, விவரமறிந்த, செயலூக்கம் மிகுந்த குடிமக்களை ஒன்றுதிரட்டுவது அதிகாரத்தைக் கைப்பற்றுவதை முறியடிக்கும் என்பதை வரலாறு பலமுறை காட்டியிருக்கிறது. இது ஏற்றத்தாழ்வுக்கு எதிரான போராட்டத்தில் ஒரு முக்கியமான சாதனம். உலகம் முழுவதும் குடிமக்களும் குடிமைச் சமூக நிறுவனங்களும் தங்கள் அரசாங்கங்களைப் பொறுப்பேற்க வைத்துக் கொள்கை முடிவுகளில் அனைவரும் பங்கேற்குமாறு செய்ததற்குப் பல உதாரணங்கள் உள்ளன. கீழே தரப்பட்டுள்ள சிலி, ஹங்கேரி, ஐஸ்லாந்து ஆகியவை மூன்று உதாரணங்கள்.

---

* அரசாங்க முடிவுகளில் குடிமக்களின் பங்களிப்பு இருப்பதற்காக 1993இல் உருவான லாப நோக்கமற்ற சர்வதேச அமைப்பு. ஜோஹன்னஸ்பெர்கைத் தலைமையிடமாகக் கொண்டு செயல்படும் இந்த அமைப்பில் 145க்கும் மேற்பட்ட நாடுகளைச் சேர்ந்தவர்கள் இன்று உறுப்பினர்களாக உள்ளனர்.

சிலி: எதிர்ப்புப் போராட்டங்கள் புதிய அரசாங்கத்தையும் கல்விச் சீர்திருத்தத்தையும் கொண்டுவருகின்றன

1990இல் ஜனநாயகம் மீண்ட பிறகு சிலியில் 2011 வாக்கில் பெரும் மக்கள் போராட்டங்கள் வெடித்தன. கல்விக்கு ஆகும் செலவு பற்றிய கவலையால் முதலில் தூண்டப்பட்ட அதிருப்தி, பின்னர் செல்வத்தில் பெரும் ஏற்றத்தாழ்வு (OECD நாடுகளில் மிகுந்த ஏற்றத்தாழ்வுள்ள நாடு சிலிதான்), அரசாங்கத்தை வணிக அக்கறைகள் கட்டுப்படுத்துவது போன்ற கவலைகளை உள்ளடக்கியதாக விரிவடைந்தது. சீர்திருத்தங்களைக் கோரி மாணவர்களும் தொழிற்சங்கங்களும் ஒரு கூட்டணியில் இரண்டு நாள் வேலைநிறுத்தத்தில் 6,00,000 மக்களைத் திரட்டினர். முடிவில் நடந்த தேர்தலில், ஏற்றத்தாழ்வைக் குறைத்து அரசுக் கல்வியைச் சீரமைப்பது என்ற அடிப்படையில் எதிர்ப்பு இயக்கத்தின் பிரதிநிதிகளை உள்ளடக்கிய புதிய அரசாங்கம் அமைந்தது.

ஹங்கேரிய மக்கள் பயனாளர் கட்டணங்களையும் தனியார்மயமாதலையும் தடுக்கின்றனர்

2006இல் ஹங்கேரிய அரசாங்கம் மருத்துவமனைகளை மூடுவது, பயனாளர் கட்டணங்களை விதிப்பது, ஓரளவு தனியார்மயமாக்கப்பட்ட பிராந்தியக் காப்பீட்டு நிதிகளை உருவாக்குவது உள்ளிட்ட சுகாதாரத் துறைச் சீர்திருத்தங்களை முன்வைத்தது. நோயாளிகள் கட்டணம், பல்கலைக்கழகக் கல்வி உள்பட பிற அரசுச் சேவைகளுக்கான கட்டணங்களை அறிமுகப்படுத்தும் முதல் சட்டத்தைப் பாராளுமன்றம் நிறைவேற்றியதும், எதிர்ப்பு இயக்கத்தினர் 2008இல் போதுமான கையெழுத்துகளைச் சேகரித்து, இரண்டு பொது வாக்கெடுப்புகளை நடத்திய பின் இறுதியில் அரசாங்கம் முயற்சியைக் கைவிட்டது.

ஐஸ்லாந்து: நாட்டின் அரசியல் பரிணாம வளர்ச்சியில் மக்கள் பங்கேற்பு

2010இன் ஆரம்பத்தில் ஐஸ்லாந்தின் மூன்று முக்கிய வணிக வங்கிகளை நெருக்கடியிலிருந்து மொத்தமாகக் காப்பாற்றுவதற்கு எதிராகத் தொடர்ந்த மக்கள் போரட்டத்தின் காரணமாக, புதிதாகத் தேர்ந்தெடுக்கப்பட்ட அரசாங்கம்—மோசமான பொருளாதார நெருக்கடியிலிருந்து குறைந்த, நடுத்தர வருமானப் பிரிவினரைப் பாதுகாப்பதாக உறுதியளித்திருந்தது—இந்த யோசனையைப் பொது வாக்கெடுப்புக்கு விடும் கட்டாயத்துக்குள்ளானது. முடிவில், 93 சதவீதம் ஐஸ்லாந்து மக்கள் வங்கிகள் திவாலானதற்கு, மக்கள் (வங்கிகளுக்கு பதிலாக) பணம் தர வேண்டும் என்ற யோசனையை நிராகரித்தனர்.

> **"ஐஸ்லாந்தின் சராசரிக் குடிமகனை அரசு மாற்றிவிட்டது. வேலையற்ற, வருமானமற்ற, தன் குடும்பத்துக்கு உணவளிக்கும் திறனை இழந்துவிட்ட சாதாரண மக்களைப்பற்றிக் கொஞ்சமும் கவலைப்படாமல் அது நிதி நிறுவனங்களைக் காப்பாற்றுவதில் அக்கறை காட்டுகிறது."**
>
> பால்டுர் யான்சன், ஐஸ்லாந்து போராட்டக்காரர்களில் ஒருவர்.

அரசியல் செயல்பாடுகளில் மக்கள் பங்கேற்புக்கு முறையான ஏற்பாடுகள் அறி முகப்படுத்தப்பட்டு, புதிய அரசியல் சட்டம் பரவலான கருத்தைப் பிரதிபலிப்ப தாக இருக்குமாறு அரசு செய்ய வழி வகுக்கப்பட்டது. முதல் கட்டத்தில் முதல் நிலைக் குழு ஒன்றுக்குக் குடிமக்களைத் தேர்ந்தெடுப்பது, அரசியல் சட்ட நிர்ணய சபைக்குத் தேர்தல் நடத்துவது, வரைவு அரசியல் சட்டத்தைச் சமூக, மின்னணு ஊடகங்களில் கிடைக்குமாறு செய்து, மக்கள் கருத்துக் கூற வழிசெய்வது உள் ளிட்டவை இந்த நடைமுறையில் அடங்கும். சமத்துவம், தகவலுக்கான உரிமை, பொது வாக்கெடுப்புக்கான உரிமை, சுற்றுச்சூழல், நிலத்தைப் பொதுச் சொத்தாக ஆக்குவது உள்ளிட்ட புதிய விதிகள் அடங்கிய புதிய அரசியல் சட்டம் 2012இல் வாக்கெடுப்பு மூலம் அங்கீகரிக்கப்பட்டது.

எடுத்துக்காட்டு:

பொலிவியா எவ்வாறு ஏற்றத்தாழ்வைக் குறைத்தது

வறுமையும் ஏற்றத்தாழ்வும் ஆதிகுடிகளுக்கு எதிரான இனவேற்று மையுடன் இணைந்து, பெரும்பான்மையாக இருக்கும் ஆதிகுடிகளை, சமீபகாலம்வரை அரசியல் முடிவுகளிலிருந்து பெரும்பாலும் விலக்கியே வைத்திருந்த நாடுதான் பொலிவியா. பொலிவிய சமூக இயக்கங்களும் குடிமைச் சமூக நிறுவனங்களும் பல பத்தாண்டுகள் போராடிய பிறகு நாட்டின் முதல் ஆதிகுடி யைச் சேர்ந்த இவோ மொரேல்ஸ் குடியரசுத் தலைவராக 2006இல் பதவியேற்றார்.

கிராமங்களில் ஊராட்சிகள் மூலம் உள்ளூர் மக்களின் அரசியல் பங்கேற்பை உறுதிப்படுத்தி நிர்வாகத்தை விரிவுபடுத்துவது உள் ளிட்ட வரிசையான அரசியல், பொருளாதார, சமூக உரிமை களைக் கொண்ட ஒரு புரட்சிகரமான அரசியல் சட்டத்தை உரு வாக்கச் சமூக இயக்கங்கள் வலியுறுத்தின.

அத்துடன், உலகில் பொருட்களின் விலைகள் உச்சத்திலிருந்த அச்சமயத்தில் நாட்டினுடைய எண்ணெய், இயற்கை எரிவாயு போன்றவற்றுக்கான ஒப்பந்தங்களை மறுபேரம் செய்து அப் பணத்தில் பல புதிய முற்போக்கான சமூகத் திட்டங்களும் மேற் கொள்ளப்பட்டன. இயற்கை வளங்களைப் பயன்படுத்துவதன் மூலம் இப்போது பெரும் எண்ணிக்கையிலான மக்கள் பயனடை கிறார்கள்.

மக்களின் கோரிக்கைக்கேற்ப, அரசாங்கம் இயற்கை வளங்களி லிருந்து கிடைத்த அபரிமிதமான தொகையைக் கட்டமைப்பிலும், இலக்குடனான சமூகத் திட்டங்களிலும், அனைவருக்குமான ஓய்வூதிய உரிமையிலும் முதலீடு செய்தது. அது குறைந்தபட்ச

ஊதியத்தை உயர்த்தி, சுகாதாரம், கல்வி போன்றவற்றுக்கான அரசுச் செலவையும் அதிகரித்தது. இந்தச் சேவைகளுக்கு மேலும் நிதி தேவைப்பட்டபோதும், கடந்த பத்தாண்டுகளில் வறுமையும் ஏற்றத்தாழ்வும் தொடர்ந்து குறைந்திருக்கின்றன.

முக்கியமான சவால்கள் இன்னும் இருக்கின்றன. குறிப்பிடத்தக்க அளவில் மறுபங்கீடு, வளங்களைத் தக்கவைத்துக்கொள்வது போன்றவற்றுக்குத் தேவையான வரிச் சீர்திருத்தங்களுக்கு வாய்ப் பிருந்தாலும் அபரிமிதமான எண்ணெய், இயற்கை எரிவாயு ஆகிய வற்றிலிருந்து கிடைக்கும் வருமானம் இவற்றை அரசாங்கம் மேற் கொள்ளாமலிருக்கச்செய்திருக்கிறது. இதற்கு அர்த்தம் நாட்டின் பொருளாதார அமைப்பு பணம் கிடைக்கக்கூடிய தொழில் களையே இதுவரை முழுதும் சார்ந்திருக்கிறது என்பதுதான்; இது ஏழைகளின் முன்னேற்றத்துக்கான நீடித்திருக்கக்கூடிய நீண்ட காலத் திட்டங்களைப் பாதிக்கக்கூடும்.

* * * * *

3

அதீத ஏற்றத்தாழ்வை முடிவுக்குக் கொண்டுவரச் செயலாற்ற வேண்டிய தருணம்

இன்றைய அதீத ஏற்றத்தாழ்வு எல்லாருக்கும் தீமையானது. ஆப்பிரிக்க நாடுகளானாலும், உலகின் மிகப் பெரிய பணக்கார நாடுகளானாலும், சமூகத்தில் பரம ஏழைகள் அதீத வறுமையிலிருந்து விடுபட்டுக் கௌரவமான வாழ்க்கை வாழ்வதற்கான வாய்ப்பைத் தீவிர ஏற்றத்தாழ்வு அடிப்படையிலேயே தடுத்துவிடுகிறது.

நியாயமான பொருளாதார, அரசியல் அமைப்பைக் கட்டமைக்க, ஒருமித்த செயல்பாட்டுக்கு ஆக்ஸ்ஃபாம் அழைப்பு விடுக்கிறது. ஒருசிலர் தங்களின் நலனுக்காக உருவாக்கிவிட்டிருக்கிற, இன்றைய ஏற்றத்தாழ்வு என்னும் நெருக்கடிக்கு இட்டுச்சென்ற விதிகளையும் நடைமுறைகளையும் பெரும்பான்மையினர் பயனடையும் விதம் மாற்றுவதற்காக விடுக்கும் அழைப்பு. கொள்கைகள் மூலம் ஏற்றத்தாழ்வைச் சமன்செய்து பணத்தையும் அதிகாரத்தையும் மறுபங்கீடு செய்யும் அமைப்புக்கான அழைப்பு.

பகுதி 2இல் கோடிட்டுக் காட்டியிருப்பதுபோல், இருப்போருக்கும் இல்லாதோருக்குமான இடைவெளியை நிரப்புவதற்கு ஆரம்பமாக அரசாங்கங்களும் நிறுவனங்களும் எடுக்கக்கூடிய பல யதார்த்தமான வழிகள் இருக்கின்றன. இது முழுமையான திட்டம் இல்லை என்றாலும், மாற்றத்தைக் கொண்டுவர வேண்டும் என்று உறுதியுடன் இருந்தால், இந்த நடவடிக்கைகள் பொருளாதார ஏற்றத்தாழ்வைக் குறைக்கத் தொடங்கும்.

வசதி படைத்த சிலரை மட்டுமே பராமரிக்கும் இந்த உலகம், கோடிக்கணக்கான மக்களை மீள முடியா, அதீத வறுமையில் தள்ளிவிடுவதற்கு முன்னால் அரசாங்கங்கள், நிறுவனங்கள், பன்னாட்டு நிறுவனங்கள், குடிமைச் சமூக அமைப்புகள் ஆகியவை கீழ்க்கண்ட மாற்றங்களுக்கு உறுதுணையாக ஒன்றிணைய வேண்டும்.

1. அரசாங்கங்களை மக்களுக்காக உழைக்கவைத்து அதீத ஏற்றத்தாழ்வைச் சமாளிக்குமாறு செய்தல்

பொது நலன்களுக்காக வேலைசெய்வதும், அதீத ஏற்றத்தாழ்வைச் சமாளிப்பதும் சர்வதேச ஒப்பந்தங்களுக்கும் தேசியக் கொள்கைகளுக்கும் திட்டங்களுக்கும் வழிகாட்டும் நெறியாக இருக்க வேண்டும். அரசாங்கங்களும் நிறுவனங்களும் அமைப்பு ரீதியான வணிக அக்கறைகளுக்கு மாறாக மக்களைப் பிரதிநிதித்துவப்படுத்துவதற்குத் திறன்வாய்ந்த, சமூகத்தின் அனைத்துத் தரப்பினரையும் உள்ளடக்கிய நிர்வாகம் மிகவும் முக்கியமானது. இதற்கு அர்த்தம், சக்திவாய்ந்த பெருவணிக நிறுவனங்கள், வணிக நலன்கள், செல்வந்தர்கள் ஆகியோர் அரசியல் முடிவுகளை எடுக்கும் நடைமுறைகளைச் சென்றடைவதற்கு இருக்கும் எளிதான வழிகள் அடைக்கப்பட வேண்டும் என்பதாகும்.

அரசாங்கங்களும் சர்வதேச நிறுவனங்களும் ஒப்புக்கொள்ள வேண்டியவை:

- 2030இல் அதீத ஏற்றத்தாழ்வை ஒழிக்க வேண்டுமானால், எல்லா நாடு களும் வருமான ஏற்றத்தாழ்வைக் குறைக்க, மற்ற கொள்கைகளால் பாதிக் கப்படாத தனி இலக்கை 2015க்குப் பிந்தைய ஆண்டுகளில் வளர்ச்சி குறித்து நிர்ணயித்துக்கொள்ள வேண்டும்: அதாவது, மக்களில் கீழ்மட்டத்திலுள்ள 40 சதவீதத்தினரின் அரசு-சேவைகளுக்குப் பிந்தைய வருமானத்தைவிட, மேல்மட்டத்திலுள்ள 10 சதவீதத்தினரின் வரிக்குப் பிந்தைய வருமானம் அதிகமாக இருக்கக்கூடாது.
- ஏற்றத்தாழ்வின் மீது கொள்கை இடையீடுகள் ஏற்படுத்தும் விளைவுகளை மதிப்பீடு செய்ய வேண்டும்:
  * கட்டுப்பாடுகள், வரிகள், அரசுச் செலவினங்கள், தனியார்மயமாதல் ஆகியவற்றைக் குறித்த கொள்கைத் தேர்வுகள் கீழ்மட்டத்திலுள்ள 40சதவீதத்தினரின் வருமானம், செல்வம், சுதந்திரம் ஆகியவற்றை மேம்படுத்துவதில் எவ்வாறு தாக்கம் ஏற்படுத்துகின்றன என்பதை ஆண்டுதோறும் மதிப்பீடு செய்வதற்காக அரசாங்கங்கள் ஏற்றத்தாழ்வு தொடர்பான ஆணையங்களை ஏற்படுத்த வேண்டும்.
  * ‘பன்னாட்டு நிதிய’த்தின் IV ஆவது பிரிவில் குறிப்பிட்டுள்ளதைப் போல் எல்லாக் கொள்கை மதிப்பீடுகளிலும் பொருளாதார ஏற்றத்தாழ்வு பற்றிய அளவீடுகளைச் சேர்த்துக்கொள்ள வேண்டும்.
- வருவாய், சொத்து, நுகர்வு ஆகியவை குறித்து, வரிகளுக்கு முன்னும், பின்னும் ஜினி கெழு அளவீடுகள் என்ன என்பதையும், இம்மூன்றுக்கும், மக்கள்தொகையில் பத்தில் ஒவ்வொரு பங்குக்கு உரிய அளவீடுகள் என்ன என்பதையும் வெளியிட வேண்டும். இதன் மூலம் குடிமக்களும் அரசும் பொருளாதார ஏற்றத்தாழ்வு சமூகத்தின் எந்தப் பிரிவினரிடையே அதிகம் இருக்கிறது என்பதை இனங்கண்டு, அதைக் குறைக்கத் தேவையான நட வடிக்கைகளை மேற்கொள்ள முடியும்.
- தேசியக் கொள்கைகள், விதிமுறைகள், இருதரப்பு, பலதரப்பு ஒப்பந்தங்கள் ஆகியவை கையெழுத்தாகும் முன் அவற்றைப் பொதுமக்களின் கூர்ந் தாய்வுக்கு அரசாங்கங்கள் உட்படுத்துவது கட்டாயம் என்ற சட்டத்தை அமல்படுத்த வேண்டும்.
- திட்டமிடல், வரவுசெலவுத் திட்ட நடவடிக்கைகள், விதிகளை இயற்றுதல் ஆகியவற்றில் பொதுமக்கள் பங்கேற்பும் மேற்பார்வையும் இருப்பதை உறுதிசெய்ய வேண்டும். தொழிற்சங்கங்கள், பெண்கள் உரிமைக் குழுக் கள் உள்ளிட்ட குடிமைச் சமூகத்தினர் கொள்கைகளை முடிவு செய்பவர் களையும் அரசியல்வாதிகளையும் எளிதில் அணுகும் வசதியை உறுதி செய்ய வேண்டும்.

- தேர்தல்களிலும் கொள்கை முடிவுகளிலும் தாக்கம் உண்டாக்கும் விதத்தில் சட்டமன்ற, பாராளுமன்ற உறுப்பினர்களிடம் தங்கள் நலன் சார்ந்த கொள்கைகளை வணிக நிறுவனங்கள் முன்னிறுத்தி, ஆதரவு பெறுவதற்காக மேற்கொள்ளப்பட்ட எல்லா நடவடிக்கைகளையும், அதற்காகச் செலவிடப்பட்ட தொகையையும் வெளிப்படையாகத் தெரிவிப்பதைக் கட்டாயமாக்க வேண்டும்.
- தகவல் உரிமை, பேச்சுரிமை, அரசாங்கத்தின் புள்ளிவிவரங்கள் ஆகியவை எல்லாருக்கும் கிடைப்பதை உறுதிசெய்ய வேண்டும்.
- ஊடகங்களின் சுதந்திரத்தை உறுதிசெய்து, பத்திரிகைகள் செய்தி வெளியிடுவதைத் தடைசெய்யும் அல்லது பத்திரிகையாளர்களைத் தண்டிப்பதை இலக்காகக் கொள்ளும் சட்டங்களை நீக்குவதற்கு ஆதரவு அளிக்க வேண்டும்.

பெருவணிக நிறுவனங்கள் ஏற்க வேண்டியவை:

- சட்டமன்ற, நாடாளுமன்ற உறுப்பினர்களின் ஆதரவைத் திரட்டி, தங்களது நலன் சார்ந்த கொள்கைகளை முன்னெடுத்துச் செல்லும் பெருவணிக நிறுவனங்கள் ஏற்றத்தாழ்வை அதிகப்படுத்துகின்றன. அவர்கள் அவ்வாறு அரசியல் அதிகாரத்தின் மீது செல்வாக்குச் செலுத்தும் முயற்சிகளைக் கைவிட்டு, மாறாக, நல்ல நிர்வாகத்தை முன்னெடுத்துச்சென்று, மற்ற குழுவினரும் அதையே செய்ய வலியுறுத்த வேண்டும்.
- தேர்தல்களிலும் கொள்கை முடிவுகளிலும் செல்வாக்குச் செலுத்துவதற்கான முயற்சிகளையும், சட்டமன்ற, நாடாளுமன்ற உறுப்பினர்களின் ஆதரவைப் பெறுவதற்காகச் செலவிடப்பட்ட தொகைகளையும் வெளிப்படையாகத் தெரிவிக்க வேண்டும்.
- சுதந்திரமாகவும் தடைகள் இன்றியும் குடிமைச் சமூகம் இயங்குவதற்கும், அரசியல் செயல்பாட்டில் பொதுமக்கள் தீவிரமாகப் பங்கேற்பதற்கும் உகந்த சூழ்நிலைகளை ஆதரிக்க வேண்டும்.

2. பெண்களின் பொருளாதாரச் சமத்துவத்தையும் உரிமையையும் மேம்படுத்துவது

பொருளாதாரக் கொள்கை அதீத ஏற்றத்தாழ்வை ஏற்படுத்துவதோடு பெண்களுடைய பொருளாதார அதிகாரத்தைப் பறித்து அவர்களுக்கெதிரான பாகுபாட்டை உறுதிசெய்துவிடுகிறது. பொருளாதாரக் கொள்கைகள் பொருளாதார ஏற்றத்தாழ்வையும், பாலின ஏற்றத்தாழ்வையும் கட்டுப்படுத்த வேண்டும்.

அரசாங்கங்களும் சர்வதேச நிறுவனங்களும் ஏற்க வேண்டியவை:

- சம ஊதியம், கௌரவமான வேலை, கடன் வசதி, சமமான சொத்துரிமை, சமமான நில உரிமைகள் ஆகியவற்றை வழங்குவது, ஊதியமற்ற பராமரிப்பு

வேலைகளைக் கண்டறிந்து அவற்றின் சுமையைக் குறைத்து அவற்றைப் பிரித்துக் கொடுப்பது போன்றவற்றை உள்ளடக்கிய நடவடிக்கைகளைப் பொருளாதாரக் கொள்கைகள் மூலமும், சட்டங்கள் மூலமும் அமல்படுத்தி, பொருளாதார ஏற்றத்தாழ்வில் ஆண்கள்-பெண்கள் இடையே நிலவும் இடைவெளியைக் குறைக்க வேண்டும்.

- அரசாங்கங்கள், சர்வதேச நிறுவனங்கள் ஆகியவை பெண்கள்மீதும், சிறுமிகள்மீதும் பொருளாதாரத் திட்டங்கள் ஏற்படுத்தும் விளைவுகளைத் தொடர்ந்து ஆய்வுசெய்ய வேண்டும்; தேசியக் கணக்கீட்டு முறைகளில் தரவுகளை மேம்படுத்தி, குடும்பம் என்ற மட்டத்துக்குக் கீழேயும் அதன் விளைவுகளைக் கண்காணித்து, மதிப்பீடு செய்ய வேண்டும். (உதாரணமாக, ஊதியமில்லாப் பராமரிப்புப் பணிகளைப் பிரித்துக்கொடுப்பது.)

- பெண்கள்மீதும், சிறுமிகள்மீதும் அரசுச் செலவினங்களைக் குறித்த முடிவுகள் ஏற்படுத்தும் தாக்கத்தை மதிப்பிட்டு, பாலினச் சமத்துவத்தை மேம்படுத்தும் விதத்தில் அமையும் பாலின ரீதியான வரவுசெலவுத் திட்டங்களுக்கு முன்னுரிமை அளிக்க வேண்டும்.

- பெண்கள் அரசியலில் பங்கேற்பது, பெண்களுக்கு எதிரான வன்முறையைக் களைவது, பாலினப் பாகுபாடு பற்றிச் சமூகத்தில் நிலவும் எதிர்மறை மனோபாவங்களை மாற்றுவது ஆகியவற்றை ஊக்குவிக்கும் விதத்தில் கொள்கைகளை நடைமுறைப்படுத்த வேண்டும்.

- பெண்கள் உரிமைக் குழுக்களைக் கொள்கை முடிவுகளில் ஈடுபடுத்த வேண்டும்.

பெருவணிக நிறுவனங்கள் ஏற்க வேண்டியவை:

- பாலினங்களுக்கு இடையே இருக்கும் ஊதிய இடைவெளியை நீக்கி, மற்ற பெருவணிக நிறுவனங்களும் அவ்வாறு செய்யத் தூண்ட வேண்டும்.

- பெண்களுக்குக் கௌரவமான, பாதுகாப்பான வேலை வாய்ப்புகள் கிடைக்குமாறு செய்து, வேலை செய்யுமிடத்தில் பாகுபாடின்மை, சங்கம் அமைப்பதில் பெண்களின் உரிமை ஆகியவற்றை உறுதிசெய்ய வேண்டும்.

- ஊதியமில்லாத பராமரிப்பு வேலையில் பெண்களின் பங்கைக் கண்டறிந்து, குழந்தைகளுக்கும் முதியோருக்கும் பாதுகாப்பு, ஊதியத்துடனான குடும்பப் பராமரிப்பு விடுப்பு, மருத்துவ விடுப்பு, நெகிழ்வான வேலை நேரம், பெற்றோருக்கு ஊதியத்துடனான விடுப்பு ஆகியவற்றை அளித்து, பெண்கள் சமமற்ற முறையில் ஏற்க வேண்டிய ஊதியமற்ற பராமரிப்பு வேலைச் சுமையைக் குறைக்க வேண்டும்;

- பெண்கள் நடத்தும் நிறுவனங்களிலிருந்து மூலப்பொருட்களைப் பெறுவது, உயர்மட்ட வேலைகளைப் பெண்கள் ஏற்பதை ஆதரிப்பது, நிர்வாகப் பதவிகளில் பெண்கள் இருப்பதை ஆதரிப்பது போன்றவற்றின் மூலம் பெண்களின் தலைமைப் பண்புகளை ஊக்குவிக்க வேண்டும்.

- பாலினச் சமத்துவம் பற்றிய செயல்பாடுகளை ஆராய்ந்து, ஆய்வறிக்கை அளிக்க வேண்டும்: எடுத்துக்காட்டாக, Global Reporting Initiative* அமைப்பின் Sustainability Reporting Guideliness (வளர்ச்சி நீடித்திருக்க வழிகாட்டும் அறிக்கை) மற்றும் ஐ.நா.வின் பெண்களுக்குத் திறனூட்டுவதற்கான வழிமுறைகள் ஆகியவற்றின் உதவியுடன் இதைச் செய்ய வேண்டும்.

3. ஊழியர்களுக்கு வாழ்க்கைக்கான நியாயமான ஊதியம் வழங்கி, அதற்கும் நிர்வாகிகளின் வானைத் தொடும் ஊதியத்துக்கும் இடையே உள்ள இடைவெளியை அகற்றுவது

கடினமாக உழைக்கும் ஆண்களுக்கும் பெண்களுக்கும் வாழ்க்கைக்கான நியாயமான ஊதியம் பெறுவதற்குத் தகுதி இருக்கிறது. உலகெங்கிலும், பெரு வணிக நிறுவனங்கள் எப்போதையும்விட அதிக லாபம் ஈட்டுகின்றன; நிர்வாகிகளின் ஊதிய அளவுகளும் உயர்ந்துவிட்டன. எனினும், அவர்களது தயாரிப்புகளை உற்பத்திசெய்யும், அவர்களது உணவை உற்பத்திசெய்யும், அவர்களது சுரங்கங்களில் வேலைசெய்யும் அல்லது அவர்களுக்குச் சேவையளிக்கும் உழைப்பாளிகளில் பலர் மோசமான நிலைமைகளில் வேலைசெய்து வறிய ஊதியங்களையே பெறுகிறார்கள். உலகளாவிய தர நிர்ணயம், தேசியச் சட்டங்கள், பெருவணிக நிறுவனங்களின் உடனடி நடவடிக்கைகள் மூலம் தொழிலாளர்களுக்குக் கூடுதல் அதிகாரம் கிடைக்குமாறு செய்ய வேண்டும்.

அரசாங்கங்களும் சர்வதேச நிறுவனங்களும் ஏற்க வேண்டியவை:

- எல்லாத் தொழிலாளர்களுக்கும் குறைந்த அளவு ஊதியத்தை வாழ்க்கைக்கான நியாயமான ஊதியமாக மாற்றி அமைக்க வேண்டும்.
- தேசிய, சர்வதேச அளவில் செய்துகொள்ளும் எல்லாப் புதிய உடன்பாடுகளிலும் குறைந்த ஊதியத்துக்கும் வாழ்க்கைக்கான நியாயமான ஊதியத்துக்கும் உள்ள இடைவெளியைக் குறைப்பதற்கான நடவடிக்கைகளைச் சேர்த்துக்கொள்ள வேண்டும்.
- அதிகபட்ச ஊதியத்துக்கும் நடுமட்ட (median) ஊதியத்துக்கும் இடையே உள்ள விகிதம் 20:1க்குக் கீழ் இருக்கும் நிறுவனங்களிடமிருந்து பொது ஒப்பந்தங்கள் மூலம் பொருட்களைப் பெற ஒப்பந்தம் செய்வது; இந்த விகிதத்தை அவர்களே அடைவது.
- சர்வதேச நிறுவனங்களில் முடிவுகள் எடுப்பதில் தேசிய மற்றும் தொழிலாளர் பிரதிநிதிகளின் பங்கேற்பை அதிகரிக்க வேண்டும்; அதில் பெண்களுக்கும் ஆண்களுக்கும் சமமான பிரதிநிதித்துவம் அளிக்க வேண்டும்.
- வேலை இடங்களில் கட்டாய உடல் உழைப்பைத் தடுப்பதற்கான செயல் திட்டங்களைத் தங்கள் நாட்டுக்குள்ளேயே உருவாக்கிக்கொள்ள வேண்டும்.

---

* தனிப்பட்ட நிறுவனங்களின் அன்றாட நடவடிக்கைகளால் ஏற்படும் பொருளாதார, சுற்றுச்சூழல், சமூக விளைவுகளைக் கணிப்பதன் மூலம் உலகப் பொருளாதார வளர்ச்சி நீடித்திருக்க ஆய்வுசெய்யும் இந்த அமைப்பு 1997ஆம் ஆண்டு போஸ்டனில் நிறுவப்பட்டது.

- சங்கம் அமைத்துக்கொள்வதற்கும், வேலை நிறுத்தம் செய்வதற்கும் எல்லாத் தொழிலாளர்களுக்கும் உள்ள உரிமையைப் பாதுகாக்கச் சட்ட ரீதியிலான அளவுகோல்களை உருவாக்கி, அந்த உரிமைகளுக்கு எதிரான எல்லாச் சட்டங்களையும் அகற்ற வேண்டும்.

பெருவணிக நிறுவனங்கள் ஏற்க வேண்டியவை:

- தங்களுடைய தொழிலாளர்களுக்கு வாழ்க்கைக்கான நியாயமான ஊதியம் வழங்கி, தங்களுடைய உற்பத்திக்குப் பொருள்கள், சேவைகள் அளிக்கும் நிறுவனங்களில் (supply chain) உள்ள ஊழியர்களுக்கு வாழ்க்கைக்கான, நியாயமான ஊதியம் வழங்குவதை உறுதிசெய்ய வேண்டும்.
- உற்பத்திக்குப் பொருள்கள், சேவைகள் அளிக்கும் நிறுவனங்களில் (supply chain) தரப்படும் ஊதியங்களையும், வாழ்க்கைக்கான நியாயமான ஊதியம் பெறும் ஊழியர்களின் எண்ணிக்கையையும் தெரியப்படுத்த வேண்டும்.
- உச்சபட்ச ஊதியத்துக்கும் நடுபட்ட (median) ஊதியத்துக்குமான விகிதம் பற்றிய புள்ளிவிவரங்களை வெளியிட்டு, தாங்கள் செயல்படும் எல்லா நாடுகளிலும் 20:1 என்ற இலக்கை அடைய வேண்டும்.
- நிறுவனத்தின் மனித உரிமைக் கண்காணிப்பு முறைமைகளில் சங்கம் அமைத்து, கூட்டுபேரம் செய்யும் சுதந்திரத்தை ஒரு பகுதியாக இருக்கச் செய்ய வேண்டும்.
- ஊதிய அடிப்படைகளையும், தொழிலாளர் பாதுகாப்பையும் குறைப்பதற்கு அரசியல் செல்வாக்கைப் பயன்படுத்தும் நடவடிக்கைகளை நிறுத்தி, பணிபுரியும் இடத்தில் தொழிலாளர்களின் உரிமைகளை ஆதரித்து, நிறுவனத்தின் முடிவுகளில் தொழிலாளர்களையும் ஒரு முக்கியமான பங்குதாரர்களாகக் கருத வேண்டும்.
- தங்களுடைய நடவடிக்கைகளிலும் உற்பத்திக்குப் பொருள்கள், சேவைகள் அளிக்கும் நிறுவனங்களில் (supply chain) பெண்களின் பங்கைக் கண்டறிந்து அவற்றை வெளியிட்டு, இழப்பீடு, பணி மூப்பு ஆகியவற்றில் பாலின ஏற்றத்தாழ்வைக் குறைப்பதற்கான ஒரு செயல்திட்டத்துக்கு உடன்பட வேண்டும்.

4. செயல்களத்தைச் சமமாக்குவதற்கு வரிச்சுமையை நியாயமாகப் பகிர்ந்துகொள்வது

நியாயமற்ற பொருளாதார அமைப்பின் விளைவாகச் சிலரது கைகளில் செல்வம் மிக அதிகமாகக் குவிந்துவிட்டது. கடுமையான ஏழ்மையில் இருப்பவர்கள்மீது மிகக் கடுமையான வரிச்சுமை இருக்கும்போது மிகவும் வசதியான நிறுவனங்களும் தனிநபர்களும் மிகக் குறைவாக வரி செலுத்துகிறார்கள். இந்தச் சமனற்ற நிலையை அரசாங்கம் நேரடியாகச் சரிசெய்யவில்லையென்றால், சமூ

கத்தில் பெரும்பான்மையினருக்கு ஒரு நியாயமான எதிர்காலத்தை உருவாக்குவதற்கான நம்பிக்கை ஏதுமில்லை. நிறுவனங்களும் தனிநபர்களும் மற்ற அனைவரும் தங்களுடைய உண்மையான சக்திக்கேற்பத் தங்களுடைய வரிகளைச் செலுத்த வேண்டும்; வரி செலுத்துவதிலிருந்து யாரும் தப்ப முடியாமல் இருக்க வேண்டும்.

அரசாங்கங்களும் சர்வதேச நிறுவனங்களும் ஏற்க வேண்டியவை:

- உள்நாட்டிலிருந்து அரசுக்கு வருவாயை அதிகரிப்பதற்காகத் தங்களுடைய அதிகபட்ச வரிசெலுத்தும் திறனை எட்டும் அளவுக்கு மொத்த உள்நாட்டு உற்பத்திக்கும் தேசிய வரிக்கும் உள்ள விகிதத்தை உயர்த்துவது.

- நிதிப் பரிவர்த்தனைகள், வாரிசுரிமை, மூலதனத்தின் மூலம் பெறும் லாபம் ஆகியவற்றின் மீதான வரிகள் வாயிலாக வரிச்சுமையை உழைப்பாளர்கள் மீதிருந்தும் நுகர்வின் மீதிருந்தும் மாற்றி மூலதனத்தின் மீதும் செல்வத்தின் மீதும் நேரடி, மறைமுக வரிகளை விதிப்பது; தேசிய அளவில் இத்தகைய முற்போக்கான சீர்த்திருத்தங்கள் செயல்பட சர்வதேச நிறுவனங்கள் அவற்றை ஆதரித்து, முன்னெடுத்துச்செல்ல வேண்டும்.

- தேசிய அளவில் வரிச் சலுகைகளை முழுவதும் வெளிப்படையாக்குவதற்கு ஒப்புக்கொண்டு, செலவு-பலன் ஆய்வில் வரிச் சலுகைகள் நாட்டுக்குப் பயனளிப்பதாக இல்லாத நிலையில், பன்னாட்டு நிறுவனங்களுக்கு அவற்றைத் தருவதைத் தடுக்க வேண்டும்.

- உலக அளவிலும் பிராந்திய அளவிலும் மிகப் பணக்கார நபர்கள்மீது தேசியச் சொத்து வரிகளை விதித்து, உலகளவில் சொத்து வரி பற்றிய சாத்தியங்களை ஆய்வுசெய்து, இந்த வருவாயை அனைத்து நாடுகளிலும் நிலவும் வறுமைக்கு எதிராகப் பயன்படுத்துவதற்கு உறுதிகொள்ள வேண்டும்.

- நிதிக் கொள்கைகளைப் பாலினச் சமத்துவக் கோணத்தில் மதிப்பிட வேண்டும்.

5. சர்வதேச அளவில் வரி ஓட்டைகளை அடைத்து, நிதி நிர்வாகத்தின் ஓட்டைகளை அடைப்பது

இன்றைய பொருளாதார அமைப்பு, பன்னாட்டு நிறுவனங்களும் பணம் படைத்த தனிநபர்களும் வரி கொடுக்காமல் ஏய்ப்பதற்கு வசதியாக உருவாக்கப்பட்டிருக்கிறது. சமூகத்துக்கு நிறையத் தர முடிந்தவர்கள் தங்களுடைய நியாயமான பங்கைத் தராமல் இருப்பதை அனுமதிப்பதன் மூலம் வரிச் சொர்க்கங்கள் சமூக ஒப்பந்தத்தைச் சிதைத்துக்கொண்டிருக்கின்றன. உலகெங்கிலும் விதிகள் மாற்றப்படும் வரை, இது தொடர்ந்து, அரசுகளின் வரவுசெலவுத் திட்டங்களைப் பாதித்து ஏற்றத்தாழ்வைச் சமாளிப்பதற்கான அரசுகளின் திறனைக் குறைத்துவிடும். எனினும், சீர்த்திருத்தத்துக்கான எந்த ஒரு நடவடிக்கையும் மிக ஏழையான நாடுகளுக்குப் பலனளிக்க வேண்டும். உலகளவில் சர்வதேச வரி விவரங்களை மேற்பார்வையிடுவதற்கு ஒரு பன்னாட்டு நிறுவன அமைப்புத் தேவைப்படும்.

அரசாங்கங்களும் சர்வதேச நிறுவனங்களும் ஏற்க வேண்டியவை:

- எல்லாச் சீர்த்திருத்த நடவடிக்கைகளிலும் வளரும் நாடுகள் சம அந்தஸ் துடன் பங்கேற்பதை உறுதிசெய்ய வேண்டும்.
- ஏற்றத்தாழ்வை நீடித்திருக்கச் செய்யும் அநீதியான பொருளாதார அமைப்புகளை எதிர்கொள்ளும் திட்டத்தின் ஒரு பகுதியாக வரிகளைத் தவிர்ப்பதையும் ஏய்ப்பதையும் ஒழிப்பதற்கு முன்னுரிமை தருவது என்று உறுதிகொள்ள வேண்டும்.
- பன்னாட்டு நிறுவனங்கள் எங்கு தங்கள் லாபங்களை ஈட்டுகின்றன, அவை எங்கு வரி செலுத்துகின்றன (பொதுமக்கள் பார்வைக்குக் கிடைக்கும் வகை யில் எல்லா நாடுகளிலும் சட்ட ரீதியாகக் கோருவதன் மூலம்) என்ற தக வல்கள், நிறுவனங்கள், அறக்கட்டளைகள் (பலன்பெறும் உரிமையாளர் யார் என்பதை அறிவிப்பதன் மூலம்), ஆகியவற்றின் உண்மையான உரி மையாளர்கள் யார் என்பது போன்ற எல்லா நிலைகளிலும் வரி தொடர் பான தகவல்கள் வெளிப்படையாக இருக்கும் விதத்தில் தேசிய, பிராந் திய, உலகளாவிய முயற்சிகளை முன்னெடுப்பதை ஆதரிக்க வேண்டும்.
- சர்வதேச நடவடிக்கை ஒன்றின் மூலம், வளரும் நாடுகளையும் சேர்த்துக் கொண்டு, (தங்களால் அத்தைகய புள்ளிவிவரங்களைத் தர இயலாது என்றாலும்) தகவல்கள் தாமாகப் பரிமாற்றமாகும் வகையில் ஏற்பாடு செய்ய வேண்டும்.
- வரிச் சொர்க்கம் என்றால் என்ன என்பது பற்றி ஒரு பொதுவான, கட்டுப் படுத்தக்கூடிய, லட்சியபூர்வமான வரையறையைப் பின்பற்றுவதன் மூலம் வரிச் சொர்க்கங்களைப் பயன்படுத்துவதற்கு எதிராகப் போராடி வெளிப் படைத் தன்மையை அதிகரிக்க வேண்டும்; அவற்றைப் பயன்படுத்தும் நாடுகள், நிறுவனங்கள், தனிநபர்கள் ஆகியோரைக் குற்றவாளிகளாகக் கருதி அவர்களைப் பட்டியலிட்டவுடன், அவர்கள் மீதான தடைகள் தாமாகவே நடைமுறைக்கு வருமாறு செய்ய வேண்டும்.
- பொருளாதார நடவடிக்கை உண்மையில் நடக்குமிடத்தில் வரிகள் செலுத்து மாறு உறுதிசெய்ய வேண்டும்; நிறுவனங்களுக்கான வரிவிதிப்பில் தோல்வியடைந்துவிட்ட தற்போதைய நடைமுறைக்குப் பதிலாக புதிய மாற்றுத் திட்டத்தை ஏற்படுத்த வேண்டும்.
- நாட்டில் கூடுதல் மதிப்பின் விளைவு பற்றிய மதிப்பீடு இருக்கும் பட் சத்தில் மட்டும் வரிவிலக்கு அளிப்பதை மேற்கொள்ள வேண்டும்; எல்லாச் சலுகைகளையும் பகிரங்கமாகத் தெரிவிக்கும் நடைமுறையைக் கட்டாய மாக்க வேண்டும்.
- வரி ஓட்டைகளை அடைத்து, தகுந்த ஒத்துழைப்பு அளிப்பதை உறுதி செய்யவும், வரி அமைப்புகளும் சர்வதேச வரிக் கட்டமைப்பும் எல்லா நாடு களின் பொது நலனுக்காகச் செயல்படுகின்றன என்பதை உறுதிசெய்யவும் வரி விவகாரங்களில் ஒரு உலகளாவிய நிர்வாக அமைப்பை ஏற்படுத்த முயல வேண்டும்.

பெருவணிக நிறுவனங்கள் ஏற்க வேண்டியவை:

- வரிச் சொர்க்கங்களைப் பயன்படுத்துவதை நிறுத்த வேண்டும்.
- தாங்கள் எங்கு லாபம் சம்பாதிக்கிறோம், எங்கு வரி செலுத்துகிறோம் (பொதுவில் கிடைக்கக்கூடிய எல்லா நாடுகளின் கட்டாய அறிக்கைகளின் மூலம்) ஆகிய தகவல்களை வெளியிடுவது உள்ளிட்ட எல்லா மட்டங்களிலும் வரி சம்பந்தமான வெளிப்படைத் தன்மையை மேம்படுத்துவதற்கான தேசிய, பிராந்திய, உலகளாவிய முயற்சிகளுக்கு ஆதரவு அளிக்க வேண்டும்.

6. 2020க்குள் அனைவருக்கும் இலவச அரசுச் சேவைகள் என்ற இலக்கை அடைவது:

சுகாதாரச் சேவையும் மருந்துகளுக்கு ஆகும் அதிகமான செலவும் ஒவ்வொரு வருடமும் 10 கோடி மக்களை வறுமையில் தள்ளிவிடுகிறது; பள்ளிகளில் கட்டணம் வசூலிக்கப்படும்போது சில குழந்தைகளுக்கு உயர்தரமான தனியார் கல்வி கிடைக்கிறது; ஆனால் பெரும்பான்மையினர் தரத்தில் குறைந்த அரசாங்கக் கல்வி பெறுவதால் இரண்டு அடுக்கு அமைப்பு உருவாகிவிடுகிறது. தனியார் மயம் பரம ஏழைகளுக்கும் பெரும் பணக்காரர்களுக்கும் இடையேயான ஏற்றத்தாழ்வை உறுதிப்படுத்தி அனைவருக்கும் வசதி தரும் அரசின் சக்தியையும் குறைத்துவிடுகிறது.

அரசாங்கங்களும் சர்வதேச நிறுவனங்களும் ஏற்க வேண்டியவை:

- எல்லாப் பயனாளர் கட்டணங்களையும் நீக்கி உயர்தரச் சுகாதார வசதியும் கல்வியும் எல்லாக் குடிமக்களுக்கும் இலவசமாகக் கிடைப்பதை உறுதி செய்ய வேண்டும்.
- அரசாங்க வரவுசெலவுத் திட்டத்தில் குறைந்தபட்சம் 15% சுகாதார வசதிகளுக்கும், 20% கல்விக்கும் செலவிட்டுச் சுகாதாரச் சேவை மற்றும் கல்வி நிதிக்கான தேசியத் திட்டங்களை அமல்படுத்த வேண்டும். உதவியளிக்கும் அரசாங்கங்கள் இருதரப்பு உதவிகளில் இத்தகைய ஒதுக்கீடுகளைப் பிரதிபலிக்க வேண்டும். சர்வதேச நிறுவனங்கள் சமத்துவமுள்ள சமூகச் செலவினங்களை ஊக்குவிக்க வேண்டும்.
- நிதி ஆதாயங்களை ஒன்றிணைத்து வரிகள் மூலம் சுகாதாரச் சேவைக்கு நிதியளிக்கும் அமைப்புகளை ஏற்படுத்தித் தனிநபர்கள் தனித்துச் சுகாதாரக் காப்பீடு பெறும் திட்டங்களைத் தவிர்த்துவிட வேண்டும்.
- தற்போது வழங்கப்பட்டுவரும் லாப நோக்கிலான தனியார் நிறுவனங்களின் சுகாதாரச் சேவையையும், கல்விக்கான மானியங்களையும் மறுபரிசீலனை செய்து, புதிய மானியங்களை நிறுத்த வேண்டும்.

- பாதுகாப்பையும் தரத்தையும் உறுதிசெய்யும் விதத்தில், கல்வி, சுகாதாரச் சேவைகளில் தனியார் துறைக்குக் கடுமையான ஒழுங்குமுறை விதிகளை விதிக்க வேண்டும். பணம் செலுத்த முடியாதவர்கள் சேவைகள் பெறாமல் தடுப்பதை நிறுத்த வேண்டும்.

- தனியார் சுகாதாரம், கல்விச் சேவைகளில் தேசிய அரசாங்கங்களைப் பிணைக்கும் எல்லா இருதரப்பு, பிராந்திய, சர்வதேச வர்த்தக முதலீட்டு ஒப்பந்தங்களிலிருந்தும் சுகாதாரச் சேவை, மருந்துகள், மருத்துவத் தொழில் நுட்பம், அறிவு மற்றும் கல்வியை விலக்கி வைக்க வேண்டும்.

- பெண்களுக்கான சுகாதாரச் சேவைகளுக்கு முன்னுரிமை அளித்துப் பாலின உரிமைகளும் குழந்தை பெறும் உரிமைகளும் காக்கப்படுவதை உறுதிசெய்ய வேண்டும். குழந்தை பிறப்புச் சுகாதாரச் சேவைகள் பெண்களுக்குக் கிடைப்பதை இருதரப்பு உதவி தடைசெய்யாமல் பார்த்துக்கொள்ள வேண்டும்.

பெருவணிக நிறுவனங்கள் ஏற்க வேண்டியவை:

- சுகாதாரச் சேவை, கல்வி உள்ளிட்ட முக்கியமான அரசுச் சேவைகளைத் தனியார்மயமாக்குவதற்கான பேரத்தில் ஈடுபடுவதை நிறுத்த வேண்டும்.

- அனைவருக்குமான சுகாதாரத் திட்டத்தில் தங்களுடைய நியாயமான பங்கை உறுதிசெய்வதற்காக அரசாங்கங்களுடன் இணைந்து பணியாற்றி, தனியாருக்குச் சுகாதாரச் சேவை அளிப்பவர்களை ஒழுங்குபடுத்த வேண்டும்.

7. ஆராய்ச்சி, வளர்ச்சி, மருந்துகளின் விலைகள் ஆகியவற்றுக்கான உலகளாவிய அமைப்பை மாற்றி நியாயமான, வாங்கக்கூடிய விலையில் அனைவருக்கும் மருந்துகள் கிடைப்பதை உறுதிசெய்வது

ஆராய்ச்சி மற்றும் வளர்ச்சிக்கான தூண்டுதலாக அறிவுசார் சொத்துரி மையை மட்டுமே நம்பியிருப்பது மருந்து தயாரிப்பாளர்களுக்கு மருந்துகள் தயாரிப்பதையும் விலை வைப்பதையும் ஏகபோகமாக்கிவிடுகிறது. இது உயிர் களை ஆபத்துக்குள்ளாக்கி, பணக்காரர்கள், ஏழைகள் ஆகியோருக்கிடையே பெரிய இடைவெளியை ஏற்படுத்துகிறது.

அரசாங்கங்களும் சர்வதேச நிறுவனங்களும் ஏற்க வேண்டியவை:

- ஆராய்ச்சி மற்றும் வளர்ச்சி நிதியில் பொதுச் சுகாதாரத்தை வணிக நலன் களாக அல்லாமல் ஒரு முக்கியக்கூறாக மாற்றக்கூடிய ஒரு உலகளாவிய ஆராய்ச்சி மற்றும் வளர்ச்சி ஒப்பந்தத்துக்கு உடன்பட வேண்டும்.

- தங்களுடைய தேசிய வருமானத்தில் ஒரு குறிப்பிட்ட சதவீதத்தை மருத்துவ ஆராய்ச்சி மற்றும் வளர்ச்சி உள்ளிட்ட விஞ்ஞான ஆராய்ச்சிக்கு ஒதுக்கீடு செய்ய வேண்டும்.

- வியாபார ஒப்பந்தங்களிலிருந்து கடுமையான அறிவுசார் சொத்துரிமையை விலக்கி வைத்துப் பொதுச்சுகாதாரநடவடிக்கைகளை அமல்படுத்த, அரசாங்கத்தின் கொள்கைகளுக்கு உள்ள இடத்தைக் குறைக்கும் எல்லா நடைமுறைகளையும் தடுத்து, மருந்துகள், மருத்துவம், தொழில்நுட்பம், அறிவு, சுகாதாரம், கல்விச் சேவைகள் ஆகியவை எல்லாருக்கும் கிடைப்பது அதிகரிக்க வேண்டும்.
- ஏகபோகத்தை உடைத்து, பொதுப் பெயர்களில் விற்கும் மருந்துகளுக்கிடையே நிலவும் போட்டியின் மூலமாக அவை கட்டுபடியாகக்கூடிய விலையை நிர்ணயிக்க ஊக்குவிக்க வேண்டும்.
- தேசிய மருந்துக் கொள்கை வளர்ச்சியிலும் மருந்துகள் விநியோகச் சங்கிலிகளிலும் முதலீட்டை அதிகரிக்க வேண்டும்.

மருந்து தயாரிப்பாளர்கள் ஏற்க வேண்டியவை:

- ஆராய்ச்சி மற்றும் வளர்ச்சிக்கான செலவுபற்றி வெளிப்படையாக இருப்பதோடு, அறிவுசார் சொத்துரிமைக்கு அப்பாலும் ஆராய்ச்சி மற்றும் வளர்ச்சியில் முதலீடு செய்வதில் புதிய வழிகளைக் கண்டறிய வேண்டும்.
- பொதுச் சுகாதாரத்துக்கு எதிராகத் தனிப்பட்ட பெரும் நிறுவனங்களின் ஆதாயத்துக்காக தேசிய, சர்வதேச அளவில் நிகழும் லாப பேரத்தை நிறுத்த வேண்டும்.

8. உலகளாவிய சமூகப் பாதுகாப்புத் தளத்தை நடைமுறைப்படுத்துதல்

பொருளாதார ஏற்றத்தாழ்வைக் குறைப்பது மட்டுமல்லாமல் சமூகத்தைப் பொறுப்புள்ளதாகவும் சமத்துவமுள்ளதாகவும் மாற்றி வேறுபாடுகளைக் களைவதற்குச் சமூகப் பாதுகாப்பு முக்கியமானது. மிக மோசமான தருணங்களில் பரம ஏழைகளுக்கும், மிகவும் பலவீனமானவர்களுக்கும் ஒரு பரவலான, நிரந்தரமான பாதுகாப்பு அரண் தேவைப்படுகிறது.

அரசாங்கங்களும் சர்வதேச நிறுவனங்களும் ஏற்க வேண்டியவை

- ஊதியமில்லாத பராமரிப்பு வேலைகளில் பெண்களின் சுமையைக் குறைத்து, சமூகப் பாதுகாப்பு அமைப்புகளை முழுமையடையச் செய்வதற்காகக் குழந்தைகள், முதியோர்களுக்கான சேவைகளை அனைவருக்கும் வழங்க வேண்டும்.
- முதியோருக்கும், வேலையற்றவர்களுக்கும், கண்ணியமான வாழ்க்கையை வாழும் அளவுக்குச் சம்பாதிக்க முடியாதவர்களுக்கும் ஓய்வூதியம், வேலையற்றோருக்கான நிவாரணம், அனைத்துக் குழந்தைகளுக்கும் கிடைக்கும் பாதுகாப்பு போன்றவற்றின் மூலம் அடிப்படை வருமானம் கிடைக்க வழிசெய்ய வேண்டும்.

- குடும்பச் சூழ்நிலையில் பெண்களுக்குப் பாதுகாப்பை ஏற்படுத்த, வீட்டுச் செலவினங்களைப் பெண்களின் கட்டுப்பாட்டுக்குள் கொண்டுவரும் வகையில், பெண்களின் தேவைகளைக் கணக்கில் கொண்டு சமூகப் பாது காப்பு நடைமுறைகளை உருவாக்க வேண்டும்.

9. ஏற்றத்தாழ்வையும் வறுமையையும் குறைக்கும் விதத்தில் வளர்ச்சிக்கான நிதியைத் திட்டமிட்டு, குடிமக்களுக்கும் அவர்களது அரசாங்கத்துக்கும் இடையேயான உடன்பாட்டை உறுதிப்படுத்துவது

நல்ல இலக்குகள் உள்ளபோது வளர்ச்சிக்கான நிதிக்கு ஏற்றத்தாழ்வைக் குறைப்பதற்கான ஆற்றல் இருக்கிறது; குறிப்பாக, சுகாதாரப் பராமரிப்பு, கல்வி, சமூகப் பாதுகாப்பு போன்ற அரசுச் சேவைகள் போன்வற்றை நிறைவுசெய்யும் வகையில் வளர்ச்சிக்கான நிதி அமையும்போது அரசாங்கம்-குடிமக்கள் உறவை வலுப்படுத்தும்; பொறுப்பை அதிகப்படுத்தும்; அரசாங்கங்களைத் தங்களுக்குப் பதில்சொல்ல வைக்கும் குடிமக்களின் முயற்சிகளுக்கு ஆதரவாகவும் இருக்கும்.

உதவியளிக்கும் அரசாங்கங்களும் சர்வதேச நிறுவனங்களும் ஏற்க வேண்டியவை:

- அனைவருக்கும் இலவச அரசுச் சேவைகள் அளிப்பதற்கு அரசாங்கத் துக்கு உதவி செய்யக்கூடிய நீண்டகால, வெளிப்படையான வளர்ச்சிக்கான திட்டங்களில் முதலீட்டை அதிகரிக்க வேண்டும்.
- மறுபங்கீட்டை ஊக்குவிக்கும் முற்போக்கான வரித் திட்டங்கள் மூலம் உள் நாட்டில் மேலும் நிதி திரட்டுவதற்கு அரசு நிர்வாகத்தை வலுப்படுத்து வதற்காக முதலீடு செய்ய வேண்டும்.
- மக்கள் பங்கேற்பையும், (பாலினம், இனக்குழு போன்ற) பொருளாதார, சமூக ஏற்றத்தாழ்வுகளை எதிர்ப்பதில் மக்களின் குரலை உறுதிப்படுத்து வதையும் வைத்துத் திட்டங்களை மதிப்பிட வேண்டும்.

* * * * *

க்ரியாவின் தமிழ் அகராதிச் செயலிகள்

க்ரியாவின் தற்காலத் தமிழ் அகராதி தற்போது iOS, Android ஆகிய இரண்டு செயலிகளிலும் கிடைக்கிறது. இந்தச் செயலிகளில் சொற்களைத் தேடும் வசதி எளிதாக்கப்பட்டுள்ளது. தமிழ், ஆங்கிலம் ஆகிய இரு மொழி விசைப்பலகைகளையும் பயன்படுத்திச் சொற்களை உள்ளிடும் விதத்தில் இச் செயலி வடிவமைக்கப்பட்டுள்ளது.

வகை வழித் தேடல்: தனியொரு சொல்லாக மட்டுமின்றி, இலக்கண வகை, வழக்குக் குறிப்பு மற்றும் துறைவாரியாகவும் சொற்களைத் தேடலாம். எடுத்துக் காட்டாக, இலக்கணச் சொற்களைத் தேடும்போது, துணைவினை என்று பதி விட்டால் இந்த அகராதியில் உள்ள 52 துணைவினைகளின் பட்டியல் கிடைக் கும். ஒவ்வொரு துணைவினையின் பொருளையும் தனித்தனியாகத் தெரிந்து கொள்ளலாம். வழக்குக் குறிப்புப் பட்டியலில் அருகிவரும் வழக்கு, இஸ்லாமிய வழக்கு, இலங்கை வழக்கு, வட்டார வழக்கு, உயர் வழக்கு என்று வழக்குச் சொற்கள் தனித்தனியாகத் தரப்பட்டுள்ளன.

அதேபோல், இசை, கணிதம், இயற்பியல், வேதியியல், மருத்துவம் என்று துறைவாரியாகவும் சொற்களைத் தேடலாம்.

ஆங்கில வழித் தேடல்: தமிழ்ச் சொற்களுக்கான பொருளை மட்டுமின்றி, குறிப்பிட்ட ஆங்கிலச் சொல்லுக்கான தமிழ்ச் சொல் என்ன என்பதையும் தெரிந்துகொள்ளும் வசதி இந்தச் செயலிகளில் இருக்கிறது. எடுத்துக்காட்டாக, ஆங்கிலத்தில் 'mangrove' என்ற சொல்லை உள்ளிட்டால், 'அலையாத்திக் காடு', 'சதுப்புநிலக் காடு', 'சுரபுன்னை' என்ற 3 சொற்களைப் பெறலாம். அவை ஒவ்வொன்றின் விளக்கத்தையும் தனித்தனியே பெறலாம்.

இந்தச் செயலிகள் வெறும் சொற்களுக்கான பொருளைத் தரும் அகராதியாக மட்டுமின்றி, அச்சுப் பதிப்பில் இருப்பதுபோலவே, அகராதியை எப்படிப் பயன் படுத்துவது என்பது உள்ளிட்ட அனைத்து விவரங்களுடனும் வடிவமைக்கப் பட்டுள்ளது.

க்ரியா தமிழ் அகராதிச் செயலிகளைத் தரவிறக்கம் செய்த பிறகு 10 முறை இலவசமாகப் பயன்படுத்தலாம். நிரந்தரப் பயன்பாட்டுக்கு iPhone, iPad ஆகியவற்றுக்கான செயலியை itunesல் crea tamil dictionary என்று உள்ளிட்டு ரூ. 490ஐ கடன் அட்டை மூலமாகச் செலுத்தியும், Android செயலியை Google Play Storeல் crea tamildictionary என்று உள்ளிட்டு ரூ 199ஐ credit card, debit card, net banking, wallet, M.O., cheque, D.D. மூலமாகவோ க்ரியாவின் வங்கிக் கணக்கில் பணம் செலுத்தியோ பெறலாம்.